'अप्रतिम... तणावपूर्ण सस्पेन्स'

– डेली एक्स्प्रेस

'सॉमरसेट मॉमनंदेखील इतकं चतुर आणि हजरजबाबी लिखाण केलं नाही.'

– पब्लिशर्स वीकली

'कल्पक, सहजसुंदर आणि खेळकर शैली.'

– संडे टेलिग्राफ

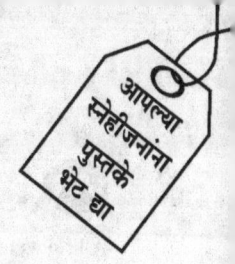

ट्वेल्व्ह रेड हेरिंग्ज

जेफ्री आर्चर

अनुवाद

डॉ. देवदत्त केतकर

मेहता पब्लिशिंग हाऊस

Please contact us at **Mehta Publishing House,** Pune 411030.
Email : production@mehtapublishinghouse.com
Website : www.mehtapublishinghouse.com

◆ *या पुस्तकातील लेखकाची मते, घटना, वर्णने ही त्या लेखकाची असून त्याच्याशी प्रकाशक सहमत असतीलच असे नाही.*

TWELVE RED HERRINGS by JEFFREY ARCHER

Copyright © Jeffrey Archer 1994

First Published 1994 by HarperCollins.
This Edition Published 2004 by Pan Books,
an imprint of PanMacmillan,
a division of Macmillan Publisher Limited.
Translated into Marathi Language by Dr. Devdatta Ketkar

ट्वेल्व्ह रेड हेरिंग्ज / अनुवादित कथासंग्रह

TBC-28 Book No. 4

अनुवाद : डॉ. देवदत्त केतकर
Email : authors@mehtapublishinghouse.com

मराठी अनुवादाचे व प्रकाशनाचे हक्क मेहता पब्लिशिंग हाऊस, पुणे.
प्रकाशक : सुनील अनिल मेहता, मेहता पब्लिशिंग हाऊस,
१९४१, सदाशिव पेठ, माडीवाले कॉलनी, पुणे - ३०.

मुखपृष्ठ : चंद्रमोहन कुलकर्णी
प्रथमावृत्ती : ऑगस्ट, २०१९

P Book ISBN 9789353173005
E Book ISBN 9789353173012
E Books available on : play.google.com/store/books
www.amazon.in
https://books.apple.com

ख्रिस, कॅरॉल आणि... एलिसन यांना

अनुक्रमणिका

* खुणा केलेल्या कथा सत्यघटनांवर आधारित आहेत. (त्यातल्या काहींमध्ये भरपूर लेखनस्वातंत्र्य घेऊन.) इतर कथा माझ्या कल्पनेतून.

जे. ए. जुलै १९९४

करावे तसे...

नेमकी कुठून सुरुवात करावी ते समजत नाहीये; पण आधी मी तुरुंगात का आलो, याचं स्पष्टीकरण द्यायला हवं.

खटला १८ दिवस चालला होता. न्यायमूर्ती कोर्टात आले, तेव्हा सामान्य नागरिकांसाठी असलेली आसनं ओसंडून वाहत होती. लीड्स क्राउन कोर्टात माझ्याविरुद्ध खटला उभा राहिला होता.

ज्यूरीच्या सदस्यांचा दोन दिवस खल चालू होता. त्यांच्यातच प्रचंड मतभेद असल्याची अफवा पसरली होती आणि ज्यूरी बहुधा त्रिशंकू अवस्थेत जाऊन पुन्हा खटला चालवावा लागणार, असा बॅरिस्टरांचाही होरा होता. न्यायमूर्ती कार्टराईट यांनी ज्यूरींना आवश्यक त्या सूचना देऊनही आठ तास उलटून गेले होते. त्यांनी स्पष्ट सांगितलं होतं की, ज्यूरींचं पूर्ण एकमत होण्याची गरज नाही. १० विरुद्ध २ एवढे बहुमत पुरेसे आहे.

अचानक कॉरिडॉरमध्ये गजबज सुरू झाली. ज्यूरीचे सदस्य शांतपणे आत येऊन स्थानापन्न झाले. ज्यूरीचा फोरमन एक ठेंगणासा, लठ्ठ आणि हसरा माणूस होता. त्याची वेशभूषा या प्रसंगाला साजेशीच होती. डबल ब्रेस्टेड सूट, रेघांचा शर्ट आणि रंगीत बो. तो चेहरा गंभीर ठेवण्याचा आटोकाट प्रयत्न करत होता. माणूस मोठा मस्त वाटला. एरवी जवळच्या पबमध्ये त्याच्याबरोबर गप्पा मारत एखादी बिअर घ्यायला मला आवडलं असतं; पण आजचा प्रसंग वेगळा होता.

मी पुन्हा आरोपीच्या पिंजऱ्यात हजर झालो. तेवढ्यात माझी नजर प्रेक्षकांत बसलेल्या एका भुऱ्या केसांच्या देखण्या तरुणीकडे गेली. ती मला खटल्याच्या पहिल्या दिवसापासून रोज गॅलरीत दिसायची. तिला याच खटल्यात रस होता की, सगळ्याच सनसनाटी खूनखटल्यांना ती हजेरी लावायची, हे कळायला

मार्ग नव्हता. तिला माझ्यात काडीचाही रस असल्याचं दिसत नव्हतं. इतरांच्या सारखंच तिचंही लक्ष ज्यूरींच्या प्रमुखाकडे लागलं होतं.

डोक्यावर टोप, अंगावर लांब काळा डगला अशा पारंपरिक वेषातला कोर्टाचा कारकून उभा राहिला. त्यानं जवळच्या कार्डावरचा मजकूर वाचायला सुरुवात केली. अर्थात त्यातलं अक्षरन् अक्षर त्याला पाठ असणार, याची मला खात्री होती.

"ज्यूरींचे फोरमन, कृपया उभे राहा."

तो लठ्ठ, हसरा माणूस सावकाश उभा राहिला.

"माझ्या प्रश्नाचं फक्त हो किंवा नाही एवढंच उत्तर द्या. ज्यूरीतील सद्गृहस्थहो, तुम्ही किमान दहाच्या बहुमताने निर्णयाप्रत आला आहात का?"

"होय."

"तुमच्या मते हा कैदी दोषी आहे की निर्दोष?"

कोर्टात स्मशानशांतता पसरली.

माझी नजर त्या रंगीत बो घातलेल्या फोरमनवर स्थिरावली.

तो घसा खाकरून म्हणाला, "..."

माझी आणि जेरेमी अलेक्झांडरची पहिली भेट १९७८ मध्ये झाली. ब्रिस्टल शहरात युरोपियन उद्योगसमूहाची एक परिषद भरली होती. आपल्या धंद्याचा युरोपमध्ये विस्तार करू पाहणाऱ्या ५६ ब्रिटिश कंपन्या त्यात सहभागी झाल्या होत्या. 'युरोपीय समुदायाचे कायदे' या विषयावर ऊहापोह होणार होता. त्या वेळी मी आमच्या कूपर्स कंपनीचा चेअरमन होतो. आमच्या कंपनीची वेगवेगळ्या आकारांची आणि वजनांची १२७ वाहने इंग्लंडच्या रस्त्यांवर धावत होती आणि 'कूपर्स' ही ब्रिटनमधली खासगी मालवाहतूक करणारी एक अग्रगण्य कंपनी म्हणून पुढे येत होती.

माझ्या वडिलांनी १९३१ मध्ये ही कंपनी सुरू केली. त्या वेळी त्यांच्याकडे तीन वाहनं होती. त्यांपैकी दोन घोडागाड्या होत्या! आमच्या नजीकच्या मार्टिन्स बँकेनं आम्हाला दहा पौंडांची ओव्हरड्राफ्ट मर्यादा मंजूर केली होती. १९६७ मध्ये कंपनीचं 'कूपर अ‍ॅन्ड सन' असं नामकरण झालं, त्या वेळी आमच्याकडे चार किंवा अधिक चाकं असणारी १७ वाहनं होती. कंपनी इंग्लंडच्या संपूर्ण उत्तर भागात मालाचा पुरवठा करत होती. आमच्या पिताजींचा मात्र दहा पौंडांची ओव्हरड्राफ्ट मर्यादा ओलांडायला ठाम विरोध होता.

मधल्या आर्थिक मंदीच्या काळात मी हळूच सुचवून पाहिलं की, आता आपल्याला धंद्याच्या विस्ताराचा विचार करायला हवा – अगदी युरोपमध्येही. पण ते ऐकायला राजी नव्हते. 'एवढा धोका पत्करण्याची गरज नाही', हे त्यांचं मत. हंबरच्या दक्षिणेकडे जन्मलेल्या कुणाहीकडे ते संशयानं पाहत. मग युरोपची बात

दूरच. 'ब्रिटन आणि युरोप यांच्यामध्ये इंग्लिश खाडीचा पट्टा निर्माण करण्यामागे देवाकडे काही सबळ कारण असलं पाहिजे', असं ते म्हणत आणि त्यांचं हे मत मनापासून असल्यामुळे मला ते हसण्यावारी नेता येईना.

अखेर १९७७ मध्ये, वयाच्या सत्तराव्या वर्षी, काहीशा नाखुशीनंच ते निवृत्त झाले आणि मी चेअरमन झालो. मग मात्र त्यांचा विरोध पत्करूनही मी गेली अनेक वर्षं माझ्या मनात असलेल्या कल्पना राबवायला सुरुवात केली. युरोपमध्ये धंदा वाढवणं ही फक्त सुरुवात होती. पाच वर्षांत मला कंपनीचं रूपांतर पब्लिक कंपनीत करायचं होतं. आता आमच्या कंपनीला १० लाख पौंड ओव्हरड्राफ्टची गरज होती; त्यामुळे आम्हाला बँक बदलणं भाग पडलं कारण आमच्या जुन्या बँकेला यॉर्कशायरच्या सीमेपलीकडल्या जगाचं अस्तित्व मंजूर नव्हतं.

त्याच वेळी मला या व्यवसाय परिषदेची माहिती कळली आणि मी सहभागासाठी अर्ज केला.

परिषद शुक्रवारी सुरू झाली. युरोपियन समुदायाच्या अध्यक्षांनी उद्‌घाटनपर भाषण केलं. त्यानंतर आम्हा सर्व प्रतिनिधींची आठ गटांमध्ये विभागणी करण्यात आली. प्रत्येक गटाचा प्रमुख 'युरोपियन समुदायाचे कायदे' या विषयातला तज्ज्ञ होता. माझ्या गटाचं नेतृत्व जेरेमी अलेक्झांडर करत होता. त्यानं संभाषण सुरू करताक्षणी मला त्याचं कौतुक वाटू लागलं – कौतुक कसलं, माझी छातीच दडपून गेली. त्याचा आत्मविश्वास विलक्षण होता. माझ्या लक्षात आलं की, तो कोणत्याही विषयातला एखादा मुद्दा प्रभावीपणे पटवून देऊ शकत असे. मग तो नेपोलियन कायद्याचा उच्च दर्जा असो किंवा इंग्लंडच्या फलंदाजीचा ढाळसलेला दर्जा.

युरोपियन समुदायातल्या विविध देशांच्या कार्यपद्धतींतला मूलभूत फरक जेरेमीनं त्याच्या भाषणात विशद केला आणि वाणिज्य व कंपनी कायदाविषयक आमच्या सर्व शंकांचं निरसन केलं. उरुग्वे परिषदेचं महत्त्वही स्पष्ट केलं. आम्ही सर्वजण सतत टिपणं घेत होतो.

दुपारी एकच्या सुमाराला लंचब्रेक झाला. मी जेरेमीच्या शेजारची खुर्ची पटकावली. माझ्या कंपनीच्या युरोपमधल्या विस्ताराची महत्त्वाकांक्षा पूर्ण करण्यासाठी त्याचा सल्ला मोलाचा ठरेल, असं मला वाटू लागलं.

लंच चालू असताना तो त्याच्या कारकिर्दीबद्दल बोलत होता. माझ्या लक्षात आलं की, आम्ही जरी समवयस्क असलो, तरी आमच्या पार्श्वभूमींत दोन ध्रुवांचं अंतर होतं. जेरेमीचे वडील म्हणजे बँकिंग क्षेत्रातलं एक बडं प्रस्थ. दुसऱ्या महायुद्धाचा भडका उडण्यापूर्वी ते पूर्व युरोपातून निसटले आणि इंग्लंडमध्ये स्थायिक झाले. त्यांनी आपलं आडनावही बदलून इंग्लिश धाटणीचं ठेवलं. जेरेमी वेस्टमिन्स्टरच्या एका उच्चभ्रू शाळेत शिकला. त्यानंतर त्यानं लंडनच्या किंग्ज कॉलेजमधून नेत्रदीपक

यश मिळवत कायद्याची पदवी घेतली.

इकडे माझ्या वडिलांनी सर्वकाही स्वत: उभं केलं होतं. यॉर्कशायर डेल्स हे आमचं गाव. मी 'ओ' लेव्हल (माध्यमिक शिक्षण) पूर्ण होताच शाळा सोडावी, हा त्यांचा आग्रह होता. ते नेहमी म्हणत, 'वास्तव जगाचं जे ज्ञान तुला कॉलेजमध्ये आयुष्यभरात मिळणार नाही, ते मी तुला एका महिन्यात शिकवीन.' मी त्यांचं तत्त्वज्ञान निमूटपणे मान्य केलं आणि माझ्या १६व्या वाढदिवसानंतर काही आठवड्यांतच शाळा सोडली आणि दुसऱ्याच दिवशी आमच्या 'कूपर्स' कंपनीमध्ये शिकाऊ उमेदवार म्हणून रुजू झालो. बस्टर जॅक्सन हा आमचा वर्क्स मॅनेजर होता. त्याच्या करड्या नजरेखाली मी तीन वर्षं काढली. आमच्या कंपनीच्या वाहनांचा खिळा न् खिळा सुटा करून परत जुळणी कशी करायची, हे मी त्याच्याकडून शिकलो.

वर्कशॉपमधल्या तीन वर्षांच्या प्रशिक्षणानंतर पुढची दोन वर्षं मी बिलं तयार करण्याच्या विभागात काम केलं. दर आकारणे, बुडित चाललेल्या कर्जाची वसुली करणे या गोष्टींमध्ये मी पारंगत झालो. वयाची २१ वर्षं पूर्ण केल्यावर काही आठवड्यांतच मी अवजड वाहनं चालवण्याचा परवाना मिळवला. पुढची ३ वर्षं मी इंग्लंडचा उत्तर भाग पिंजून काढला. पोल्ट्री उत्पादनापासून अननसापर्यंत सर्व प्रकारचा माल मी तिथल्या कानाकोपऱ्यांत पोचवीत असे. त्याच काळात जेरेमी मात्र सोरबॉन इथे नेपोलियनच्या कायद्यामध्ये पदव्युत्तर शिक्षण घेत होता.

बस्टर जॅक्सन निवृत्त झाल्यावर मी आमच्या लीड्सच्या डेपोमध्ये वर्क्स मॅनेजर म्हणून रुजू झालो. त्याच वेळी जेरेमी हॅंबर्गमध्ये 'आंतरराष्ट्रीय व्यापारातले अडसर' या विषयातल्या पीएच.डी.साठी प्रबंध लिहीत होता. अखेर शिक्षण संपवून तो लंडनमधल्या एका सॉलिसिटर्स फर्ममध्ये भागीदार म्हणून रुजू झाला.

जेरेमीनं मला प्रभावित केलं होतं हे खरं; पण तरीही मला एक गोष्ट जाणवली. त्याच्या वरकरणी मैत्रीपूर्ण वाटणाऱ्या वागणुकीमागे महत्त्वाकांक्षा आणि बौद्धिक शिष्टपणा यांचं अजब मिश्रण होतं. माझ्या वडिलांनी याबद्दल खूपच सावधगिरी बाळगली असती. इथे लेक्चर द्यायला येण्यामागचं खरं कारण एकच असावं. ते म्हणजे स्वत:च्या पोळीवर तूप ओढून घेणे. नंतर माझ्याकडून तर त्याला मधाचं भांडारच मिळालं.

मला त्याच्याबद्दल असूया वाटण्याचं आणखी एक कारण म्हणजे त्याची उंची माझ्यापेक्षा दोन इंचांनी जास्त होती आणि पोटाचा घेर दोन इंच कमी होता. भरीत भर म्हणजे त्या परिषदेला आलेली सर्वांत आकर्षक स्त्री त्या रात्री त्याच्या सहवासात होती.

रविवारी सकाळी आम्ही स्क्वॉश कोर्टावर भेटलो. तिथेही खेळताना त्यानं मला

पळता भुई थोडी केली. त्याच्या चेहऱ्यावर मात्र घामाचं टिपूसही दिसलं नाही. शॉवर घ्यायला जाताना तो म्हणाला, ''आपण पुन्हा भेटायला हवं. तुला जर युरोपमध्ये धंदा वाढवायचा असेल, तर मी तुला मदत करू शकेन.''

माझे वडील नेहमी बजावत असत की, मित्र आणि सहकारी यांच्यात गल्लत करू नकोस; (ते नेहमी मंत्रिमंडळाचे उदाहरण देत.) त्यामुळे जेरेमी मला माणूस म्हणून आवडला नसला, तरी ब्रिस्टल सोडताना माझ्या डायरीत त्याचे सगळे टेलिफोन आणि टेलेक्स नंबर होते.

मी रविवारी संध्याकाळी लीड्सला आलो आणि घरी पोहोचताक्षणी धावतच जिना चढून वर गेलो. माझ्या बायकोच्या डोळ्यांत पेंग होती; तरीही वीकएन्ड कसा महत्त्वाचा होता, हे मी तिला भरभरून सांगू लागलो.

रोझमेरी ही माझी दुसरी पत्नी. माझी पहिली पत्नी हेलन आणि मी एकाच शाळेत शिकत होतो. ती मुलींच्या हायस्कूलमध्ये तर मी शेजारच्या ग्रामर स्कूलमध्ये. दोन्ही शाळांची व्यायामशाळा मात्र एकच होती. तिला नेटबॉल खेळताना पाहताक्षणी मी वयाच्या तेराव्या वर्षीच तिच्या प्रेमात पडलो. खेळताना ती चेंडू अचूकपणे जाळ्यात टाकत असे. ते पाहण्यासाठी मी या ना त्या निमित्तानं सतत जिमच्या आजूबाजूला घुटमळत असे. आमच्या शाळांचे अनेक कार्यक्रम एकत्रितपणे होत असत. मी नाट्य विभागात भाग घेतला. अर्थात मला अभिनयाचा गंधही नव्हता, हा भाग वेगळा! दोन्ही शाळांच्या वादविवाद स्पर्धेतही मी सहभागी झालो. (पण एकदाही तोंड उघडलं नाही.) आमच्या शाळांचा वाद्यवृंदही एकच होता. त्यात मी नाव नोंदवलं, पण तिथेही माझ्या वाट्याला स्टीलचा त्रिकोण वाजवण्याचं काम आलं. शाळा सोडून मी डेपोत कामाला लागलो; पण त्यानंतरही तिला भेटत राहिलो. एवढं आकर्षण असूनही पहिल्यांदा शरीरसंबंध आला, तेव्हा आम्ही दोघांनीही वयाची १८ वर्षं ओलांडली होती. तेव्हाही तो धड झाला की नाही, हे मला कळलं नाही; पण सहा आठवड्यांनी हेलननं रडतरडत तिला दिवस गेल्याचं सांगितलं. तिनं कॉलेजमध्ये जावं, अशी तिच्या आई-वडिलांची इच्छा होती; पण त्यांचा विरोध डावलून घाईघाईनं आमचं लग्न उरकलं गेलं. नाहीतरी माझी आयुष्यभर दुसऱ्या मुलीकडे बघण्याचीही इच्छा नव्हती; त्यामुळे आमच्या तारुण्यसुलभ वेडेपणाची अशी निष्पत्ती झाल्यामुळे मी आनंदून गेलो.

१४ सप्टेंबर १९६४ या दिवशी आमच्या मुलाला जन्म देतानाच हेलन हे जग सोडून गेली. आमचा मुलगा टॉम हादेखील एकच आठवडा जगला. या धक्क्यातून मी कधीकाळी सावरू शकेन, असं मला वाटेना. आजही माझी तीच भावना आहे. तिच्या मृत्यूनंतर कित्येक वर्षं मी इतर कुणाही स्त्रीकडे ढुंकूनही पाहिलं नाही आणि

सर्व शक्तीनिशी स्वत:ला कंपनीच्या कामात झोकून दिलं.

माझ्या पत्नीचा आणि मुलाचा अंत्यविधी पार पडला. त्यानंतर प्रथमच मला माझ्या वडिलांच्या व्यक्तिमत्त्वातला एक हळुवार पैलू दिसला. ते तसे मृदू किंवा भावनाशील गृहस्थ नव्हते. यॉर्कशायरमध्ये तशी माणसं विरळा; पण अनेकदा ते संध्याकाळी फोन करून माझं कसं चाललंय, याची चौकशी करत. दर शनिवारी दुपारी लीड्स युनायटेडची फुटबॉल मॅच पाहायला त्यांच्याबरोबर आग्रहानं घेऊन जात. माझी आई २० वर्षांच्या संसारानंतरही त्यांच्यावर एवढं प्रेम का करते, हे मला प्रथमच उमगलं.

त्यानंतर चार वर्षांनी माझी रोझमेरीशी भेट झाली. लीड्स संगीत महोत्सवाच्या उद्घाटन प्रसंगी एका मेजवानीचं आयोजन करण्यात आलं होतं. अशा ठिकाणी मी फारसा जात नसे; पण त्या कार्यक्रमपत्रिकेत कूपर्सनी पूर्ण पानाची जाहिरात दिली होती. ब्रिगेडियर करशॉ आमच्या परगण्याचे हाय शेरिफ (मुख्याधिकारी) होते आणि मेजवानी समितीचे चेअरमनदेखील. त्यांनी आम्हाला मेजवानीचं खास निमंत्रण दिल्यामुळे मी नाइलाजानं आई-वडिलांबरोबर माझा एकुलता एक सूट चढवून त्या कार्यक्रमाला गेलो.

माझी आसनव्यवस्था टेबल क्रमांक १७वर होती. माझ्या शेजारी होती मिस करशॉ. शेरिफसाहेबांची कन्या. तिच्या अंगावरच्या सुंदर निळ्या गाउनमुळे तिचं शरीरसौष्ठव उठून दिसत होतं. डोक्यावर दाट लाल केस आणि मनमोकळं हास्य. आमची खूप वर्षांची ओळख असल्यासारखं मला वाटू लागलं. 'अव्होकाडो विथ डिल' अशा विचित्र नावाचा पदार्थ खाताना, तिनं डरहॅम विद्यापीठातून इंग्रजी भाषेचा अभ्यासक्रम पूर्ण केल्याचं सांगितलं. पण पुढे काय करावं, याचा निर्णय होत नव्हता.

''मला मास्तरीण व्हायचं नाहीये,'' ती म्हणाली. ''आणि सेक्रेटरी तर त्याहून नाही.'' जेवण संपेपर्यंत आजूबाजूच्या लोकांकडे आमचं लक्षही गेलं नाही. कॉफी झाल्यावर तिनं ओढूनच मला डान्स करायला नेलं. तिची डायरी अशा सभासमारंभांनी ठासून भरलेली असताना कुठलंही काम कसं करणार, हा तिचा सवाल होता.

शेरिफसाहेबांच्या मुलीनं माझ्यात एवढा रस दाखवावा, हा खरं म्हणजे माझा बहुमानच होता. निरोप घेताना ती माझ्या कानात कुजबुजली, ''संपर्कात राहू या.'' पण तेही मी विशेष गांभीर्यानं घेतलं नाही.

पण दोनच दिवसांनी तिचा फोन आला. तिनं त्यांच्या कंट्री होममध्ये तिच्या आई-वडिलांबरोबर रविवारी लंचला येण्याचं मला आमंत्रण दिलं. ''मग थोडंसं टेनिस खेळू या. तू खेळतोस ना?''

मी गाडीनं चर्च फेन्टन या गावी पोहोचलो. करशॉंचं घर अगदी माझ्या

अपेक्षेप्रमाणेच निघालं. भलंमोठं, पण देखभालीविना पडीक वाटणारं. रोझमेरीच्या वडिलांनाही हेच वर्णन लागू होत होतं. गृहस्थ चांगला वाटला; पण तिची आई मात्र काहीशी शिष्ट वाटली. मूळची हॅंपशायरची. तिची एकूण अशी भावना दिसली की, मी एखादी देणगी मागण्यापुरता ठीक आहे; पण रविवारी त्यांच्याबरोबर लंच घेण्याच्या योग्यतेचा नाही. रोझमेरीनं आईच्या खोचक शेरेबाजीकडे दुर्लक्ष केलं आणि मला माझ्या कामाबद्दल विचारू लागली.

त्या दुपारी भरपूर पाऊस पडल्यामुळे आमचा टेनिसचा बेत बारगळला. मात्र, टेनिस कोर्टाच्या मागे असलेल्या खोलीत तिनं मला जाळ्यात ओढलं. प्रत्यक्ष शेरिफच्या मुलीबरोबर 'असले' संबंध ठेवताना मी सुरुवातीला बिचकत होतो, पण लवकरच सरावलो. सुरुवातीला मला वाटलं की, अशा उच्चभ्रू मुलींना 'ट्रक ड्रायव्हर'बद्दल एक विचित्र आकर्षण असतं, त्यातलाच हा प्रकार असावा; पण नंतर तिनं लग्नाचा विषय काढला. सौ. करशॉंना मी त्यांचा जावई होणं ही कल्पनाच भयानक वाटली; पण आता त्यांच्या मताला फारसं महत्त्व नव्हतं कारण रोझमेरी तिच्या निर्णयावर ठाम होती. सुमारे दीड वर्षानं आमचं लग्न झालं.

लग्न थाटात पार पडलं. २०० पेक्षा जास्त पाहुण्यांनी हजेरी लावली होती. एक गोष्ट मात्र मला कबूल केली पाहिजे. वधूवेषात नटलेल्या रोझमेरीला विवाहवेदीकडे येताना पाहून मला माझ्या पहिल्या लग्नाची आठवण झाली.

लग्नानंतरच्या दोन वर्षांत रोझमेरीनं एक आदर्श पत्नी होण्याचा पुरेपूर प्रयत्न केला. तिनं कंपनीच्या कामात रस घेतला, कर्मचाऱ्यांची नावं जाणून घेतली. काही ज्येष्ठ अधिकाऱ्यांच्या बायकांशी मैत्री केली. एक मात्र खरं की, मी दिवस-रात्र कामात असल्यामुळे तिला हवा तेवढा वेळ देऊ शकत नव्हतो. रात्री संगीत मैफलीला हजेरी लावणं आणि नंतर मित्रमंडळींसमवेत पहाटेपर्यंत पार्टीत रंगून जाणं या आयुष्याची तिला आस होती. मी मात्र वीकएन्डलादेखील काम करत असे आणि बहुतेक वेळा रात्री ११च्या आत आडवा होत असे. आम्ही एकदा ऑस्कर वाइल्डचं एक नाटक पाहिलं. त्यातल्या नायकाप्रमाणे नवरा असावा, अशी तिची अपेक्षा होती. त्यातही मी दुसऱ्याच अंकात घोरू लागल्यामुळे मामला जास्तच बिघडला.

रोझमेरी शरीरमिलनासाठी नेहमी उत्सुक असे; पण लग्नाला चार वर्षं उलटूनही आम्हाला मूलबाळ नव्हतं. हळूहळू आमच्यात दुरावा निर्माण होऊ लागला. बाहेर तिची प्रेमप्रकरणं असलीच तर तिनं त्याबाबत पुरेशी दक्षता बाळगली होती. वेळ मिळेल तशी माझीही प्रकरणं चालूच होती आणि अशातच तिची जेरेमी अलेक्झांडरशी गाठ पडली.

ब्रिस्टलच्या परिषदेला ६ आठवडे उलटले, त्या वेळी मला जेरेमीच्या सल्ल्याची

गरज भासली. मी त्याला फोन केला. मला एका फ्रेंच चीज उत्पादकाशी करार करायचा होता. ते त्यांचा माल ब्रिटनच्या बाजारात पाठवू इच्छित होते. आदल्याच वर्षी मी एका जर्मन बिअर कंपनीबरोबर असाच करार केला होता; पण त्या वेळी मला मोठं आर्थिक नुकसान सोसावं लागलं होतं. पुन्हा तीच चूक करणं परवडण्यासारखं नव्हतं.

"मला तपशील कळव," जेरेमी म्हणाला. "मी वीकएन्डला सगळी कागदपत्रं तपासतो आणि सोमवारी तुला फोन करतो."

त्यानं त्याचा शब्द तंतोतंत पाळला. त्यानं मला फोनवर सांगितलं की, गुरुवारी त्याला यॉर्कमध्ये एका अशिलाला भेटायचंय, त्यानंतर शुक्रवारी आपल्याला भेटता येईल. त्याप्रमाणे शुक्रवारी आम्ही कूपर्सच्या बोर्डरूममध्ये बसून त्या करारातलं अक्षर अन् अक्षर बारकाईनं वाचलं. एका खऱ्याखुऱ्या व्यावसायिकाला काम करताना पाहणं हा एक निखळ आनंद होता; पण जेरेमीला एक त्रासदायक सवय होती. एखादी गोष्ट माझ्या चटकन लक्षात आली नाही, तर तो उतावीळपणे टेबलावर बोटं वाजवायला लागायचा.

जेरेमीनं त्या कंपनीच्या तुलॉमधल्या वकिलाशी आधीच बोलून काही शंकांचं निरसन करून घेतलं होतं. तो म्हणाला की, सिसले वकिलांना इंग्लिश येत नसलं, तरी आपली काळजी त्यांना कळत होती. त्यानं 'आपली' हा शब्द वापरल्याचं माझ्या लक्षात आलं.

कराराचं शेवटचं पान उलटेपर्यंत ऑफिसमधले सगळे कर्मचारी वीकएन्डसाठी पळाले होते; त्यामुळे मी जेरेमीला डिनरसाठी घरी येण्याचं आमंत्रण दिलं. त्यानं घड्याळाकडे पाहिलं आणि क्षणभर विचार करून म्हणाला, "आमंत्रणाबद्दल थँक्स! मला क्वीन्स हॉटेलमध्ये सोडशील का? म्हणजे मला तयार होऊन वेळेवर येता येईल."

रोझमेरी मात्र मी आयत्या वेळी एका अनोळखी पाहुण्याला घरी जेवायला बोलावल्यामुळे जरा नाराज झाली; पण जेरेमी तिला नक्की आवडेल, असं मी तिला सांगितलं.

जेरेमी संध्याकाळी आठ वाजता आमच्या दारात हजर झाला. मी त्याची रोझमेरीशी ओळख करून दिली. त्यानं अदबीनं झुकून तिला अभिवादन केलं आणि तिच्या हाताचं हलकेच चुंबन घेतलं. त्यानंतर ती संपूर्ण संध्याकाळ त्या दोघांची नजर क्षणभरही एकमेकांवरून हटली नाही. आता पुढे काय होणार, हे एखाद्या आंधळ्यालाच समजलं नसतं. मी आंधळा नव्हतो, पण तिकडे काणाडोळा मात्र केला.

आता जेरेमी लीड्सला येण्यासाठी सतत काही ना काही सबबी शोधू लागला.

एक मात्र खरं की, त्याच्या या उत्साहामुळे मला कूपर्सचा विस्तार माझ्या अपेक्षेपेक्षा झपाट्यानं करता आला. आता कंपनीसाठी एक पूर्णवेळ वकील असावा, असं मला वाटू लागलं आणि आमची ओळख झाल्यापासून एका वर्षाच्या आतच मी जेरेमीला आमच्या संचालक मंडळावर घेतलं; पण एका अटीवर. ती म्हणजे कंपनी लवकरात लवकर पब्लिक होण्यासाठी त्यानं कामाला लागावं.

त्या काळात माझं वास्तव्य जास्तीतजास्त दिवस माद्रिद, ॲमस्टरडॅम आणि ब्रसेल्समध्ये असे. मी नवनवीन करार करत होतो. माझ्या या भटकंतीला रोझमेरीनंही कधी आक्षेप घेतला नाही. जेरेमीनं सगळ्या आर्थिक आणि कायदेशीर जंजाळातून कौशल्यानं मार्ग काढला. त्याचं काम काटेकोर होतं. त्याची विषयाची जाणही उत्तम होती; त्यामुळे १२/२/१९८० या दिवशी आम्ही जाहीर केलं की, या वर्षाअखेर कूपर्सची शेअरबाजारात नोंद होईल आणि तेव्हाच मी माझी पहिली चूक केली : मी जेरेमीला कंपनीचा डेप्युटी चेअरमन होण्याचं आमंत्रण दिलं.

नवीन करारानुसार कंपनीचे ५१ टक्के समभाग रोझमेरी आणि माझ्या नावावर असणार होते. जेरेमीच्या मते करआकारणीचे नियम लक्षात घेता आम्हा दोघांचा वाटा समान असणं हिताचं होतं. कंपनीच्या हिशेबनिसांनीही त्याला दुजोरा दिला आणि मीही त्या वेळी त्याचा फारसा विचार केला नाही. उरलेले प्रत्येकी एक पौंड दर्शनी मूल्याचे ४९ लाख शेअर्स वेगवेगळ्या संस्था आणि सर्वसामान्य नागरिक यांनी भराभर खरेदी केले. स्टॉक एक्सचेंजवर नोंदणी झाल्यापासून काही दिवसांतच शेअर्सचा भाव प्रत्येकी २.८० पौंडांवर पोहोचला.

माझ्या वडिलांचं आदल्याच वर्षी निधन झालं होतं; पण रातोरात अनेक दशलक्ष पौंड कमावणं ही कल्पना त्यांच्या पचनी पडली नसती आणि ते त्यांना रुचलंही नसतं. अखेरच्या श्वासापर्यंत, १० पौंडांचा ओव्हरड्राफ्ट धंदा चालवण्यासाठी पुरेसा आहे, या त्यांच्या मताला ते घट्ट चिकटून होते.

१९८०च्या दशकात ब्रिटनच्या अर्थव्यवस्थेनं चांगलंच बाळसं धरलं आणि मार्च १९८४ पर्यंत कूपर्सच्या शेअरनं ५ पौंडांचा टप्पा ओलांडला आणि आता कूपर्स विकत घेण्याचे प्रस्ताव येऊ लागल्याच्या बातम्या वृत्तपत्रात येऊ लागल्या. जेरेमीनं मला एखादा चांगला प्रस्ताव स्वीकारण्याचा सल्ला दिला; पण मी मात्र कूपर्सचा ताबा आमच्या कुटुंबाच्या हाताबाहेर मुळीच जाऊ देणार नव्हतो. त्यानंतरही आम्ही तीन वेळा समभागांचं विभाजन केलं. 'संडे टाइम्स'च्या अंदाजानुसार आता रोझमेरी आणि मी यांची एकत्रित संपत्ती ३ कोटी पौंडांच्या घरात गेली होती.

मी मात्र स्वतःला श्रीमंत कधीच समजत नव्हतो. माझ्या दृष्टीनं शेअर्स म्हणजे, आमचा सॉलिसिटर ज्यो रॅम्सबॉटम याच्या ताब्यात असलेले कागदाचे तुकडे होते. मी अजूनही माझ्या वडिलांच्याच घरात राहत होतो. माझी जॅग्वार गाडीही आता ५

वर्षं जुनी झाली होती. दिवसाकाठी १४-१४ तास काम चालू होतं. सुट्ट्या घेण्याकडेही माझा विशेष कल नव्हता. वृत्तीही खर्चिक नव्हती. संपत्तीचं मला कधीच फारसं महत्त्व वाटलं नाही. जर मी एका रात्री अनपेक्षितपणे माझ्या घरी परतलो नसतो, तर आयुष्य असंच चालू राहिलं असतं.

एकदा मी कलोनमध्ये वेळखाऊ आणि दमछाक करणाऱ्या वाटाघाटी संपवून विमानानं हिथ्रोवर पोहोचलो. आधी लंडनमध्येच रात्र काढावी, असा विचार होता. घरी पोहोचण्यासाठी अनेक तासांचा प्रवास करावा लागणार होता; पण मला हॉटेलात राहण्याचा एवढा वीट आला होता की, कधी एकदा घरी जातो असं झालं होतं. रात्री एकच्या सुमाराला मी लीड्सला पोहोचलो. पाहतो तो जेरेमीची पांढरी बीएमडब्ल्यू माझ्या घरासमोर उभी होती.

त्या दिवशी जर मी रोझमेरीला आधी फोन केला असता, तर तुरुंगात गेलोच नसतो.

मी माझी गाडी त्याच्या गाडीजवळ पार्क केली. घराकडे जाताना मला एक गोष्ट जाणवली. घरात एकच दिवा चालू होता. पहिल्या मजल्यावरच्या समोरच्या खोलीतला. आता त्या खोलीत काय चालू असेल, हे सांगायला कुणा शेरलॉक होम्सची गरज नव्हती.

मी थबकलो. माझी नजर खोलीच्या पडद्यावर गेली. आत काहीच हालचाल असल्याचं जाणवत नव्हतं. बहुधा त्यांना गाडीचा आवाज ऐकू आला नसावा. माझं अस्तित्वही त्यांना जाणवलं नव्हतं. मी परत फिरलो आणि गाडीनं गावातलं त्याचं नेहमीचं क्वीन्स हॉटेल गाठलं. जेरेमी अलेक्झांडरनं एका रात्रीपुरती खोली घेतल्याचं मॅनेजरनं सांगितलं.

"मग ती रूम आज मी वापरतो," मी म्हणालो. "अलेक्झांडर आजची रात्र दुसरीकडे राहणार आहेत." कंपनीच्या पैशांची अशी बचत केलेली पाहून वडिलांना माझा अभिमान वाटला असता.

मी पलंगावर छताकडे नजर लावून पडलो होतो. झोपं येणं शक्यच नव्हतं. तासागणिक माझ्या संतापाचा पारा चढत होता. रोझमेरीविषयी माझ्या काही भावना असतीलच, तर त्याही आता बोथट झाल्या होत्या. तरीही जेरेमीबद्दल पराकोटीचा तिरस्कार दाटून आला होता. किती हे मला दुसऱ्या दिवशी कळणार होतं.

दुसऱ्या दिवशी सकाळी मी माझ्या सेक्रेटरीला फोन करून लंडनहून थेट ऑफिसला येणार असल्याचं कळवलं. त्या दुपारी दोन वाजता बोर्ड मीटिंग असल्याची तिनं मला आठवण करून दिली आणि मि. अलेक्झांडर मीटिंगचं अध्यक्षपद भूषवणार असल्याचं सांगितलं. माझ्या चेहऱ्यावरचं समाधानाचं हसू तिला दिसलं नाही म्हणून बरं. ब्रेकफास्टच्या वेळी जेव्हा मी मीटिंगचे विषय वाचले, तेव्हा

जेरेमीला अध्यक्ष का व्हायचं होतं, हे माझ्या लक्षात आलं; पण आता त्याच्या कोणत्याही योजनेमुळे काही फरक पडणार नव्हता. आता संचालक मंडळाला त्याचे काय उद्योग चालले आहेत याची कल्पना देऊन त्याला शक्य तितक्या लवकर बडतर्फ करण्याचं मी ठरवलं होतं.

दुपारी दीडच्या सुमारास मी कंपनीत पोहोचलो. 'चेअरमन' अशी पाटी लावलेल्या जागेत गाडी पार्क केली. मीटिंग सुरू होण्यापूर्वी मी पुन्हा माझ्या फाइल्स चाळल्या. त्या वेळी जेरेमीच्या ताब्यात कंपनीचे किती शेअर्स आहेत हे पाहून मला मन:स्वी दु:ख झालं. त्यातून त्याचे आणि रोझमेरीचे हेतू स्पष्ट दिसत होते.

मी बोर्डरूममध्ये प्रवेश करताक्षणी जेरेमीनं निमूटपणे चेअरमनची खुर्ची रिकामी केली. चर्चेतही त्यानं फारसा रस दाखवला नाही. अखेर कंपनीचे नवीन शेअर्स विक्रीला काढण्याचा विषय समोर आला. त्या वेळी मात्र त्यानं वरकरणी निरुपद्रवी वाटणारा प्रस्ताव मांडला. तो जर मंजूर झाला असता, तर माझं आणि रोझमेरीचं कंपनीवरचं नियंत्रण सुटलं असतं आणि आमची कंपनी विकत घेण्याच्या एखाद्या प्रस्तावाला विरोध करणं आम्हाला शक्य झालं नसतं. जर मी आदल्या रात्री माझ्या दारात त्याची गाडी आणि बेडरूममध्ये चालू असलेला दिवा पाहिला नसता, तर कदाचित त्याच्या डावाला फसलो असतो. हा प्रस्ताव चर्चेशिवाय मंजूर होईल, असं त्याला वाटत होतं; पण तेवढ्यात मी जाहीर केलं की, कोणताही निर्णय घेण्यापूर्वी हिशेबनिसांकडून त्याबद्दलचा पूर्ण अहवाल माझ्यासमोर यायला हवा. जेरेमीच्या चेहऱ्यावरची रेषही हलली नाही; पण त्यानं समोरच्या कागदाकडे नजर वळवली आणि टेबलावर बोटं वाजवू लागला. या रिपोर्टमुळेच त्याचं बिंग फुटणार होतं. मी यथावकाश, समजुतीनं त्याला हटवू शकलो असतो; पण माझा शीघ्रकोपी स्वभाव आडवा आला.

'आयत्या वेळचे विषय' नसल्यामुळे मी संध्याकाळी ५ वाजून ४० मिनिटांनी मीटिंग संपल्याचं जाहीर केलं आणि जेरेमीला रात्री डिनरसाठी घरी येण्याचं आमंत्रण दिलं. मला त्याला आणि रोझमेरीला एकत्र बघायचं होतं. तो फारसा उत्सुक दिसला नाही; पण मी त्याला थाप मारली की, मला त्याचा नवीन शेअर्सचा प्रस्ताव नीटसा समजलेला नाही आणि रोझमेरीलाही त्याबद्दल सांगणं आवश्यक आहे. तो कबूल झाला. मी रोझमेरीला फोन करून जेरेमी जेवायला येणार असल्याचं सांगितलं. ती तर मुळीच उत्सुक दिसली नाही.

''तुम्ही दोघं रेस्टॉरंटमध्ये का जात नाही?'' तिनं सुचवलं. ''म्हणजे तू परगावी असताना इथे काय काय घडलं, याबद्दल जेरेमी तुला सांगू शकेल.'' मी कसंबसं हसू आवरलं. ती पुढे म्हणाली, ''आणि घरी फारसं अन्नही शिल्लक नाही.'' पण ते फारसं महत्त्वाचं नसल्याचं मी तिला सांगितलं.

आश्चर्य म्हणजे या वेळी जेरेमी उशिरा आला. मी त्याची नेहमीची व्हिस्की आणि सोडा तयार ठेवलाच होते. डिनरच्या वेळी त्यानं त्याचं नाटक झकास वठवलं. रोझमेरीला मात्र ते नीटसं जमलं नाही.

नंतर कॉफी घेताना, जेरेमीनं मीटिंगमध्ये जो मुद्दा कौशल्यानं टाळला होता, तो मी उपस्थित केला.

''या नवीन शेअर्सचं वाटप करण्याची तुला एवढी घाई का झालीये?'' त्याची दुसरी ब्रँडी चालू असताना मी विचारलं. ''तसं झालं तर रोझमेरीच्या आणि माझ्या हातून कंपनीचं नियंत्रण जाईल, हे तुला ठाऊक असेलच. कोणत्याही क्षणी आपली कंपनी एखादा गिळंकृत करू शकेल.''

त्यानं मनाशी उत्तराचा सराव केला असावा. ''रिचर्ड, पण यातच कंपनीचं हित आहे. कूपर्सचा विस्तार किती झपाट्यानं होतोय, हे तू पाहतोच आहेस. आता ती काही कुटुंबांपुरती राहिलेली नाही. दूरचा विचार करता हे तुमच्यासाठी आणि शेअरधारकांसाठी हिताचं ठरेल.'' कोणते शेअरधारक? मला वाटून गेलं.

त्या वेळी रोझमेरीही त्याची बाजू घेत असल्याचं पाहून मला आश्चर्य वाटलं. या शेअरवाटपाच्या बारकाव्यांची तिला असलेली समजही थक्क करणारी होती. जेरेमीनं एक-दोनदा तिच्याकडे रागानं पाहिलं; पण त्याचा उपयोग झाला नाही. जेरेमी मांडत असलेल्या सर्व मुद्द्यांची तिला पक्की जाण होती. गंमत म्हणजे यापूर्वी तिनं कंपनीच्या व्यवहारात कधीच रस दाखवला नव्हता. ती माझ्याकडे वळून म्हणाली, ''डार्लिंग, आपल्याला आपल्या भवितव्याचा विचार करायला हवा.''

तेव्हा मात्र मला राग अनावर झाला.

''तुम्हा दोघांचं प्रेमप्रकरण तर चालू नाही ना?'' मी विचारलं.

रोझमेरीचा चेहरा लाल झाला आणि जेरेमी जरुरीपेक्षा जास्त मोठ्यानं हसून म्हणाला, ''रिचर्ड, तुला जरा जास्त झालेली दिसते.''

''एक थेंबही जास्त नाही,'' मी म्हणालो. ''मी एखाद्या न्यायाधीशाइतकाच भानावर आहे. मी काल रात्री उशिरा घरी आलो तेव्हा मला तुझी गाडी दारात दिसली आणि बेडरूमचा दिवा चालू दिसला.''

जेरेमीची भेट झाल्यापासून पहिल्यांदाच मी त्याला चकित करण्यात यशस्वी ठरलो; मग ते क्षणभरासाठी का असेना. त्यानं टेबलावर बोटं बडवायला सुरुवात केली.

''या शेअरवाटपाचे काय परिणाम होऊ शकतील, हे मी रोझमेरीला सांगत होतो. सगळं काही स्टॉक एक्सचेंजच्या नियमांत बसणारंच असेल.''

''आणि हे सगळं समजावणं बिछान्यात व्हायला हवं, असा तर स्टॉक एक्सचेंजचा नियम नाही ना?''

"वेड्यासारखं बोलू नकोस," जेरेमी म्हणाला. "मी त्या रात्री क्वीन्स हॉटेलवर होतो. वाटल्यास मॅनेजरला फोन कर." त्यानं फोन उचलून माझ्यासमोर धरला. "मी माझ्या नावानं तिथे खोली बुक केल्याचं तो सांगेल."

"नक्कीच," मी म्हणालो. "पण तो हेही सांगेल की, ती रात्र मी तुझ्या खोलीत काढली."

तिथे शांतता पसरली. मी शांतपणे कोटाच्या खिशातून त्या रूमची किल्ली काढून जेरेमीसमोर नाचवली.

जेरेमी ताडकन उठून उभा राहिला.

मी सावकाश उठून त्याच्या नजरेला नजर भिडवली. आता त्याची पुढची चाल काय असणार, हेच मला पाहायचं होतं.

"मूर्खा, सगळी तुझीच चूक आहे," तो बरळल्यागत बोलला. "सतत युरोपभर हिंडण्याऐवजी रोझमेरीकडे जरा लक्ष द्यायला हवं होतंस. आता तुझ्या हातून कंपनी निसटायचा धोका निर्माण झाला, यात काय आश्चर्य?"

मला एका गोष्टीची गंमत वाटली. त्याचं माझ्या बायकोबरोबर प्रेमप्रकरण चालू होतं; पण त्यामुळे माझा तोल सुटला नाही. तोल सुटला तो जेरेमी माझी कंपनी हिरावून घेऊ शकतो या त्याच्या उर्मट विचारांमुळे. मी काही न बोलता एक पाऊल पुढे टाकलं आणि त्याच्या गुळगुळीत जबड्यावर एक ठोसा लगावला. मी त्याच्यापेक्षा दोन इंचांनी कमी उंच असलो, तरी २० वर्षं लॉरी ड्रायव्हर्सच्या संगतीत काढल्यामुळे एखादा घणाघाती ठोसा लगावण्याची माझी तयारी होतीच. तो धडपडून खाली कोसळला. पडताना त्याच्या डोक्याची उजवी बाजू काचेच्या टेबलाच्या कडेवर आपटली. ब्रँडी खाली सांडली आणि जेरेमी समोरच निश्चल होऊन पडला. कार्पेटवर रक्त ठिबकू लागलं.

रोझमेरी त्याच्या मदतीला धावली आणि किंचाळून माझ्यावर अपशब्दांचा भडिमार करू लागली; त्यामुळे मी स्वत:वर आणखी खूश झालो.

"आता तुझी ही बडबड याच्यासाठी राखून ठेव," मी म्हणालो. "आणि त्याला सांग, क्वीन्स हॉटेलमध्ये जाण्याच्या भानगडीत पडू नकोस. कारण आजची रात्रही मीच तिथे राहणार आहे."

मी घरातून तरातरा बाहेर पडलो आणि तडक क्वीन्स हॉटेल गाठलं. आवारात गाडी पार्क केली. लॉबीमध्ये शुकशुकाट होता. मी लिफ्टनं वर जाऊन जेरेमीच्या खोलीत आलो. पलंगावर आडवा झालो खरा; पण उत्तेजित झाल्यामुळे झोप येत नव्हती.

अखेर थोडी डुलकी लागते ना लागते, तोच चार पोलीस धाडकन दार उघडून आत आले. त्यांनी मला बिछान्यातून खेचून काढलं. त्यांपैकी एकानं मला ते अटक

करत असल्याचं सांगितलं. आरोपी म्हणून मला माझे हक्क वाचून दाखवले आणि पुढं कोणतंही स्पष्टीकरण न देता मला मिलगार्थ पोलीस स्टेशनमध्ये घेऊन गेले. पहाटे पाचनंतर काही मिनिटांतच माझी रवानगी कोठडीत झाली. माझ्याजवळच्या सर्व वस्तू काढून घेऊन एका जाड कागदी पिशवीत घातल्या गेल्या. मला एकच फोन करण्याची परवानगी होती. मी ज्यो रॅम्सबॉटमच्या घरी फोन करून त्याच्या पत्नीला, त्याला लगेच पोलीस स्टेशनला पाठवायला सांगितलं. पोलिसांनी मला एका लहानशा कोठडीत बंद केलं आणि ते निघून गेले.

मी तिथल्या लाकडी बाकावर बसलो आणि मला का अटक झाली असावी, याचा अंदाज बांधू लागलो. जेरेमी माझ्यावर शारीरिक हल्ल्याचा आरोप करण्याचा मूर्खपणा करेल, असं मला मुळीच वाटत नव्हतं. चाळीस मिनिटांनी ज्यो हजर झाला. मी त्याला रात्री घडलेला घटनाक्रम जसाचा तसा सांगितला. त्यानं माझं बोलणं शांतपणे ऐकून घेतलं; पण काहीही मत व्यक्त केलं नाही. पोलीस माझ्यावर कोणता आरोप ठेवणार आहेत, याची चौकशी करण्याचं त्यानं आश्वासन दिलं.

ज्यो निघून गेल्यावर माझ्या मनात भीतीनं थैमान घातलं. जेरेमीला हार्टअॅटॅक आला असेल का? की टेबलावर जोरात डोकं आपटल्यामुळे तो मेला असेल? तऱ्हतऱ्हेच्या कल्पना डोक्यात पिंगा घालू लागल्या. वाइटांत वाईट शक्यता मनात येऊ लागल्या. नेमकं काय घडलं असेल हे जाणून घेण्यासाठी मी अगतिक झालो. तेवढ्यात कोठडीचं दार उघडून साध्या वेषातले दोन पोलीस अधिकारी आत आले. मागोमाग ज्यो होताच.

त्या दोघांपैकी उंच माणूस म्हणाला, "मी चीफ इन्स्पेक्टर बेनब्रिज. हा माझा सहकारी सार्जंट हॅरिस." त्या दोघांच्या डोळ्यांमध्ये शीण जाणवत होता. अंगावरचे सूटही चुरगळलेले होते. ते बहुधा रात्रभर ड्युटीवर असावेत. त्यांच्या दाढीचे खुंट वाढलेले होते. मी माझ्या हनुवटीवरून हात फिरवला. मलाही दाढी करण्याची गरज होती.

चीफ इन्स्पेक्टर म्हणाले, "काल रात्री तुमच्या घरी जे घडलं, त्याबद्दल आम्ही तुम्हाला काही प्रश्न विचारू इच्छितो." मी ज्योकडे पाहिलं. त्यानं नकारार्थी मान हलवली. इन्स्पेक्टर म्हणाले, "मि. कूपर, तुम्ही जर आमच्याशी सहकार्य केलंत तर आम्हाला चौकशीच्या कामात मदत होईल. तुम्ही लेखी किंवा टेपरेकॉर्डिंगच्या स्वरूपात जबाब द्यायला तयार आहात का?"

"माझ्या अशिलाला या क्षणीतरी काहीच बोलायचं नाहीये," जो म्हणाला. "आणि आम्ही पुढचा सल्ला घेतल्याशिवाय तो काहीच बोलणार नाही."

मला त्याचं कौतुक वाटलं. त्याची मुलं सोडून तो एवढ्या ठामपणे कुणाशी बोलल्याचं मला आठवत नव्हतं.

“मि. रॅम्सबॉटम, आम्हाला फक्त जबाब नोंदवून घ्यायचाय.” चीफ इन्स्पेक्टर म्हणाले. माझं अस्तित्वही त्यांच्या खिजगणतीत नव्हतं. “त्या वेळी तुम्ही हजर असलात तर आमची हरकत नाही.”

“नाही,” ज्यो म्हणाला. “एकतर तुम्ही त्याच्यावर रीतसर आरोप ठेवा किंवा आम्हाला जाऊ द्या. लगेच.”

चीफ इन्स्पेक्टरची जरा चलबिचल झाली. त्यांनी त्यांच्या सहकाऱ्याला मानेनंच खूण केली आणि दोघंही काही न बोलता निघून गेले. कोठडीला पुन्हा टाळं लागलं.

“आरोप?” मी विचारलं, “कसला आरोप?”

ज्यो म्हणाला, “रोझमेरीनं पोलिसांना जे सांगितलं, त्यावरून ते तुझ्यावर खुनाचा आरोप ठेवतील असं दिसतंय.”

“खून?” माझ्या तोंडून शब्दच फुटेना. “पण...”

मग ज्योने मला रोझमेरीनं पहाटे पोलिसांना दिलेल्या सविस्तर जबाबाची माहिती दिली. माझा माझ्या कानांवर विश्वास बसेना.

“पण तसं घडलंच नाही,” मी कुरकुरलो. “असल्या धादांत खोट्या आणि बनावट विधानांवर कोण विश्वास ठेवेल?”

“तुझ्या बैठकीच्या खोलीपासून तू गाडी जिथं पार्क केली होतीस, त्या जागेपर्यंत रक्ताच्या खुणा दिसल्या. त्यावरून असं मानायला जागा आहे.”

“पण ते शक्य नाही,” मी म्हणालो. “कारण मी घराबाहेर पडलो त्या वेळी जेरेमी कार्पेटवर बेशुद्धावस्थेत पडला होता.”

“पोलिसांना तुझ्या गाडीच्या डिकीतही रक्ताचे डाग आढळले. ते रक्त जेरेमीच्या रक्ताशी जुळेल, अशी पोलिसांची खात्री आहे.”

“बापरे!” मी म्हणालो. “तो खरोखर हुशार आहे. फारच हुशार. त्याचे काय उद्योग चालले आहेत, हे तुझ्या लक्षात येत नाहीये का?”

“प्रामाणिकपणे सांगायचं तर नाही,” ज्यो म्हणाला. “कारण माझ्यासारख्या कंपनी सॉलिसिटरच्या कामाचा हा काही रोजचा भाग नाही. पण मी सर मॅथ्यू रॉबर्ट्स यांच्याशी फोनवर बोललोय. ते या भागातले सर्वांत प्रसिद्ध फौजदारी वकील आहेत. आज त्यांची यॉर्क कोर्टात केस आहे. कोर्टाचं कामकाज आटोपल्यावर ते आपल्याला भेटतील. रिचर्ड, जर तू खरंच निरपराध असलास आणि सर मॅथ्यू रॉबर्ट्स तुझा बचाव करणार असतील, तर भीतीचं कारण नाही याची खात्री बाळग.”

त्याच दुपारी माझ्यावर जेरेमी अनातोल अलेक्झांडरचा खून केल्याचा रीतसर आरोप ठेवला गेला. त्याचा मृतदेह अजून सापडला नसल्याचं पोलिसांनी माझ्याजवळ कबूल केलं होतं; पण ते शक्य नसल्याचं मला ठाऊक होतं. ज्योनं

मला सांगितलं की, पोलिसांनी माझ्या घराची आख्खी बाग खणून काढली होती. एवढं खोदकाम मी माझ्याच बागेत गेल्या २४ वर्षांत केलं नव्हतं.

संध्याकाळी सातला कोठडीचं दार उघडलं आणि ज्यो आत आला. त्याच्याबरोबर एक जाडजूड आणि भारदस्त व्यक्तिमत्त्वाचे एक गृहस्थ होते. हेच सर मॅथ्यू रॉबर्ट्स. ते माझ्याच उंचीचे होते; पण वजन मात्र माझ्यापेक्षा २५-३० पौंडांनी जास्त असावं. त्यांचे गोबरे गाल आणि प्रसन्न हास्य पाहून एक गोष्ट लक्षात येत होती – उत्तम वाइन आणि खेळकर मित्रांचा सहवास याची त्यांना मनापासून आवड असावी. दाट काळ्या केसांचा ब्रिलक्रिमच्या जुन्या जाहिरातीत शोभावा असा भांग पाडलेला होता. वेष त्यांच्या व्यवसायाला साजेसा होता. थ्री-पीस सूट आणि चंदेरी टाय. पहिल्या भेटीतच मला हा माणूस आवडला. आपली भेट यापेक्षा चांगल्या परिस्थितीत झाली असती तर आनंद झाला असता, हे त्यांचे सुरुवातीचे शब्द होते.

उरलेली संपूर्ण संध्याकाळ मी सर मॅथ्यूंबरोबर घालवली. मी माझी हकिकत त्यांना पुन:पुन्हा बारकाईनं सांगितली. माझ्या एका शब्दावरही त्यांचा विश्वास बसत नसल्याचं मला स्पष्ट दिसत होतं; पण तरीही ते माझी केस घ्यायला आनंदानं तयार झाले. ते ज्योसह निघून गेले, तेव्हा रात्रीचे ११ वाजले होते. मी गजाआडची माझी पहिली रात्र काढायला सज्ज झालो.

पोलिसांनी साक्षीपुरावे गोळा करून ते सरकारी वकिलाकडे सुपूर्द केले. तोपर्यंत मला कोठडीतच ठेवलं गेलं. दुसऱ्या दिवशी मला लीड्स क्राउन कोर्टाच्या मॅजिस्ट्रेटसमोर हजर करण्यात आलं. सर मॅथ्यूंनी जोरदार युक्तिवाद करूनही मला जामीन मंजूर झाला नाही.

त्यानंतर ४० मिनिटांनी माझी रवानगी आर्मली तुरुंगात झाली.

तासांचे दिवस, दिवसांचे आठवडे आणि आठवड्यांचे महिने झाले. मी मात्र कंटाळा येईपर्यंत भेटेल त्याला सांगत सुटलो की, त्यांना जेरेमीचा मृतदेह सापडणं शक्य नाही; कारण सापडायला मृतदेहच नाही.

अखेर अनेक महिन्यांनी लीड्सच्या क्राउन कोर्टात खटला उभा राहिला. गुन्हेगारी बातम्या देणाऱ्या वार्ताहरांनी तिथे एकच गर्दी केली होती आणि खटल्यातला शब्दन् शब्द ते मोठ्या चवीनं ऐकत होते. एक करोडपती माणूस, विवाहबाह्य प्रेमप्रकरण आणि गायब झालेला मृतदेह, हे कथानकच त्यांना मोठं आकर्षक वाटत होतं. सनसनाटी बातम्या छापणाऱ्या वृत्तपत्रांनी तर कहरच केला. जेरेमी म्हणजे एक नायक आणि मी एक वासनांध लॉरी ड्रायव्हर असं चित्र त्यांनी उभं केलं. मी जर आरोपी नसतो तर मीही त्यांतल्या प्रत्येक शब्दाचा आनंद घेतला असता.

सर मॅथ्यूंनी सुरुवातीचा युक्तिवाद उत्तम प्रकारे केला. मृतदेहच सापडलेला नसताना त्यांच्या अशिलावर खुनाचा गुन्हा दाखलच कसा होऊ शकतो? आणि मी ती रात्र हॉटेलमध्ये काढली असताना मृतदेहाची विल्हेवाट लावणं कसं शक्य आहे? तेव्हा मात्र मला त्या रात्री नोंद न करता हॉटेलात राहिल्याचा कमालीचा पश्चात्ताप झाला. पोलिसांनी मला पकडलं, त्या वेळी माझ्या अंगावर सूट होता ही गोष्टही माझ्या विरोधात गेली.

सरकारी वकिलांचा सुरुवातीचा युक्तिवाद चालू असताना मी ज्यूरींच्या चेहऱ्याकडे बारकाईनं पाहत होतो. ते जरा गोंधळलेले वाटले. माझ्या गुन्ह्याबद्दल ते साशंक असल्याचं त्यांच्या चेहऱ्यांवरून स्पष्ट दिसत होतं; पण ही शंका रोझमेरी साक्षीदाराच्या पिंजऱ्यात येईपर्यंतच टिकली. तिच्याकडे पाहणं मला अशक्य झालं. माझी नजर कोर्टात रोज हजेरी लावणाऱ्या त्या भुऱ्या केसांच्या देखण्या तरुणीवर स्थिरावली.

पुढचा एक तास सरकारी वकिलांनी रोझमेरीला हळुवारपणे प्रश्न विचारून त्या रात्री काय घडलं, याचा तपशील तिच्याकडून काढून घेतला. मी जेरेमीला ठोसा मारला त्या प्रसंगापर्यंत ते आले. त्या क्षणापर्यंत तिच्या जबानीत चूक काढायला जागा नव्हती.

"त्यानंतर काय झालं, मिसेस कूपर?" सरकारी वकिलांनी विचारलं.

"माझ्या नवऱ्यानं वाकून अलेक्झांडरची नाडी तपासली," ती दबक्या आवाजात म्हणाली. "मग त्याचा चेहरा पांढराफटक पडला आणि तो एवढंच म्हणाला, 'तो मेलाय. मी त्याला मारलंय,' "

"कूपर यांनी पुढे काय केलं?"

"त्यानं तो मृतदेह उचलून खांद्यावर टाकला आणि तो दाराकडे निघाला. मी मागून ओरडले, 'हे तुझं काय चाललंय, रिचर्ड?' "

"त्यांची प्रतिक्रिया काय होती?"

"तो म्हणाला की, आता अंधार असेपर्यंतच या प्रेताची विल्हेवाट लावायला हवी. जेरेमी घरी आल्याची एकही खूण शिल्लक राहता कामा नये, असं त्यानं मला बजावलं. ते ऑफिसमधून निघण्याआधी बाकी सर्वजण निघून गेले होते; त्यामुळे जेरेमी लंडनला परतला, अशीच सर्वांची समजूत झाली असती. 'रक्ताचा थेंबही दिसणार नाही याची काळजी घे', हे त्याचे अखेरचे शब्द होते. त्यानंतर जेरेमीचा मृतदेह खांद्यावर घेऊन तो खोलीबाहेर पडला. त्याच वेळी मला भोवळ आली असावी."

सर मॅथ्यूंनी माझ्याकडे प्रश्नार्थक नजरेनं पाहिलं. मी जोरजोरात नकारार्थी मान हलवली. सरकारी वकील बसले, तेव्हा त्यांचा चेहरा गंभीर झाला होता.

"सर मॅथ्यू, तुम्हाला साक्षीदाराला काही प्रश्न विचारायचे आहेत?" न्यायमूर्तींनी विचारलं.

सर मॅथ्यू सावकाश उभे राहिले, ''नक्कीच, मिलॉर्ड,'' ते म्हणाले. ताठ उभे राहून त्यांनी गाउन सारखा केला आणि आमच्या प्रतिस्पर्ध्याकडे पाहिलं.

''मिसेस कूपर, जेरेमी अलेक्झांडर तुमचे मित्र होते असं म्हणता येईल का?''

''फक्त माझ्या नवऱ्याचे सहकारी म्हणून,'' रोझमेरी शांतपणे म्हणाली.

''म्हणजे तुमचे यजमान कामानिमित्त लीड्सबाहेर किंवा देशाबाहेर असताना तुमची फारशी भेट होत नसे.''

''फक्त समारंभांतच; तेव्हा माझे यजमान माझ्याबरोबर असत किंवा मी ऑफिसमध्ये त्यांची पत्रं घ्यायला जात असे तेव्हा.''

''फक्त तेव्हाच, मिसेस कूपर? एरवी कधी तुम्ही बराच काळ अलेक्झांडरबरोबर एकांतात काढला नाहीत? उदाहरणार्थ, १७/९/८९ च्या रात्री, जेव्हा तुमचे यजमान युरोप दौऱ्यावरून अनपेक्षितपणे घरी परतले? त्यापूर्वी अनेक तास अलेक्झांडरसोबत एकांतात नव्हता?''

''नाही. त्यांनी काम संपल्यावर माझ्या यजमानांसाठी काही कागदपत्रं आणून दिली. त्यांना ड्रिंक घेण्याइतकाही वेळ नव्हता.''

''पण तुमचे यजमान म्हणतात...'' सर मॅथ्यूंनी सुरुवात केली.

''ते काय म्हणतात हे मला ठाऊक आहे,'' रोझमेरी उत्तरली. हे वाक्य तिनं शेकडो वेळा घोकलं असावं.

''बरं,'' सर मॅथ्यू म्हणाले. ''आता मुद्द्यावर येऊ या, मिसेस कूपर. मला सांगा, जेरेमी अलेक्झांडर नाहीसा झाला तेव्हा तुमचं त्याच्याशी प्रेमप्रकरण तर सुरू नव्हतं?''

''याचा काही संबंध आहे का, सर मॅथ्यू?'' न्यायमूर्तींनी विचारलं.

''नक्कीच आहे, मिलॉर्ड. या केसचं मूळ तिथेच आहे,'' मॅथ्यू शांतपणे म्हणाले. आता सर्वांच्या नजरा रोझमेरीवर रोखल्या गेल्या. तिनं सत्य सांगावं अशी मी मनोमन इच्छा करू लागलो.

तिची जराही चलबिचल झाली नाही. ती म्हणाली, ''मुळीच नाही. अर्थात यापूर्वीही माझ्या नवऱ्यानं माझ्यावर असे खोटेनाटे आरोप केले होते.''

''अस्सं!'' सर मॅथ्यू म्हणाले. ''मिसेस कूपर, तुमचं तुमच्या यजमानांवर प्रेम आहे?''

''हा कसला प्रश्न, सर मॅथ्यू?'' आता न्यायमूर्तीही त्रासलेले दिसले. ''याचा खरंच काही संबंध आहे का?''

तेव्हा मात्र सर मॅथ्यूंचा उद्रेक झाला. ''संबंध? हाच तर सर्वांत कळीचा मुद्दा आहे आणि आपण आडून साक्षीदारांचा बचाव करताय; त्यामुळे माझं काम जास्तच कठीण होतंय.''

रागामुळे न्यायूमर्तींना शब्द सुचेनात. तेवढ्यात रोझमेरी म्हणाली, ''मी नेहमीच एक चांगली आणि एकनिष्ठ पत्नी होते; पण कुठल्याही परिस्थितीत मी खुनाला क्षमा करू शकत नाही.''

आता ज्यूरींच्या नजरा माझ्याकडे वळल्या. त्यांपैकी बहुतेकांना वाटत असावं की, देशातल्या कायद्यात पुन्हा मृत्युदंडाची तरतूद लागू करण्यात यावी.

सर मॅथ्यू म्हणाले, ''म्हणजे तुमच्या यजमानांनी खून केला, ते प्रेताची विल्हेवाट लावण्याच्या तयारीत होते आणि तरीही ही गोष्ट तुम्ही पोलिसांना अडीच तासांनी कळवलीत.''

''सांगितलं ना, ते खोलीबाहेर गेल्यावर मी बेशुद्ध पडले. शुद्धीवर येताक्षणी मी पोलिसांना फोन केला.''

''वा! फारच सोयीस्कर,'' सर मॅथ्यू म्हणाले. ''असं तर नाही ना की, त्या काळात तुम्ही तुमच्या यजमानांसाठी सापळा रचत होता आणि तुमच्या प्रेमिकाला पळून जायला मदत केली?''

कोर्टात कुजबूज सुरू झाली.

''सर मॅथ्यू,'' न्यायमूर्ती पुन्हा उसळून म्हणाले. ''हे तुम्ही अति ताणताय.''

''आदरपूर्वक सांगतो मिलॉर्ड, अजून पुरेसं ताणलेलं नाही,'' ते पुन्हा रोझमेरीकडे वळले.

''आता स्पष्टच विचारतो, मिसेस कूपर. जेरेमी अलेक्झांडर तुमचा प्रियकर होता; अजूनही आहे. तो जिवंत आणि ठणठणीत असल्याचं तुम्हाला पक्कं ठाऊक आहे आणि तुमची इच्छा असली, तर तुम्ही त्याचा ठावठिकाणा सांगू शकाल.''

संतापानं न्यायमूर्तींच्या तोंडून शब्द फुटेना. कोर्टातही खळबळ माजली.

रोझमेरीकडं मात्र उत्तर तयार होतं.

''तसं असतं तर किती बरं झालं असतं,'' रोझमेरी म्हणाली. ''म्हणजे तो स्वत: इथे येऊन माझ्या म्हणण्याला दुजोरा देऊ शकला असता,'' तिचा आवाज मृदू आणि हळुवार झाला होता.

''पण तुम्ही सत्य जाणता मिसेस कूपर,'' आता सर मॅथ्यूंच्या आवाजाची पट्टी वाढली. ''सत्य हे आहे की, तुमचे यजमान एकटेच खोलीबाहेर पडले. ते क्वीन्स हॉटेलमध्ये गेले. ती रात्रही त्यांनी तिथेच काढली. दरम्यानच्या काळात तुम्ही आणि तुमचा प्रियकर शहरभर असे पुरावे आणि धागेदोरे निर्माण करत होता, ज्यांमुळे तुमच्या यजमानांवर खुनाचा आळ येईल. फक्त एक पुरावा निर्माण करणं तुम्हाला शक्य नव्हतं. तो म्हणजे त्याचा मृतदेह. कारण जेरेमी अलेक्झांडर जिवंत असल्याचं तुम्हाला पक्कं ठाऊक आहे आणि तुम्ही दोघांनीच तुमचे हेतू साध्य करण्यासाठी ही भाकडकथा रचलीय. खरंय ना, मिसेस कूपर?''

"नाही, नाही," रोझमेरी किंचाळली. तिचा आवाज फाटला आणि डोळ्यांतून अश्रू वाहू लागले.

"बस्स, मिसेस कूपर, हे नक्राश्रू आहेत, हो ना?" सर मॅथ्यू शांतपणे म्हणाले, "आता तुमचं बिंग फुटलंय; त्यामुळे हे तुमचं दु:खं खरं आहे की नाही, ते ज्यूरी ठरवतील."

मी ज्यूरींकडे नजर टाकली. सर्व सदस्य रोझमेरीच्या नाटकाला पूर्ण फसले होते आणि माझ्या वकिलानं एवढ्या आक्रमक आणि दमदाटीच्या सुरात त्या गरीब आणि शोकमग्न स्त्रीची उलटतपासणी केल्यामुळे त्यांच्या चेहऱ्यांवर माझ्याबद्दल तिरस्कार दाटून आला होता.

सर मॅथ्यूंच्या प्रत्येक प्रश्नाला रोझमेरीकडे उत्तर तयार होतं. त्यामागची जेरेमीची धूर्त शिकवणी पदोपदी जाणवत होती.

आता साक्षीदाराच्या पिंजऱ्यात उभं राहण्याची माझी पाळी होती. सर मॅथ्यू प्रश्न विचारू लागले; पण माझी कहाणी मलाच फारशी पटण्यासारखी वाटत नव्हती; खरी असूनदेखील!

सरकारी वकिलांचा समारोपाचा युक्तिवाद कंटाळवाणा होता; पण माझ्यासाठी भयानकच! सर मॅथ्यूंनी सूचक आणि नाट्यमय पद्धतीने बाजू मांडली खरी; पण कमी पटण्याजोगी.

आर्मली तुरुंगात आणखी एक रात्र काढल्यानंतर मला पुन्हा पिंजऱ्यात उभं केलं गेलं. न्यायमूर्ती केसचा गोषवारा मांडणार होते. त्यांना मी दोषी असल्याची खात्री पटलेली दिसली. त्यांनी निवडलेले आणि ग्राह्य मानलेले पुरावे असंतुलित आणि अन्यायकारक होते. अखेर त्यांनी ज्यूरींना सांगितलं की, निर्णय घेताना त्यांनी न्यायमूर्तींच्या मताचा मुळीच विचार करू नये. त्यातून पूर्वग्रहाच्या जोडीला त्यांचा दांभिकपणाही दिसला.

ज्यूरींच्या सदस्यांचा दिवसभर खल चालू होता. योगायोग म्हणजे त्या रात्री त्या सर्वांची राहण्याची व्यवस्था क्वीन्स हॉटेलमध्येच केली गेली होती. अखेर त्या ठेंगण्या, हसऱ्या आणि लठ्ठ माणसाला एकच प्रश्न विचारला गेला, "ज्यूरीतील सद्गृहस्थहो, आरोप ठेवल्यानुसार हा कैदी दोषी आहे की निर्दोष?"

तो माणूस स्पष्टपणे म्हणाला, "दोषी."

मला मुळीच आश्चर्य वाटलं नाही.

आश्चर्य वाटलं ते एका गोष्टीचं. ते म्हणजे ज्यूरींचा निर्णय एकमुखी नव्हता. मला निर्दोष मानणारे दोन सदस्य कोणते, हे मला कळेना. त्यांना भेटून त्यांचे आभार मानायला मला आवडलं असतं.

न्यायमूर्तींची नजर माझ्यावर रोखली गेली. "रिचर्ड विल्फ्रेड कूपर, जेरेमी

अनातोल अलेक्झांडरच्या खुनाबद्दल तुम्ही दोषी ठरला आहात...''

"मी त्याला मारलं नाही, मिलॉर्ड,'' मी त्यांचं बोलणं मध्येच तोडत म्हणालो. "खरं म्हणजे तो मेलेलाच नाही. सत्य बाहेर येईपर्यंत तुम्हाला दीर्घायुष्य लाभावं अशी मी आशा करतो.'' कोर्टात एकच गलका झाला. सर मॅथ्यूंच्या डोळ्यांत काळजी होती.

जज्जसाहेबांनी सर्वांना शांत केले. आता त्यांचा आवाज अधिकच कठोर झाला. "तुम्हाला आजन्म कारावास भोगावा लागणार आहे; कारण कायद्यात याच शिक्षेची तरतूद आहे. घेऊन जा त्याला.''

तुरुंगाचे दोन अधिकारी पुढे झाले आणि माझे दोन्ही दंड घट्ट पकडून त्यांनी मला पुन्हा त्या कोठडीत नेलं.

माझ्यावरचा खटला सुरू झाल्यापासून एक पोलीस माझी काळजी घेत होता. तो म्हणाला, "सॉरी, मित्रा. तुझ्या हलकट बायकोनं पारडं फिरवलं.'' मी त्याच्याशी सहमत होण्याआधीच त्यानं कोठडीचं दार बंद करून कुलूप ठोकलं. काही क्षणांतच दार पुन्हा उघडलं गेलं आणि सर मॅथ्यू आत आले.

बोलण्यापूर्वी काही क्षण त्यांनी माझ्याकडे एकटक पाहिलं. "मि. कूपर, भयानक अन्याय झालाय. आपण लगेच या शिक्षेविरुद्ध अपील करणार आहोत. एक खात्री बाळगा. जेरेमी अलेक्झांडरला शोधून त्याचा निवाडा होईपर्यंत मी स्वस्थ बसणार नाही.''

तेव्हा मला एक गोष्ट कळली. सर मॅथ्यूंची मी निर्दोष असल्याबद्दल खात्री पटली होती.

मला ज्या कोठडीत ठेवण्यात आलं, तिथं 'फिंगर्स' जेन्किन्स नावाचा एक भुरटा चोर होता. २१ वं शतक तोंडावर आलेलं असताना एखाद्याला 'फिंगर्स' हे टोपणनाव मिळू शकतं, यावर माझा विश्वास बसेना; पण ते नाव त्यानं खरोखर कमावलं होतं. मी कोठडीत आल्यावर काही क्षणांतच माझं घड्याळ त्याच्या मनगटावर होतं. ते माझ्या लक्षात आल्यावर त्यानं लगेच परत केलं. "सॉरी! सवयीचा परिणाम,'' तो म्हणाला.

मी कोट्यधीश आहे आणि बारीकसारीक सवलतींसाठी पैसे मोजायला माझी ना नाही, याची तिथल्या कैद्यांना कुणकुण लागली होती; त्यामुळे तुरुंगवास थोडा सुसह्य झाला. रोज सकाळी मला माझ्या बंकवर फायनान्शियल टाइम्सचा अंक मिळत असे; त्यामुळे मला शहरात काय घडतंय, याचा मागोवा घेता येई. कूपर्स विकत घेण्याचा प्रस्ताव वाचल्यावर माझा संताप अनावर झाला. कूपर्सच्या शेअरचा भाव आता साडेबारा पौंडांवर पोहोचला होता; त्यामुळे माझ्या संपत्तीत भरच पडली

होती; पण जेरेमी आणि रोझमेरीचे काय उद्योग चालले आहेत, हे कळल्यामुळे मला चीड आली होती. आता जेरेमीच्या शेअर्सची किंमत कित्येक दशलक्ष पौंड झाली होती. हा प्रस्ताव रोखायला मी तिथे असतो, तर जेरेमीच्या हाती हे घबाड लागलंच नसतं.

रोज मी तासन् तास बंकवर पडून फायनान्शियल टाइम्समधला शब्दन् शब्द वाचत असे. कूपर्सचा उल्लेख असलेला परिच्छेद तर मी पाठ होईपर्यंत वाचायचो. अखेर कूपर्सवर दुसऱ्यांनी ताबा मिळवला. तोपर्यंत एका शेअरचा भाव १३.१४ पौंडांपर्यंत पोहोचला होता. मी कंपनीविषयक घडामोडींवर बारकाईनं लक्ष ठेवून होतो. मात्र, नवीन व्यवस्थापनानं माझ्या अनुभवी कर्मचाऱ्यांना काढून टाकायला सुरुवात केल्यावर मी काळजीत पडलो. त्यात ज्यो रॅम्सबॉटमचाही समावेश होता. त्यानंतर एका आठवड्यानं मी माझ्या शेअरदलालांना फोन करून योग्य संधी येताच माझे सर्व शेअर्स विकून टाकण्याच्या सूचना दिल्या.

माझ्या तुरुंगवासाच्या चौथ्या महिन्यात मी लिखाणासाठी कागदाची मागणी केली. ज्या रात्री मी अनपेक्षितपणे घरी गेलो, तेव्हापासूनच्या सर्व घटनांची नोंद ठेवणं मला गरजेचं वाटू लागलं. माझ्या मजल्यावरचा अधिकारी रोज मला आखीव कागदांचा एक गठ्ठा देत असे. तुम्ही ज्या नोंदी वाचत आहात, त्या मी सविस्तर लिहून काढू लागलो. त्याचा एक फायदा झाला. मी माझी पुढची चाल आखू शकलो.

मी फिंगर्सला एक विनंती केली. ती म्हणजे सर्वोत्तम पोलीस अधिकारी कोण आहे, याबद्दल सर्व कैद्यांचं मत घ्यायचं. तीन दिवसांनी फिंगर्सनं मला या 'सार्वमताचा' निकाल सांगितला : चीफ सुपरिंटेंडेंट डॉनल्ड हॅकेट, टोपणनाव डॉन; हा सर्वांच्या यादीत अग्रभागी होता. निकाल खात्रीशीर असल्याचं मी फिंगर्सला सांगितलं.

"हॅकेटमध्ये असं काय विशेष आहे?" मी त्याला विचारलं.

"तो प्रामाणिक आहे. न्यायानं वागणारा आहे आणि त्याला लाच देणं अशक्य आहे. जर त्याला तुम्ही गुन्हेगार असल्याची खात्री पटली, तर तो तुम्हाला गजाआड केल्याशिवाय स्वस्थ बसत नाही. मग कितीही वेळ लागो."

हॅकेट ब्रॅडफर्डचा असल्याचं मला कळलं. त्यानं पश्चिम यॉर्कशायरचं असिस्टंट चीफ कॉन्स्टेबलचं पद नाकारल्याची अफवा होती. म्हणजे प्रत्यक्ष काम करता यावं म्हणून वकिलानं न्यायाधीशाचं पद नाकारावं तसाच प्रकार.

"गुन्हेगारांना पकडण्यातच त्याला खरा आनंद मिळतो," फिंगर्स विषादानं म्हणाला.

"मला असाच माणूस हवाय," मी म्हणालो. "वय काय असेल त्याचं?"

फिंगर्स क्षणभर विचार करून म्हणाला, "पन्नाशीच्या पुढचा असावा. त्यानं

मला पहिल्या चोरीसाठी पकडलं त्यालाही २० वर्षं होऊन गेली."

पुढच्या सोमवारी सर मॅथ्यू मला भेटायला आले. त्या वेळी मी त्यांना डॉनबद्दलचं त्यांचं व्यावसायिक दृष्टिकोनातून मत विचारलं आणि माझ्या मनातला विचार सांगितला.

"उलटतपासणी करायला फार कठीण साक्षीदार," ते म्हणाले.

"का?"

"तो अतिशयोक्ती करत नाही, मुद्दा सोडत नाही आणि कधीही खोटं बोलत नाही; त्यामुळे सहजासहजी सापळ्यातही अडकत नाही. मी क्वचितच त्याच्यावर कुरघोडी करू शकलोय; पण तुमच्यासारख्या शिक्षा भोगणाऱ्या गुन्हेगाराशी तो संबंध ठेवेल, असं वाटत नाही; कितीही पैसे देऊ केले तरी!"

"पण मी..."

"मला ठाऊक आहे मि. कूपर," सर मॅथ्यू म्हणाले. अजूनही ते मला माझ्या पहिल्या नावानं हाक मारायला राजी नव्हते. "पण तुम्ही निर्दोष असल्याची खात्री झाल्याशिवाय तो तुम्हाला भेटायलाही तयार होणार नाही."

"पण मी इथे तुरुंगात खितपत पडलेला असताना त्याला पटवून कसं देणार?"

"मी तुमच्या वतीनं त्याचं मन वळवीन," सर मॅथ्यू म्हणाले. "तोही माझं काही देणं लागतो."

सर मॅथ्यू गेल्यावर मी काही कागद मागवले आणि काळजीपूर्वक चीफ सुपरिंटेंडेंट डॉनल्ड हॅकेट यांच्या नावे एका पत्राचा मसुदा तयार केला. त्याआधी अनेक पत्रांचे बोळे करून टाकून द्यावे लागले. पत्राचा अंतिम मसुदा असा :

कैदी क्र. ए ४७२८३ *नाव : कूपर*

आर. डब्ल्यू.

सरकारी तुरुंग, आर्मली

लीड्स एल एस १२ २ टीजे

प्रिय चीफ सुपरिंटेंडेंट,

सध्या मी राणीसरकारांचा पाहुणचार घेत असल्याचं तुमच्या लक्षात आलं असेलच. तरीही तुम्ही तुरुंगात मला भेट देऊ शकाल का? मी तुमच्याशी एका खासगी विषयावर चर्चा करू इच्छितो. यामुळे आपल्या दोघांच्याही भविष्यावर परिणाम होऊ शकेल. माझा प्रस्ताव कायदेशीर आणि प्रामाणिक असेल, याची मी ग्वाही देतो. तो तुमच्या न्यायबुद्धीलाही

आवाहन करेल. हा प्रस्ताव मांडण्यास माझे वकील बॅरिस्टर सर मॅथ्यू रॉबर्ट्स यांची संमती आहे. माझ्या माहितीनुसार त्यांची आणि आपली व्यावसायिक स्तरावर भेट झाली आहे. अर्थात तुमच्या गैरसोयीबद्दल आर्थिक भरपाई देण्याची माझी तयारी आहे.

आपल्या भेटीच्या प्रतीक्षेत,
आपला नम्र.

मी पुन्हा हे पत्र वाचलं, चुका दुरुस्त केल्या आणि खाली सही ठोकली.

माझ्या विनंतीवरून सर मॅथ्यू यांनी स्वत: हे पत्र हॅकेटकडे सुपूर्द केलं. दिवसाला हजार पौंड फी घेणारा सर्वांत महागडा पोस्टमन!

पुढच्या सोमवारच्या भेटीत सर मॅथ्यूंनी हॅकेटला पत्र दिल्याचं मला सांगितलं. ते पत्र दोनदा वाचून हॅकेट एवढंच म्हणाला की, त्याला त्याच्या वरिष्ठांशी बोलावं लागेल. सर मॅथ्यूंना एका आठवड्यात निर्णय देण्याचं त्यानं मान्य केलं.

मला शिक्षा झाल्यानंतर लगेच सर मॅथ्यू माझ्या अपिलाच्या तयारीला लागले होते. त्यांनी मला खोटी आशा कधीच दाखवली नाही; पण सरकारी ऑफिसातून जी माहिती मिळाली, त्यामुळे ते आनंदून गेले होते.

जेरेमीनं त्याच्या मृत्युपत्रात त्याची सर्व मिळकत रोझमेरीच्या नावे केली होती. त्यात कूपर्सचे तीस लाख पौंड किमतीचे शेअर्स होते; पण कायद्यानुसार रोझमेरी ते पुढची सात वर्षं विकू शकत नव्हती.

"ज्यूरींनी तुम्हाला गुन्हेगार घोषित केलं असेल; पण आयकर खात्याची मात्र एवढ्या सहजासहजी खात्री पटत नाही. अलेक्झांडरचा मृतदेह सापडल्याशिवाय किंवा सात वर्षांचा कालावधी पूर्ण झाल्याशिवाय ते ती मिळकत सोडणार नाहीत," सर मॅथ्यू म्हणाले.

"त्यांना असं तर वाटत नाही ना की, रोझमेरीनं त्याला मारून त्याच्या शरीराची..."

"छे छे!" सर मॅथ्यूंना माझ्या प्रश्नाचं हसू आलं. "ते त्याची मिळकत सात वर्षं सांभाळतील. जेरेमी जिवंत असल्याचा धोका ते पत्करणार नाहीत आणि जर तुमच्या बायकोनं त्याला मारलं असतं, तर साक्षीच्या वेळी ती माझ्या प्रश्नांची उत्तरं देऊच शकली नसती."

मी हसलो. माझ्यावर आयकर खात्याची नजर असल्याचा मला प्रथमच आनंद झाला.

काही नवीन घडलं तर मला कळवण्याचं सर मॅथ्यूंनी कबूल केलं आणि माझा निरोप घेतला.

"गुड नाइट, रिचर्ड!" ते मला पहिल्यांदाच 'रिचर्ड' म्हणाले.

चीफ सुपरिंटेंडेंट हॅकेट मला भेटायला येणार असल्याची बातमी माझ्याआधीच सर्वांना कळलेली दिसली.

शेजारच्या कोठडीतला जुना कैदी डेव्ह ॲडम्स म्हणाला की, कैद्यांच्या मते हॅकेट मला भेटायला तयार होण्याचं कारण एकच होतं. तो म्हणाला, "निरपराध माणूस तुरुंगात गेल्याचं एका चांगल्या पोलिसाला कधीच आवडत नाही. हॅकेटनं आपल्या गव्हर्नरांना गेल्या मंगळवारीच फोन केल्याचं मॉरिसनं सांगितलं."

त्याला दोन्ही बाजूंचं संभाषण कसं ऐकू आलं, हे मला कळेना; पण ही वेळ प्रश्न विचारायची नव्हती.

"इथल्या निर्ढावलेल्या कैद्यांच्या मतेही तू निर्दोष आहेस," डेव्ह पुढे म्हणाला. "तुझ्या जागी जेरेमी अलेक्झांडर इथे कधी येतोय असं आम्हाला झालंय. त्याच्या 'स्वागताला' आम्ही सज्ज असू."

दुसऱ्या दिवशी सकाळी ब्रॅडफर्डहून हॅकेटचं पत्र आलं. रविवारी दुपारी चार वाजता तो तुरुंगात माझ्या भेटीला येणार असल्याचं त्यानं कळवलं होतं. त्यानं बजावलं की, तो मला फक्त अर्धा तास देईल आणि आमच्या भेटीच्या वेळी एक साक्षीदार हजर असेल.

तुरुंगात आल्यापासून मी पहिल्यांदाच तास मोजू लागलो. एरवी जन्मठेपेच्या कैद्याला तासांचं काय महत्त्व?

रविवारी दुपारी चार वाजता मला माझ्या कोठडीतून भेटीच्या खोलीकडे नेण्यात आलं. त्या वेळी अनेक कैद्यांनी हॅकेटसाठी माझ्याकडे निरोप दिले.

फिंगर्स म्हणाला, "डॉनला माझा नमस्कार सांग. या वेळी भेट न झाल्याचं वाईट वाटलं."

"तुझं काम झाल्यावर चहा घ्यायला ये म्हणावं. जुन्या आठवणींना उजाळा देऊ."

"माझ्यातर्फे साल्याच्या ×××× वर लाथ घाल. मी जास्तीची शिक्षा भोगायला तयार आहे."

एका कैद्यानं एक प्रश्न विचारला. अर्थात त्याचं उत्तर मला ठाऊक होतं.

"त्याला विचार, तो निवृत्त कधी होणार आहे? कारण तोपर्यंत मी बाहेर येणार नाही."

भेटीच्या खोलीत मी प्रथमच हॅकेटला पाहिलं. क्षणभर मला वाटलं की, काहीतरी चूक झाली असावी. डॉन कसा दिसतो, हे मी फिंगर्सला कधीच विचारलं नव्हतं. गेल्या काही दिवसांत माझ्या मनात त्याच्याविषयी एखाद्या सुपरमॅनची प्रतिमा

निर्माण झाली होती. माझ्यासमोर आलेला माणूस मात्र उंचीनं माझ्यापेक्षाही दोन इंच कमी होता. पाच फूट आठ इंच असावा. शरीरानंही किरकोळ होता. डोळ्यांवरच्या जाड भिंगांच्या चश्म्यामुळे याला धड दिसतं की नाही, अशी शंका येत होती. आता फक्त एक मळकट रेनकोट तेवढा बाकी होता. म्हणजे तो अगदी कर्जवसुली करणारा माणूस दिसला असता.

सर मॅथ्यूंनी पुढे होऊन आमची ओळख करून दिली. मी उत्साहानं शेकहॅन्ड केला. "मला भेटायला आल्याबद्दल धन्यवाद! बसा ना आपण," मी म्हणालो. जणू तो सहज माझ्या घरी घोटभर वाइन घ्यायला आला होता!

"सर मॅथ्यूंनी परोपरीनं माझं मन वळवलं," तो म्हणाला. त्याचा बोलण्याचा ढंग खास यॉर्कशायरी होता. घोगरा आवाज शरीराशी विसंगत वाटत होता. "मला सांग कूपर, मी तुझ्यासाठी काय करू शकेन असं तुला वाटतं?" त्याचा माझ्या खरेपणावर विश्वास दिसत नव्हता. तो समोर बसला.

त्यानं एक पॅड काढून टेबलावर ठेवलं. "हे फक्त तुझ्यासाठी," तो म्हणाला. "नंतर कधी तपशील लागलाच तर कामी येईल." पुढच्या २० मिनिटांत मी त्याला रिचर्ड कूपरच्या आयुष्याची संक्षिप्त पण समग्र कहाणी ऐकवली. याचा मी गेले आठवडाभर सराव करत होतो. मला उगीच लांबण लावायची नव्हती. त्याला त्याचे प्रश्न विचारायला पुरेसा वेळ देणं गरजेचं होतं.

"मी तुझ्यावर विश्वास ठेवला तरी नेमकं काय करावं, हे सांगितलं नाहीस."

"तुम्ही पाच महिन्यांनी पोलीस खात्यातून निवृत्त होताय. पुढे काय विचार आहे?"

त्याची चलबिचल झाली. हा प्रश्न त्याला अपेक्षित नसावा.

"पश्चिम यॉर्कशायरचा व्यवस्थापक म्हणून ग्रूप फोरममध्ये मला काम मिळतंय."

"पगार किती मिळणार आहे?" मी विचारलं.

"ते काही पूर्णवेळ काम नाही. आठवड्यातून तीन दिवस." त्याची पुन्हा चलबिचल झाली. "पगार वर्षाला २० हजार पौंड आणि तीन वर्षांची हमी."

"मी तुम्हाला वर्षाला एक लाख पौंड देईन. तुम्हाला एका मदतनिसाची आणि सेक्रेटरीची गरज भासेल. त्याच सुमारास इन्स्पेक्टर विल्यम्स निवृत्त होताहेत. ते या कामाला योग्य आहेत. ऑफिस थाटणं, गरज असल्यास आणखी माणसं नेमणं यासाठीही मी पैसे देईन."

मला त्याच्या डोळ्यांत प्रथमच थोडा आदर दिसला. त्यानं समोरच्या पॅडवर आणखी काही नोंदी केल्या.

"आणि एवढ्या मोठ्या रकमेच्या मोबदल्यात तुझ्या माझ्याकडून काय अपेक्षा आहेत?" त्यानं विचारलं.

"सोपं आहे. तुम्ही जेरेमी अलेक्झांडरला शोधून काढायचं."

या खेपेला मात्र त्याची चलबिचल झाली नाही. "बापरे! तू खरंच निर्दोष आहेस. सर मॅथ्यू आणि गव्हर्नर मला हेच पटवून द्यायचा प्रयत्न करत होते."

मी त्याच्या बोलण्याकडे दुर्लक्ष करून म्हणालो, "आणि जर तुम्ही त्याला सात वर्षांच्या आत शोधून काढलंत, तर मी तुम्हाला आणखी पाच लाख पौंड देईन. जगातल्या तुम्ही म्हणाल त्या बँकेत आणि शाखेत हे पैसे जमा होतील."

"द मिडलंड, ब्रॅडफर्ड हीच माझी बँक," तो म्हणाला. "फक्त गुन्हेगारच निवृत्त होऊन परदेशी जातात. असो. मी दर दुसऱ्या शनिवारी दुपारी ब्रॅडफर्डला जातो, आपली टीम हरलेली बघायला!"

तो जाण्यासाठी उठून उभा राहिला आणि काही क्षण माझ्याकडे रोखून पाहत म्हणाला, "मि. कूपर, सात वर्षंच का?"

"कारण त्यानंतर माझी बायको अलेक्झांडरचे शेअर्स विकू शकेल आणि तो रातोरात कोट्यधीश होईल."

त्यानं समजुतीनं मान डोलवली. "मला भेटायला बोलावल्याबद्दल धन्यवाद! फार दिवसांनी तुरुंगात एखाद्याला भेटून आनंद झाला. विशेषत: खुनासाठी शिक्षा झालेल्या व्यक्तीला. मी तुमच्या प्रस्तावाचा गंभीरपणे विचार करून या आठवड्याच्या अखेरीस माझा निर्णय कळवीन." एवढं बोलून तो बाहेर पडला.

तीन दिवसांनी हॅकेटनं मला पत्र लिहून प्रस्ताव स्वीकारत असल्याचं कळवलं.

पण त्यानं माझ्यासाठी काम सुरू करायला पाच महिने वाट पाहावी लागली नाही. पंधरा दिवसांतच त्यानं नोकरीचा राजीनामा दिला; पण एक अट घातली. ती म्हणजे मी त्या काळातला त्याचा आणि त्याच्या सहकाऱ्याचा पेन्शनचा वाटा भरावा.

मी कूपर्सचे सर्व शेअर्स विकले होते. त्याच्या ठेवीवर मला वर्षाला ४ लाख पौंड व्याज येत होते आणि सध्या मी बिनभाड्याच्या घरात राहत होतो; त्यामुळे त्याची मागणी मान्य करणं मला जड नव्हतं.

माझ्या तुरुंगवासाच्या पुढच्या काही महिन्यांत काय घडलं, हे मी तुम्हाला सविस्तरपणे सांगू शकलो असतो; पण हॅकेटबरोबरच्या चर्चेत मी एवढा मग्न होतो की, बाकी गोष्टींबद्दल फक्त तीन पानं भरतील एवढाच मजकूर लिहू शकलो. मी कायद्याची अनेक पुस्तकं वाचली. अखेर मला 'ऑत्रिफॉय ॲक्विट' या शब्दांचा कायदेशीर अर्थ उमगला.

माझ्या रोजनिशीतली पुढची महत्त्वाची तारीख म्हणजे माझ्या अपिलाच्या सुनावणीचा दिवस.

मॅथ्यूचा – त्याच्याच विनंतीवरून मी त्याला 'सर' मॅथ्यू म्हणणं सोडून दिलं

होतं – निकालाबद्दल आत्मविश्वास वाढल्याचं जाणवलं. तो त्याच्या भावना लपवण्याचा आटोकाट प्रयत्न करत होता; पण आता आमच्यात खूपच जवळीक निर्माण झाल्यामुळे ते माझ्यापासून लपून राहिलं नाही. पुनरावलोकन समितीच्या सदस्यांची नावं पाहून तो खूश झाला. त्याच्या मते ते 'न्यायी आणि संतुलित' होते.

त्या रात्री मॅथ्यूनं मला मोठ्या दु:खानं सांगितलं की, त्याची पत्नी व्हिक्टोरिया काही आठवड्यांपूर्वी कॅन्सरनं जग सोडून गेली होती. ''दीर्घ आजार आणि अखेर मुक्तीचा आशीर्वाद'' तो म्हणाला.

मला त्याच्यासमोर पहिल्यांदाच खूप अपराधी वाटू लागलं. गेले १८ महिने आम्ही फक्त माझ्याच अडचणींबद्दल बोलत होतो.

ज्यांचे कपडे शिवण्यासाठी खास शिंपी आला, असे आर्मलीमध्ये फार थोडे कैदी असतील. अपिलाच्या सुनावणीसाठी मी नवा सूट शिवावा, असं मॅथ्यूनं सुचवलं. कारण तुरुंगात आल्यापासून माझं वजन जवळपास १५ पौंडांनी तरी घटलं होतं. शिंपीमहोदयांनी माझी मापं घेऊन टेप गुंडाळायला सुरुवात केली; पण तोपर्यंत त्यांच्या सिगारेटी आणि लायटर फिंगर्सच्या खिशात होते. मी त्याला तो लायटर परत करायला लावला; पण सिगारेटी ठेवून घेण्याची परवानगी दिली.

दहा दिवसांनी, सुनावणीला नेण्यासाठी मला माझ्या कोठडीतून पहाटे पाच वाजता बाहेर काढलं गेलं. मला घेऊन जात असताना माझ्या सहकारी कैद्यांनी हातातले पत्र्याचे पेले दरवाजांवर बडवायला सुरुवात केली. त्यातून तुरुंगाच्या कर्मचाऱ्यांना ते हेच सांगू पाहत होते की, हा कैदी निरपराध आहे; त्यामुळे एखाद्या संगीत मैफलीनं व्हावं, तसं माझं मन उल्हसित झालं.

मला पोलिसांच्या गाडीतून लंडनला नेण्यात आलं. सोबत तुरुंगाचे दोन अधिकारी होते. वाटेत एकदाही न थांबता आम्ही नऊच्या सुमाराला लंडनला पोहोचलो. बाहेर पादचाऱ्यांची लगबग चालू होती. जो तो आपलं ऑफिस गाठण्याच्या घाईत होता. बाहेरून माझ्या हातांतल्या बेड्या दिसणं शक्य नव्हतं; त्यामुळे माझ्या अंगावरचा सूट पाहून बाहेरच्या एखाद्याला मी पोलीस अधिकारीच वाटलो असतो.

ओल्ड बेली कोर्टासमोर मॅथ्यू माझ्या स्वागताला हजरच होता. त्याच्या दोन्ही हातांत कागदपत्रांचे गट्ठे होते. ''सूट छान आहे,'' इति मॅथ्यू. आम्ही ठरलेल्या कक्षात गेलो. तिथे माझं भवितव्य ठरणार होतं.

तीन न्यायमूर्तींसमोर अपिलाची सुनावणी होणार होती. मी पुन्हा एकदा निर्विकारपणे आरोपीच्या पिंजऱ्यात बसलो. सर मॅथ्यू युक्तिवादासाठी उभं राहिले. त्यांची प्रस्तावनाच तासभर चालली. हा सगळा तपशील मीही सांगू शकलो असतो; पण इतक्या

प्रभावीपणे आणि आग्रहपूर्वक नाही. त्यांनी अनेक गोष्टी ठासून सांगितल्या. जेरेमीनं त्याची सगळी संपत्ती रोझमेरीच्या नावे करणं, तिनं आमचं घर आणि कूपर्सचे शेअर्स विकणं, घाईघाईनं मिळवलेला घटस्फोट आणि अखेर ७० लाख पौंड गाठीशी घेऊन जगातून जणू अदृश्य होणं या सर्व गोष्टींवर त्यांनी भर दिला. यातल्या किती रकमेवर जेरेमीनं डल्ला मारला असेल?

पोलिसांना मृतदेह सापडला नाही या गोष्टीकडे सर मॅथ्यूंनी वारंवार न्यायमूर्तींचं लक्ष वेधलं. आतापर्यंत पोलिसांनी जवळजवळ अर्धा लीड्स परगणा खणून काढला होता.

सर मॅथ्यू मांडत असलेल्या प्रत्येक मुद्द्यागणिक माझ्या आशा पल्लवीत होत होत्या; पण मला निकाल कळायला सुनावणीनंतर तीन दिवस लागले.

माझं अपील फेटाळलं गेलं. त्याची कारणं राखून ठेवली गेली.

शुक्रवारी मॅथ्यू स्वत: आर्मलीला आला. अपील फेटाळणं जाण्यामागचा त्याचा अंदाज त्यानं सांगितला. त्याच्या मते तिघा न्यायाधीशांचं एकमत होत नव्हतं आणि ते झालंय असं भासवण्यासाठी त्यांना वेळ हवा होता.

"किती वेळ?" मी विचारलं.

"माझ्या अंदाजाने काही महिन्यांमध्ये ते तुला जामिनावर सोडतील. पोलिसांना मृतदेह न सापडल्याचा मुद्दा त्यांना पटलेला दिसला. त्यांना तुझी बाजू मजबूत वाटली असावी."

मी मॅथ्यूचे आभार मानले. निरोप घेताना प्रथमच मला त्याच्या चेहऱ्यावर हसू दिसलं.

हे सर्व घडत असताना चीफ सुपरिटेंडेंट (माजी) हॅकेट काय करत होता, याची तुम्हाला उत्सुकता लागली असेल.

तो काही स्वस्थ बसला नव्हता. त्यानं ज्या दिवशी नोकरी सोडली, त्याच दिवशी इन्स्पेक्टर विल्यम्स आणि कॉन्स्टेबल केनराइट यांनीही पोलीस दलाला रामराम ठोकला होता. काही दिवसांतच त्यांनी कॉन्स्टिट्यूशन क्लबच्या वर एक लहानसं ऑफिस थाटून कामाला सुरुवात केली होती. दर रविवारी दुपारी चार वाजता डॉन मला अहवाल देत असे.

महिन्याभरातच त्यानं एक जाडजूड फाइल तयार केली. त्यात रोझमेरी, जेरेमी, कंपनी आणि मी यांची सविस्तर माहिती होती. मी तासन्‌तास बसून ही सर्व माहिती वाचली. माझ्या परीनं त्यात काही भरही घातली. बाकी कैदी डॉनचा इतका आदर का करतात, याची मला कल्पना आली. तो प्रत्येक धागादोरा चिकाटीनं तपासत असे; मग एखादा मार्ग बंद होणार असं दिसलं तरी. कारण

क्वचित प्रसंगी अशा मार्गाचाच महामार्ग होऊ शकतो.

त्याचा तपास सुरू होऊन चार महिने उलटले. मग ऑक्टोबरच्या पहिल्या रविवारी, त्यानं मला रोझमेरीचा पत्ता लागण्याची शक्यता आहे, असं सांगितलं. दक्षिण फ्रान्समधल्या 'व्हिला फ्ल्यूर' नावाच्या ठिकाणी तिच्याच वर्णनाच्या एका स्त्रीचं वास्तव्य होतं.

"तिचा माग तुम्ही कसा काढलात?" मी विचारलं.

"तिच्या आईनं जवळच्याच पोस्टाच्या पेटीत काही पत्रं टाकली होती; त्यांतलं एक पत्र पुढे पाठवण्यापूर्वी पोस्टमननं मला पाकिटावरचा पत्ता पाहू दिला. हा एक सुगावा लागण्यासाठी आम्ही किती तास पाळत ठेवली, किती पत्रं तपासली आणि किती दारं ठोठावली, हे आमचं आम्हाला ठाऊक! पण एकूणच सौ. करशॉंना पत्र लिहिण्याची खूप आवड दिसते; पण त्यांच्या मुलीला लिहिलेलं हेच पहिलं पत्र. आणखी एक गोष्ट म्हणजे तुमच्या बायकोनं आता पुन्हा माहेरचं नाव लावायला सुरुवात केलीय – मिस करशॉं."

मी फक्त मान डोलवली. उगीच त्याच्या बोलण्यात व्यत्यय नको.

"या बुधवारीच विल्यम्सनं विमानाने फ्रान्स गाठलं आणि एक पर्यटक म्हणून शेजारच्याच खेड्यात तळ ठोकला. त्यानं आताच काही गोष्टी कळवल्या. मिस करशॉंच्या घराभोवती १० फूट उंचीची दगडी भिंत आहे. आत झाडं कमी आणि राखण करणारी कुत्री जास्त आहेत. आसपासच्या लोकांना तिच्याबद्दल विशेष माहिती नाही; पण निदान सुरुवात तरी झालीय."

मला प्रथमच वाटलं की, जेरेमीला सव्वाशेर भेटलाय. यानंतर ५ रविवार गेले. पाच अंतरिम अहवाल मिळाले. त्यानंतर एकदा मला प्रथमच हॅकेटच्या गंभीर चेहऱ्यावर एक हलकंसं स्मित उमटलेलं दिसलं.

तो म्हणाला, "मिस करशॉंनी स्थानिक वृत्तपत्रांमध्ये 'बटलर पाहिजे' अशी जाहिरात दिलीय. मला आधी वाटलं की, जुन्या बटलरनं नोकरी सोडल्यावर त्याच्याकडे चौकशी करावा; पण तिच्यापर्यंत काही बातम्या पोहोचण्याचा धोका मला पत्करायचा नव्हता; त्यामुळे मी इन्स्पेक्टर विल्यम्सला या नोकरीसाठी अर्ज करायला सांगितलं."

"पण तो खरा बटलर नसल्याचं तिच्या लक्षात यायला वेळ लागणार नाही."

"तसंच काही नाही," हॅकेटचं हास्य रुंदावलं. "रुटलंडच्या राणीसाहेबांकडची नोकरी सोडण्यापूर्वी त्याला एक महिन्याची नोटिस द्यावी लागेल. मधल्या काळात स्पेन्सरच्या बटलर प्रशिक्षण वर्गात सहा आठवड्यांच्या कोर्ससाठी आम्ही त्याचं नाव नोंदवलंय."

"त्याच्या शिफारशींचं काय?"

“तो रोझमेरी करशॉकडे रुजू होईपर्यंत एखादी उमरावपत्नी खूश होईल एवढ्या शिफारशी त्याच्याकडे असतील.”

“पण तुम्ही अशी लबाडी करत नसल्याचं मी ऐकलं होतं.”

“मि. कूपर, ते प्रामाणिक लोकांशी व्यवहार करताना. इथे दोन बदमाशांशी गाठ आहे आणि वाटेल ते करून त्या दोघांना गजाआड करण्याचा मी चंग बांधलाय.”

मी योजलेल्या कथेचा शेवट जेरेमी तुरुंगात जाऊन होणार नव्हता; पण हे मी हॅकेटला सांगायचं टाळलं.

रोझमेरीनं तयार केलेल्या यादीत विल्यम्सचा समावेश होता. या वेळी ती नोकरी त्याला मिळवून देण्यात मीही हातभार लावला. या कराराची प्रत वाचताना माझ्या डोक्यात एक कल्पना आली.

पुढच्या रविवारी मॅथ्यू आणि हॅकेट मला भेटायला आल्यावर मी सुचवलं, “विल्यम्सला सांगा की, त्यानं महिना १५००० फ्रँक्स पगार आणि पाच आठवड्यांची वार्षिक सुट्टी या अटी घालाव्यात.”

“का?” हॅकेटनं विचारलं. “तिनं तर फक्त ११००० फ्रँक्स पगार आणि तीन आठवडे सुट्टी एवढंच देऊ केलंय.”

मी फाइलवर नजर टाकून म्हणालो, “एवढा फरक तिला सहज परवडेल. विल्यम्सनं यापेक्षा कमी मागणी केली, तर तिला संशय येईल.”

मॅथ्यूनं हसून मान डोलवली.

अखेर रोझमेरी त्याला १३००० फ्रँक्स पगार आणि ४ आठवडे सुट्टी द्यायला राजी झाली. दोन दिवस विचार करून विल्यम्सने होकार कळवला. कामावर रुजू व्हायला त्याला एक महिना अवकाश होता. तेवढ्यात त्यानं वर्तमानपत्रांना इस्त्री करणं, वेगवेगळ्या प्रकारच्या मद्यांसाठी असलेल्या ग्लासचे प्रकार ओळखणं या गोष्टी शिकून घेतल्या.

विल्यम्स तिचा बटलर म्हणून कामाला लागताक्षणी काहीतरी निष्पन्न होईल, असं मला वाटलं होतं; पण ही अपेक्षा वस्तुस्थितीला धरून नसल्याचं हॅकेट मला दर रविवारी बजावत असे.

“विल्यम्सला पुरेसा वेळ द्यायला हवा,” डॉन म्हणाला. “त्याला आधी तिचा विश्वास संपादन करावा लागेल. तिला मुळीच शंका येता कामा नये. माझ्याच रस्त्यावर राहणाऱ्या एका ड्रग स्मगलरला पकडायला मला पाच वर्षं लागली.”

तुरुंगात मी खितपत पडलोय, याची मला त्याला जाणीव करून द्यावीशी वाटली. माझ्या दृष्टीनं ५ दिवस हा जास्त योग्य काळ होता. पण हे सर्वजण माझ्यासाठी किती जीव तोडून काम करताहेत, याची जाणीव असल्यामुळं मी

उतावीळपणाला आवर घातला.

महिन्याभरातच विल्यम्सनं आम्हाला तिथल्या कर्मचाऱ्यांचे फोटो पाठवून त्यांची इत्थंभूत माहिती कळवली. तसंच रोझमेरीला भेटायला येणाऱ्या सर्वांचं वर्णन कळवलं – अगदी देणगी मागायला आलेल्या पाद्र्यासह.

स्वयंपाकी : ग्रॅब्रियल पास्कल – इंग्रजी येत नाही. कामात तरबेज. मूळचा मार्सेलिसचा. कुटुंबाची माहिती काढली. माळी : जाक देनी – मठ्ठ, गुलाबाचे ताटवेही सांभाळता येत नाहीत; पण गावात प्रसिद्ध. रोझमेरीची खासगी सेविका – शार्लट मेरियू - कामचलाऊ इंग्रजी, लबाड, सेक्सी, मूळची पॅरिसची. तपास चालू. ही सर्व माणसं रोझमेरीनं फ्रान्समध्ये आल्यावर नेमली होती. त्यांचा एकमेकांशी किंवा रोझमेरीच्या पूर्वायुष्याशी संबंध नव्हता.

त्या सेविकेचा फोटो पाहताच हॅकेटच्या तोंडून एकदम एक उद्‌गार बाहेर पडला. मी भुवया उंचावल्या. तो म्हणाला, "आता विल्यम्स दिवसभर हिच्या संपर्कात येणार - कदाचित रात्रीही! जर त्यानं असले उद्योग केले नसते, तर एव्हाना सुपरिंटेंडेंट झाला असता; पण आता मात्र हे आपल्या फायद्याचं ठरणार आहे."

मी माझ्या बंकवर पडून तासन्‌तास या लोकांचे फोटो बघत असे; पण काही शोध लागेना. 'व्हिला फ्ल्यूर'ला भेट देणाऱ्या सर्वांची माहिती मी वारंवार वाचली; पण रोझमेरीची आई सोडून तिच्या पूर्वायुष्यातल्या कुणालाही तिचा ठावठिकाणा माहीत नव्हता – आणि असला तरी कुणी तिच्याशी संपर्क साधायचा प्रयत्न केला नाही. जेरेमी अलेक्झांडर जणू हवेत विरून गेला होता.

तिचं आणि जेरेमीचं बिनसलं की काय, अशी मला काळजी वाटू लागली; पण एक दिवस विल्यम्सला तिच्या टेबलावर एका देखण्या पुरुषाचा फोटो दिसला. त्यावर लिहिलं होतं : आपण नेहमीच एकत्र असू – जे.

पुढच्या काही आठवड्यांत चौकशी अधिकारी, समाजसेवक, तुरुंगाचे मानसोपचारतज्ज्ञ अशी अनेक माणसं मला वारंवार भेटायला येऊ लागली. मी कसंबसं चेहऱ्यावर प्रसन्न हसू ठेवायचा प्रयत्न करत असे; त्यामुळे या नोकरशाहीची चक्रं जरा वेगाने फिरायला मदत होईल, असं मॅथ्यूचं म्हणणं होतं.

माझं अपील फेटाळलं गेल्याला ११ आठवडे उलटले. मग एक दिवस कोठडीचं दार उघडलं गेलं आणि एक ज्येष्ठ अधिकारी आत आला.

"कूपर," तो म्हणाला. "गव्हर्नरसाहेब तुला भेटू इच्छितात." फिंगर्सच्या चेहऱ्यावर शंका उमटली. कारण गव्हर्नरसाहेबांचं बोलावणं म्हणजे काही दिवस एकांतवासाची शिक्षा असं समीकरण होतं.

कॉरिडॉरमधून त्यांच्या ऑफिसकडे जाताना माझी छाती धडधडत होती. त्या

अधिकाऱ्यानं हलकेच दार ठोठावलं. मला पाहून गव्हर्नर उठून उभे राहिले आणि शेकहॅन्ड करून म्हणाले, ''तुला चांगली बातमी देताना मला आनंद होतोय.''

त्यांनी मला एका आरामशीर खुर्चीत बसायला सांगितलं आणि माझ्या सुटकेच्या अटी वाचून दाखवल्या. मला कॉफीही मिळाली; जणू आम्ही जुने मित्र होतो.

तेवढ्यात दारावर थाप पडली आणि मॅथ्यू आत आला. बखोटीला माझ्या सहीसाठी कागदांचं बाड होतंच. मॅथ्यूनं ते कागद टेबलावर ठेवले आणि एकदम मला मिठी मारली. असलं काही तो रोज करत नसावा.

सर्व कागदपत्रांवर माझ्या सह्या झाल्यावर मॅथ्यू म्हणाला, ''आता सुटका झाल्यावर आधी काय करणार आहेस?''

''पिस्तुल खरेदी करणार,'' मी सहजपणे म्हणालो.

मॅथ्यू आणि गव्हर्नर हसत सुटले.

अखेर तीन दिवसांनी आर्मली तुरुंगाचं प्रचंड फाटक उघडलं गेलं. आत येताना माझ्याजवळ असलेली एक लहानशी सूटकेस घेऊन मी बाहेर पडलो. एकदाही मागे वळून न पाहता मी टॅक्सी पकडून स्टेशनवर आलो. लीड्समध्ये जरुरीपेक्षा क्षणभरही जास्त थांबण्याची माझी इच्छा नव्हती. हॅकेटला मी ब्रॅडफर्डला येत असल्याचं कळवलं आणि पहिल्या वर्गाचं तिकिट काढून ट्रेनमध्ये बसलो. ब्रिटिश रेल्वेच्या ब्रेकफास्टचा (हा मात्र पत्र्याच्या थाळीत नव्हता.) आस्वाद घेऊन मी 'फायनान्शियल टाइम्स' उघडला. या वेळी टाइम्स मला एका गुन्हेगाराकडून मिळण्याऐवजी एका देखण्या तरुणीकडून मिळाला. कुणीही माझ्याकडे कुतूहलानं पाहिलं नाही आणि का पाहावं? मी फर्स्ट क्लासमध्ये माझा नवा सूट घालून बसलो होतो. मी ये-जा करणाऱ्या प्रत्येक स्त्रीकडे पाहत होतो. का ते त्यांना कळणं शक्य नव्हतं.

ब्रॅडफर्ड स्टेशनवर डॉन आणि त्याची सेक्रेटरी जेनी केनराइट माझ्या स्वागताला हजर होते. हॅकेटनं माझ्यासाठी गावाबाहेर एक लहानसा फ्लॅट भाड्यानं घेऊन ठेवला होता. तिथं सामान ठेवल्यावर ते मला लंचला घेऊन गेले. सुरुवातीची विचारपूस झाली. जेनीनं माझ्या ग्लासात वाइन ओतली. डॉननं मला एक अनपेक्षित प्रश्न विचारला.

''आता तुमची सुटका झालीय. अजूनही मी जेरेमी अलेक्झांडरचा शोध चालू ठेवावा का?''

''हो,'' मी क्षणाचाही विचार न करता म्हणालो. ''मी आता जे स्वातंत्र्य उपभोगतोय, ते गेली ३ वर्षं त्यानं उपभोगलंय. त्यानं माझं स्वातंत्र्यच नव्हे, तर माझी पत्नी, माझी कंपनी आणि माझी अर्धी कमाई या गोष्टी हिरावून घेतल्या आहेत; त्यामुळे माझा निश्चय जास्तच दृढ झालाय. डॉनल्ड, जेरेमी अलेक्झांडरसमोर उभा

ठाकल्याशिवाय मी स्वस्थ बसणार नाही.''

"छान!'' डॉन म्हणाला. ''कारण रोझमेरी आता विल्यम्सवर विश्वास ठेवू लागली आहे. हळूहळू ती त्याला काही गोष्टी विश्वासानं सांगूही लागेल. तिला आता त्याची गरज निर्माण झालीय.''

एका योगायोगाची मला गंमत वाटली. विल्यम्स दुहेरी पगार घेत होता. अर्धा माझ्याकडून आणि अर्धा रोझमेरीकडून. मी डॉनला जेरेमीबद्दल विचारलं.

"विशेष नाही,'' डॉन म्हणाला. ''ती घरून त्याला कधीच फोन करत नाही आणि माझी खात्री आहे की, तोही तिच्याशी थेट संपर्क साधत नाही; पण विल्यम्सनं कळवलंय की, तो तिला दर शुक्रवारी १२च्या सुमारास मॅजेस्टिक हॉटेलमध्ये घेऊन जातो. ते त्या खेड्यातलं एकमेव हॉटेल आहे. ती कमीतकमी ४० मिनिटं आत असते. तिचा पाठलाग करण्याचं धाडस तो करणार नाही; कारण त्यानं गाडी सोडून कुठेही जायचं नाही, अशा तिच्या स्पष्ट सूचना आहेत आणि त्या मोडून नोकरी गमावणं त्याला परवडणार नाही.''

मी मान डोलवली.

"पण एखादी संध्याकाळ मोकळी मिळाली की, तो तिथल्या बारमध्ये जातो. त्यानं थोडीफार माहिती गोळा केलीय. त्या काळात रोझमेरी कुठेतरी परदेशी फोन करते, याची त्याला खात्री पटलीय. अनेकदा मॅजेस्टिकमध्ये जाताना ती वाटेत बँकेत थांबून बरीचशी नाणी घेऊन येते. बारमनच्या म्हणण्यानुसार ती काउंटरसमोरचा पब्लिक फोन वापरते. हॉटेलच्या स्विचबोर्डवरून कधीही फोन करत नाही.''

"ती कुणाला फोन करते हे कसं शोधून काढणार?'' मी विचारलं.

"आता मात्र विल्यम्सला बटलरांच्या संस्थेत शिकवल्या न जाणाऱ्या त्याच्या खास कला वापराव्या लागतील.''

"किती वेळ लागेल?''

"ते कळणं अशक्य आहे; पण त्याला दोन आठवड्यांनी रजा मिळणार आहे तेव्हा तो आपल्याला झालेली प्रगती सांगेल.''

महिनाअखेरीस विल्यम्स ब्रॅडफर्डला आला. त्यानं सूटकेस खाली ठेवण्याआधीच माझ्या प्रश्नांची सरबत्ती सुरू झाली. त्यानं रोझमेरीबद्दल भरपूर माहिती मिळवली होती. त्यांतल्या किरकोळ गोष्टींमध्येही मला रस होता. तिचं वजन वाढलं होतं हे ऐकून बरं वाटलं. ती एकाकी आणि उदासही झाली होती. मी खूश झालो. ती माझे पैसे झपाट्यानं उडवत होती, याचा मात्र आनंद झाला नाही; पण मुख्य मुद्दा म्हणजे ती जर जेरेमीला फोन करत असलीच तर दर शुक्रवारी त्या हॉटेलमधूनच. अर्थात ती नेमकी कुठे आणि कोणाला फोन करते, ते मात्र कळलं नव्हतं.

विल्यम्स फ्रान्सला परतला. तोपर्यंत रोझमेरीबद्दल आमच्या पूर्ण संसारात न

मिळालेली माहिती मला मिळाली.

पण प्रत्यक्ष जगात घडतं तशी एक अनपेक्षित घटना घडली. एका सोमवारी दुपारी अडीच वाजता फोन आला.

डॉनल्डनं फोन उचलला. विल्यम्सचा आवाज ऐकून त्याला आश्चर्य वाटलं. तो स्पीकर फोन सुरू करत म्हणाला, "आम्ही तिघंही ऐकतोय; पण आधी सांग, तुझी सुट्टी नसूनही फोन कसा केलास?"

"माझी हकालपट्टी झाली," विल्यम्स म्हणाला.

"त्या मोलकरणीबरोबर नसते चाळे करत नव्हतास ना?" ही डॉनची पहिली प्रतिक्रिया होती.

"ते परवडलं असतं, चीफ; पण जे घडलं ते फारच विचित्र होतं. मी मिस करशाँना गाडीनं गावात घेऊन जात होतो. वाटेत एका लाल सिग्नलजवळ थांबावं लागलं. दिवा हिरवा होण्याची वाट पाहताना एक माणूस माझ्याकडे टक लावून पाहू लागला. मी त्याला ओळखलं आणि त्यानं मला ओळखण्यापूर्वी दिवा हिरवा व्हावा अशी प्रार्थना करू लागलो; पण तो परत आला आणि माझ्याकडे पाहून हसला. मी नकारार्थी मान हलवली; पण तो काचेवर बोटानं वाजवून म्हणाला, 'इन्स्पेक्टर विल्यम्स! कसे आहात?' "

"कोण होता तो?" डॉननं विचारलं.

"नील केस. आठवतोय?"

"त्याला कसा विसरेन? कधीही केस न घेणारा केस. वाटलंच."

"मी त्याला ओळख दाखवली नाही. मिस करशाँही काही बोलल्या नाहीत; त्यामुळे बचावलो असं मला वाटलं; पण घरी येताच त्यांनी मला त्यांच्या अभ्यासिकेत बोलावलं आणि माझ्याकडून स्पष्टीकरणही न मागता मला कामावरून काढून टाकलं. मी जर तासाभरात माझं चंबुगबाळं घेऊन बाहेर पडलो नाही, तर पोलिसांना बोलावण्याची धमकी त्यांनी दिली."

"छे! पुन्हा मूळ पदावर," डॉन म्हणाला.

"तसंच काही नाही."

"काय बोलतोस? जर तू त्या घरात नसशील तर संपर्कच तुटेल आणि पुन्हा बटलरचा प्रयोग करणं शक्य नाही; कारण ती सावध झाली असेल."

"ती कल्पना आहे, चीफ," विल्यम्स म्हणाला. "पण मी पोलीस असल्याची शंका येऊन ती धास्तावली असावी. तिनं घाईघाईनं बेडरूममध्ये जाऊन एक फोन लावला. आता माझं बिंग फुटण्याची भीती नसल्यामुळे मी कॉरिडॉरमधला फोन उचलला. तिनं केंब्रिजचा नंबर दिला; पण अपेक्षित व्यक्तीनं फोन न उचलल्यामुळे

लगेच फोन ठेवला.''

''नंबर?'' डॉननं विचारलं.

''६४०७ काहीतरी ७.''

''काहीतरी ७ म्हणजे?'' डॉननं चिडून विचारलं.

''चीफ, त्या क्षणी माझ्याकडे नंबर लिहून घ्यायला काहीच साधन नव्हतं; त्यामुळे मला स्मरणशक्तीवर अवलंबून राहावं लागलं.'' त्याला डॉनच्या चेहऱ्यावरचे भाव दिसले नाहीत हे बरं.

''मग काय झालं?''

''मी पेन शोधून हातावर नंबर टिपून घेतला. मी पुन्हा फोन उचलला तेव्हा दुसऱ्याच एका बाईचा आवाज आला, 'डायरेक्टरसाहेब बाहेर गेले आहेत. तासाभरात येतील.' तेवढ्यात कुणाचीतरी चाहूल लागल्यानं मी पटकन फोन ठेवला. तेवढ्यात शार्लट तिथे आली. मला का काढून टाकलंय हे तिनं विचारलं. मला पटकन उत्तर सुचेना. मग मी मालकिणीशी गैरवर्तन केलं असेल, असा तिनं आरोप केला. मी तो समज तसाच राहू दिला; पण बदल्यात एक थप्पड खाल्ली.''

मला हसू आलं; पण डॉन आणि जेनीनं काहीच प्रतिक्रिया दिली नाही. विल्यम्सनं विचारलं, ''आता मी काय करू? इंग्लंडला परत येऊ?''

''नको,'' डॉन म्हणाला. ''सध्या तिथेच मॅजेस्टिकमध्ये खोली घेऊन राहा आणि तिच्यावर २४ तास नजर ठेव. तिनं वेगळं काही केलं तर कळव. आम्ही केंब्रिजला जातोय. तिथे हॉटेलात पोहोचल्यावर फोन करतो.''

''ओके सर!'' विल्यम्सनं फोन ठेवला.

डॉननं फोन ठेवताक्षणी मी विचारलं, ''कधी निघायचं?''

''आज रात्री,'' तो म्हणाला. ''पण तत्पूर्वी मला काही फोन करायचेत.''

डॉननं केंब्रिजमधल्या १० नंबरांवर फोन केला. विल्यम्सनं दिलेला नंबर त्यानं फिरवला आणि आठवत नसलेल्या क्रमांकाच्या जागी ० ते ९ हे नंबर फिरवले.

०२२३६४०७०७ हा एका शाळेचा नंबर निघाला 'सॉरी, रॉंग नंबर', असं म्हणून डॉननं फोन ठेवला. ७१७ - मेडिकल स्टोअर. ७२७ - गॅरेज. ७३७ - एका वयस्कर माणसाचा आवाज ''सॉरी रॉंग नंबर''. ७४७ - वार्ताहराचा नंबर. ७५७ - एका पोलिसाची बायको (मी हसू आवरलं, डॉन नुसताच हुंकारला.). ७६७ - एका स्त्रीचा आवाज, ''रॉंग नंबर''. ७७७ - सेंट कॅथरिन कॉलेज, ७८७ - ॲन्सरिंग मशीनवरील स्त्रीचा आवाज आणि ७९७ - ब्यूटी पार्लर.

डॉनल्डनं यादी तपासली. ''७३७, ७६७ किंवा ७८७ यांपैकी असणार. आता मात्र माझ्या ओळखींचा वापर करण्याची वेळ आली आहे.''

त्यानं ब्रॅडफर्डला फोन केला. तिथल्या डेप्युटी चीफ कॉन्स्टेबलची पश्चिम

यॉर्कशायरला बदली झाली होती.

"ॲलन लीक," डॉननं स्वत:हून सांगितलं. "मी इन्स्पेक्टर झालो तेव्हा तो सार्जंट होता." त्यानं केंब्रिजशायर पोलीस चौकीला फोन केला.

"केंब्रिज पोलीस! मी काय मदत करू शकते?" एका स्त्रीचा आवाज आला.

"मला डेप्युटी चीफ कॉन्स्टेबलशी बोलायचंय."

"कुणाचा फोन आहे म्हणून सांगू?"

"डॉनल्ड हॅकेट."

मग आवाज आला, "डॉनल्ड! प्लेझंट सरप्राइज. निदान तशी आशा करतो. पण तू सहज फोन करणाऱ्यांतला नाहीस. तू कामाच्या शोधात तर नाहीस ना? तू नोकरी सोडल्याचं कळलं."

"हो. मी राजीनामा दिलाय हे खरं आहे; पण कामाच्या शोधात नाही. केंब्रिज पोलीस खात्याला माझा सध्याचा पगार देणं परवडणार नाही."

"बोल, काय काम काढलंस?"

"मला केंब्रिजमधल्या तीन फोन नंबर्सचा पत्ता लावायचाय."

"अधिकृतपणे?"

"सध्या नाही; पण कदाचित तुझ्या हद्दीत एखादी अटक होऊ शकेल," डॉन म्हणाला.

"ठीक आहे. ते एक आणि तू विचारलंस एवढं पुरेसं आहे."

डॉननं ते तिन्ही क्रमांक सांगितले. लीकने त्याला क्षणभर थांबायला सांगितलं. उत्तराची वाट पाहताना डॉन मला म्हणाला, "हल्ली फक्त काही बटनं दाबली की, मॉनिटरवर नंबर दिसतो. काळ बदललाय. पूर्वी याच कामासाठी आम्हाला बरीच पायपीट करावी लागत असे."

तेवढ्यात लीकचा आवाज आला, "हं. पहिला ६४०७३७. विंग कमांडर डॅन्व्हर्स स्मिथ. घरी एकटेच असतात." त्यानं केंब्रिजच्या दक्षिणेला असलेल्या ग्रेट शेल्फर्डचा पत्ता दिला. जेनीनं तो लिहून घेतला.

"७६७ - कोणी प्रोफेसर आणि मिसेस बाल्सेस्कू आहेत. ग्रेट शेल्फर्डमध्येच राहतात. ७८७ डेम ज्युलिया रेनॉ. प्रसिद्ध ऑपेरा गायिका. ग्रँट चेस्टरमध्ये राहतात. आम्ही चांगलं ओळखतो त्यांना. त्या घरी फारशा नसतातच. कार्यक्रमाच्या निमित्तानं जगभर भ्रमंती चालू असते. त्या परदेशी असताना वर्षभरात त्यांच्याकडे तीन वेळा घरफोडी झाली."

"थँक्यू!" डॉन म्हणाला. "खूप मदत केलीस."

"मला आणखी काही सांगायचंय?" लीकनं आशेनं विचारलं.

"या क्षणी तरी नाही," डॉन म्हणाला. "पण माझा तपास पूर्ण झाल्यावर

सर्वांत आधी तुला सांगेन.''

फोन बंद झाला.

डॉन आमच्याकडे वळून म्हणाला, ''बरं, आपण आणखी दोन तासांनी केंब्रिजला जायला निघू. तयारी करायला पुरेसा वेळ आहे. दरम्यान, जेनी आपल्यासाठी गावभागात एखादं हॉटेल बुक करेल. सहा वाजता भेटू या.''

पुढे चकार शब्द न बोलता तो खोलीबाहेर पडला.

माझ्या वडिलांचं आणि याचं छान जमलं असतं.

त्यानंतर दोन तासांनी आम्ही केंब्रिजच्या वाटेवर होतो. ए वन महामार्गावर जेनीनं गाडीचा वेग बरोबर ताशी ६९ मैल ठेवला.

''डिटेक्टिव्ह कामातला सर्वांत कंटाळवाणा भाग आता सुरू होणार आहे,'' डॉन म्हणाला. ''कसून चौकशी आणि तासन्तास पाळत ठेवणं. डेम ज्युलिया यांचं नाव वगळायला हरकत नाही. जेनी, तू विंग कमांडरच्या मागं लाग. शाळा सोडल्यापासून वायुदलातून निवृत्त होईपर्यंत, त्यांच्या संपूर्ण कारकिर्दीची मला माहिती हवीय. उद्याच क्रॅनवेलच्या रॉयल एअरफोर्स कॉलेजपासून सुरुवात कर. त्यांच्या नोकरीच्या सर्व नोंदी तपास. मी प्रोफेसरांच्या मागावर सुटतो. विद्यापीठाच्या वाचनालयापासून सुरुवात करावी लागेल.''

''मी काय करू?'' मी विचारलं.

''मि. कूपर, सध्यातरी तुम्ही कुणाच्या नजरेस न पडलेलं बरं. विंग कमांडर किंवा प्रोफेसर, यांच्यामार्फत कदाचित आपण जेरेमीपर्यंत पोहोचू शकू. तुम्ही मध्ये येऊन उगीच त्यांना सावध करायला नको.''

मी नाखुशीनंच कबूल झालो.

मी गार्डन हाउस हॉटेलच्या स्वीटमध्ये बस्तान बसवलं. सुखसोयी असलेला तुरुंगच म्हणा ना! पण अगदी आरामदायी गाद्या, उशा असूनही मला झोप येईना. सकाळी लवकर उठलो. दिवसभर बातम्या, ऑस्ट्रेलियन मालिका आणि सिनेमे पाहण्यात घालवला. मन मात्र क्रॅनवेल आणि लायब्ररी यांच्याकडे आळीपाळीनं धाव घेत होतं.

त्या संध्याकाळी आम्ही डॉनच्या रूममध्ये भेटलो. दोघांच्याही तपासाचा निष्कर्ष एकच होता. ही दोन्ही माणसं देत असलेली ओळख खरी होती.

''त्यांच्यापैकीच एकजण जेरेमी निघणार, याची मला खात्री होती,'' मी निराशा लपवत म्हणालो.

''हे इतकं सोपं असतं तर आणखी काय हवं होतं?'' डॉन म्हणाला. ''पण तरीही यांपैकी एकाच्या मार्फत आपल्याला जेरेमीपर्यंत पोहोचता येणार नाहीच असं नाही. जेनी, विंग कमांडरबद्दल काय माहिती मिळाली?''

''विंग कमांडर डॅन्व्हर्स स्मिथ – क्रॅनवेलमधून १९३८ मध्ये वायुदलाचं

प्रशिक्षण पूर्ण केलं. दोन नंबरच्या स्क्वॉड्रनमध्ये रुजू झाले. दुसऱ्या महायुद्धात जर्मनी आणि जर्मनीव्याप्त फ्रान्सवर हवाई हल्ल्यात सहभाग. १९४३ मध्ये शौर्यपदक. १९५८ मध्ये वैमानिक म्हणून निवृत्ती. त्यानंतर ग्लूस्टरशायरच्या वायुदल केंद्रात प्रशिक्षक. अखेरची नेमणूक डेप्युटी कमांडिंग ऑफिसर म्हणून सॉमरसेटमध्ये. १९७७ मध्ये निवृत्त होऊन पत्नीसह ग्रेट शेल्फर्डमध्ये स्थायिक. इथेच त्यांचं बालपण गेलं.''

"मग आता एकटे कसे?''

"त्यांची पत्नी तीन वर्षांपूर्वी वारली. त्यांना दोन मुलं – टॉम आणि पॅमेला. दोघंही विवाहित; पण अन्यत्र राहतात. अधूनमधून वडिलांना भेटायला येतात.''

जेनीनं एका दिवसात विंग कमांडरबद्दल एवढी माहिती कशी मिळवली, याचं मला कुतूहल वाटलं; पण मी विचारलं नाही कारण डॉननं प्रो. बाल्सेस्क्यूबद्दल काय माहिती मिळवली आहे, याची मला उत्सुकता होती.

डॉननं त्याच्या पायाशी पडलेले काही कागद उचलले. तो म्हणाला, "आता मी या नामांकित प्रोफेसरांबद्दल काय कळलं ते सांगतो. त्यांना रुमेनियात नजरकैदेत ठेवलं गेलं होतं. तिथून ते १९८९ मध्ये निसटले. या कामी त्यांना काही बंडखोर विद्यार्थ्यांची मदत झाली. बल्गेरियामार्गे ते ग्रीसला पोहोचले. त्यांच्या सुटकेविषयी सर्व वृत्तपत्रांनी सविस्तर बातम्या दिल्या होत्या. त्यांनी इंग्लंडमध्ये आश्रयासाठी अर्ज केला. त्यांना केंब्रिजच्या गॉनव्हिल आणि केयस कॉलेजमध्ये शिक्षकाची नोकरी मिळाली. त्यानंतर तीनच वर्षांत ते पूर्व युरोपविषयक अभ्यासक्रमाचे प्रमुख झाले. सध्या ते रुमेनियाशी संबंधित विषयावर सरकारला सल्ला देतात. त्या विषयावर त्यांनी एक विद्वत्तापूर्ण पुस्तकही लिहिलंय. राणीसाहेबांच्या वाढदिवसानिमित्त दिल्या जाणाऱ्या राष्ट्रीय पुरस्कार विजेत्यांच्या यादीतही त्यांचं नाव होतं.''

"पण या दोघांपैकी कुणी रोझमेरीला ओळखत असणं कसं शक्य आहे?'' मी म्हणालो. "फोन नंबर लिहून घेण्यात विल्यम्सची काहीतरी चूक झाली असणार.''

"विल्यम्स चुका करत नाही, मि. कूपर,'' डॉन म्हणाला. "अन्यथा मी त्याला कामावर घेतलंच नसतं. तुमच्या बायकोनं या दोनपैकी एका नंबरवर फोन केलाय. तो कोणता हे आपण शोधून काढूच. या वेळी मात्र मला तुमच्या मदतीची गरज आहे.''

मी दिलगिरी व्यक्त केली; पण माझं समाधान झालं नाही.

"इथून विंग कमांडरांच्या घरापर्यंत पोहोचायला किती वेळ लागेल?'' डॉननं जेनीला विचारलं.

"पंधरा मिनिटं. केंब्रिजच्या दक्षिणेला ग्रेट शेल्फर्डजवळ त्यांचं घर आहे.''

"ठीक, आपण त्यांच्यापासून सुरुवात करू. तुम्ही दोघं पहाटे पाच वाजता हॉटेलच्या लॉबीत हजर राहा.''

रात्री मला सतत जाग येत होती. आमचा शोध भरकटतोय की काय, असं मला वाटू लागलं; पण निदान आता मी त्यांच्याबरोबर असणार होतो. दिवसभर टीव्हीवर ऑस्ट्रेलियन मालिका पाहण्यापेक्षा हे बरं!

साडेचारला उठायला मला फोनची गरज नव्हती. फोन आला तेव्हा मी अंघोळ करत होतो. पाच वाजून काही मिनिटांनी आम्ही हॉटेलच्या बाहेर पडलो. बोचरी थंडी पडली होती. गाडीत बसताना मी कुडकुडत होतो.

जेनीनं गावाबाहेर पडून लंडनचा रस्ता धरला. एक मैल अंतरावर डावीकडे वळून आम्ही एका टुमदार गावात आलो. दुतर्फा नीटनेटकी आणि उत्तम निगा राखलेली घरं होती. गावातलं मध्यवर्ती उद्यान ओलांडून आम्ही अर्धा मैल पुढे गेलो. मग जेनीनं अचानक गाडी वळवून एका मोकळ्या जागेत उभी केली. इंजिन बंद करून तिनं एका घराकडे बोट दाखवलं. घराला ब्रिटिश वायुदलाचा निळा रंग दिलेलं दार होतं.

''हेच त्यांचं घर,'' जेनी म्हणाली. ''नंबर ४७.'' डॉननं त्याची लहानशी दुर्बीण घरावर रोखली.'

लवकर उठणारे लोक घराबाहेर पडत होते. त्यांच्या गाड्या स्टेशनच्या दिशेने जात होत्या. ते बहुधा लंडनची ट्रेन पकडणार असावेत. नंतर घरोघर पेपर टाकणारी एक वयस्कर स्त्री दिसली. मग दूधवाला त्याच्या व्हॅनमधून अवतरला. तो दारोदारी दूध, अंडी आणि ज्यूसचे डबे ठेवत होता. हळूहळू घरांमधले दिवे लागू लागले. विंग कमांडरांच्या घरासमोर आता दुधाची बाटली आणि पेपर दिसत होते.

घर नं. ४७ च्या बाजूच्या घरातले दिवेही लागले. अखेर त्या घरात पहिल्या मजल्यावर एक दिवा लागला. त्यासरशी डॉन एकदम ताठ बसला. त्याची नजर घरावर खिळून राहिली.

एव्हाना मी कंटाळून डुलक्या काढू लागलो होतो. काही वेळानं ब्रेकफास्ट मिळेल, या आशेवर मी होतो; पण माझ्यासोबत दोन पक्की व्यावसायिक माणसं होती. नाश्ता वगैरे किरकोळ बाबी त्यांच्या खिजगणतीतही नव्हत्या. ते नि:शब्दपणे घर नं ४७ वर डोळ्यांत तेल घालून नजर ठेवत होते.

सकाळी १०.१९ ला करड्या रंगाची पँट आणि ट्वीडचा कोट अशा वेषातला एक सडपातळ, वयस्कर माणूस बाहेर पडला आणि दमदार चालीनं गाडीच्या दिशेनं गेला. लांबून फक्त त्याच्या पांढऱ्याशुभ्र भरघोस मिशा लक्ष वेधून घेत होत्या. सारं शरीरच त्या मिशांभोवती रचलं गेल्यासारखं वाटत होतं. डॉनकडची दुर्बीण त्याच्यावर रोखली गेली.

''याला पूर्वी कधी पाहिलंस?'' डॉननं माझ्या हातात दुर्बीण देत विचारलं.

मी दुर्बिणीतून त्याच्याकडे बारकाईनं पाहिलं, ''कधीच नाही,'' मी म्हणालो. तो

माणूस त्याच्या जुनाट ऑस्टिन अॅलीग्रो गाडीजवळ थांबला. "या मिशा विसरणं कसं शक्य आहे?"

"ती काही एका आठवड्यांत नक्कीच वाढलेली नाही," डॉन म्हणाला. डॅन्व्हर्स स्मिथची गाडी मुख्य रस्त्यावर आली.

जेनीच्या तोंडून शिवी बाहेर पडली. "मला वाटतं, स्वत:ची गाडी घेतली, त्या अर्थी तो केंब्रिजला जाईल." तिनं सफाईनं गाडी वळवली आणि त्याचा पाठलाग सुरू केला. काही मिनिटांतच आमच्यामध्ये फक्त दोनच गाड्या होत्या.

डॅन्व्हर्स स्मिथ वेगमर्यादा पाळत होते. वैमानिक असण्याचे दिवस संपले होते. पुढच्या गावापर्यंत आम्ही त्यांच्या गाडीचा सुरक्षित अंतर ठेवून पाठलाग केला. पुढे अर्ध्या मैलावर ते एका पेट्रोल पंपाजवळ थांबले.

"त्याच्या मागे राहा," डॉन म्हणाला. जेनीनंही गाडी पेट्रोल पंपावर घेतली आणि डॅन्व्हर्स स्मिथच्या गाडीच्या मागे उभी केली.

"मि. कूपर, डोकं खाली राहू द्या," डॉन बाहेर पडत म्हणाला. "त्यांनी तुम्हाला न पाहिलेलं बरं."

"आता काय करणार?" मी सीटच्या आडून डोकावत विचारलं.

"थोडा धोका पत्करून एक जुनीच युक्ती वापरणार," डॉन म्हणाला.

त्यानं मागे जाऊन पेट्रोलच्या टाकीचं झाकण उघडलं. विंग कमांडरांनी त्यांच्या पंपाचं टोक त्यांच्या गाडीच्या टाकीत घातलं. डॉन त्याच्या आधीच भरलेल्या टाकीत हळूहळू पेट्रोल भरू लागला. मग अचानक त्यांच्याकडे पाहून आनंदून म्हणाला, "विंग कमांडर डॅन्व्हर्स स्मिथ?"

विंग कमांडरांनी मान वर करून डॉनकडे पाहिलं. त्यांचा रापलेला चेहरा गोंधळल्यासारखा वाटला.

"मी बेकर, सर," डॉन म्हणाला. "फ्लाइट लेफ्टनंट बेकर. लॉकिंग एअर फोर्समध्ये मी तुमचं लेक्चर ऐकलं."

"वा! बेकर, तुझी स्मरणशक्ती उत्तम आहे," डॅन्व्हर्स स्मिथ म्हणाले. "तुला भेटून आनंद झाला." त्यांनी टाकीत सोडलेली नळी काढून पंपावर अडकवली.

"सध्या काय चाललंय?"

जेनीनं हसू आवरलं.

"खासगी नोकरी, सर. ब्रिटिश एअरवेज. डोळ्यांच्या तपासणीत नापास झाल्यामुळे उड्डाणं बंद झाली. कारकुनी करावी लागते; पण तेवढंच शक्य होतं."

"बॅड लक, मित्रा." ते दोघंही बिल द्यायला गेले.

परत येताना ते जुने मित्र असल्यासारखे गप्पा मारत होते. विंग कमांडरांनी डॉनल्डच्या खांद्यावर हात टाकला होता. दोघांनी शेकहॅन्ड करून निरोप घेतला.

"गुड बाय, सर," डॉन म्हणाला. विंग कमांडर गाडीत बसून घराकडे निघाले. डॉनही गाडीत बसला.

"हे काही आपल्याला अलेक्झांडरपर्यंत पोहोचवणार नाहीत. हा सच्चा माणूस आहे. त्यांना पत्नीची आठवण येते. मुलं पुरेशी भेटत नाहीत; त्यामुळे काहीसे एकाकी झाले आहेत. त्यांनी तर मला दुपारी जेवायला बोलावलं."

"मग गेला का नाहीत?" मी विचारलं.

"गेलो असतो; पण मी लीड्सचा आहे हे सांगितल्यावर आयुष्यात फक्त एकदाच लीड्सला गेल्याचं ते म्हणाले. तेही कसोटी सामना बघायला. त्यांनी रोझमेरी कूपर आणि जेरेमी अलेक्झांडर ही नावंही ऐकली नाहीत, हे मी पैजेवर सांगतो. आता परत केंब्रिजला जाऊ या आणि जेनी, गाडी हळू चालव. त्यांना गाठलंस तर त्यांच्याबरोबर लंच घ्यावं लागेल."

जेनीनं गाडी पुन्हा केंब्रिजच्या दिशेनं वळवली. दोन मैल गेल्यानंतर डॉननं तिला गाडी बाजूला थांबवायला सांगितली. तिथे 'शेल्फर्ड एबी क्लब' अशी पाटी होती.

"प्रोफेसर आणि त्यांची पत्नी या कुंपणापलीकडे राहतात," डॉन बोट दाखवत म्हणाला. "आरामात बसा, मि. कूपर. इथे वेळ लागणार आहे."

साडेबाराला जेनी गावात जाऊन फिश आणि चिप्स घेऊन आली. मी त्यावर ताव मारला. तीन वाजेपर्यंत मी पार कंटाळून गेलो. कधी एकदा हॉटेलवर जातो असं झालं होतं. साडेसहाला टीव्हीवर 'हॅपी डेज' ही मालिका सुरू होती.

डॉननं माझ्या मनातले विचार ओळखले असावेत. "गरज पडलीच तर इथे रात्रभर थांबायचंय," तो म्हणाला. "न झोपता ४९ तास हे माझं रेकॉर्ड आहे; तुझं जेनी?" बोलतानाही त्याची नजर घरावरून हटत नव्हती.

"एकतीस तास, सर." ती म्हणाली.

"मग तुला तुझं रेकॉर्ड मोडण्याची संधी आहे."

त्यानंतर क्षणभरातच एक पांढरी बीएमडब्ल्यू त्या घराच्या फाटकातून बाहेर पडली. एक स्त्री गाडी चालवत होती. रस्त्यावर येण्यापूर्वी तिनं दोन्ही बाजूंना नजर टाकली आणि गाडी उजवीकडे केंब्रिजच्या दिशेनं वळवली. माझी नजर तिच्या देखण्या चेहऱ्यावर पडली.

"मी तिला पूर्वी बघितलंय," मी एकदम म्हणालो.

"तिच्या मागे चल, जेनी," डॉन तीक्ष्ण स्वरात म्हणाला. "पण योग्य अंतर ठेव."

"कुठं पाहिलंत तिला?" डॉन माझ्या हातात दुर्बीण देत म्हणाला.

"आठवत नाही," मी म्हणालो. मागून मला फक्त तिचे भुरे, कुरळे केस दिसत होते.

"नीट विचार करा. ही आतापर्यंतची आपली सर्वांत चांगली संधी आहे," डॉन म्हणाला. ही एखाद्या कैद्याची चौकशी वाटू नये, असा त्याचा प्रयत्न होता.

मी हा चेहरा कुठेतरी पाहिला होता हे नक्की; पण प्रत्यक्ष भेट झाल्याचं आठवत नव्हतं. मी मेंदूला ताण दिला. गेल्या पाच वर्षांत ओळखीची स्त्री मी पाहिली नव्हती. इतकी सुंदर तर मुळीच नाही; पण डोक्यात प्रकाश पडेना.

"आठवायचा प्रयत्न करा," डॉन म्हणाला. "तोपर्यंत मी एक सोपी गोष्ट शोधून काढतो. जेनी, फार जवळ जाऊ नकोस. तिच्यासमोर आरसा आहे. कूपरना ती आठवत नसेल, पण ती कदाचित त्यांना ओळखेल."

डॉननं गाडीतला फोन उचलून एक नंबर फिरवला. "मी निवृत्त झाल्याचं त्याला कळलेलं नसलं म्हणजे मिळवलं," तो पुटपुटला.

"स्वॉन्सी स्टेशन. मी काय मदत करू शकतो?"

"सार्जंट क्रॅन, प्लीज."

"डेव्ह क्रॅन," पलीकडून आवाज आला.

"डॉनल्ड हॅकेट."

"गुड आफ्टरनून, चीफ सुपरिंटेंडेंट. बोला, काय हवंय?"

"पांढरी बीएमडब्ल्यू. के २७३ एस सी ई." डॉन समोरच्या गाडीचा नंबर वाचत म्हणाला.

"फोन ठेवू नका, सर. लगेच सांगतो."

डॉनची नजर बीएमडब्ल्यूवर खिळली होती. आमच्यात ३० यार्डांचं अंतर होतं. समोरचा सिग्नल हिरवा होता. तेवढ्यात लाल दिव्यामुळे अडकावे लागू नये म्हणून जेनीनं वेग वाढवला. दिवा पिवळा होतानाच आम्ही झटकन चौक ओलांडला; तेवढ्यात सार्जंट क्रॅनचा आवाज आला.

"गाडीचा पत्ता लागला, सर. सूझन बाल्सेस्क्यू यांच्या नावावर गाडी आहे. पत्ता सांगतो. द केंडाल, हाय स्ट्रीट, ग्रेट शेल्फर्ड, केंब्रिज. १९९१ मध्ये वेगमर्यादा ओलांडल्याबद्दल ३० पौंडांचा दंड झाला होता. बाकी काही माहिती नाही."

"थँक्स, सार्जंट."

"माय प्लेजर."

"रोझमेरीनं बाल्सेस्क्यू दांपत्याशी संपर्क का साधावा?" डॉनल्ड फोन ठेवत म्हणाला, "आणि त्या दोघांशी की त्यांपैकी एकाशी?"

आम्ही दोघंही उत्तर द्यायच्या भानगडीत पडलो नाही.

थोड्या वेळानं डॉन म्हणाला, "आता जाऊ दे तिला. त्या दोघांपैकी कुणालाही सामोरं जाण्यापूर्वी थोडा तपास करावा लागेल. आता हॉटेलवर जाऊन पुढचं ठरवू."

"योगायोग असेल," मी म्हणालो, "पण माझी जेरेमीशी ओळख असताना

त्याच्याकडेही पांढरी बीएमडब्ल्यू होती.''

''एफ १७३ बी झेड के,'' जेनी म्हणाली. ''मी फाइलमध्ये वाचलंय.''

डॉननं मागे वळून पाहिलं. तो म्हणाला, ''अनेकांना सिगारेट किंवा दारू सोडणं जमत नाही. काहीजणांना एखाद्या प्रकारच्या गाडीची आवड असते. अर्थात, पांढरी बीएमडब्ल्यू खूपजणांकडे असेल.''

डॉनल्डच्या खोलीत परतल्यावर त्यानं प्रो. बाल्सेस्क्यू यांच्याबद्दल मिळवलेल्या माहितीची फाइल उघडली. त्यांच्या रुमेनियातून झालेल्या सुटकेबद्दल 'टाइम्स'मध्ये सविस्तर माहिती आली होती.

''प्रो. बाल्सेस्क्यू बुखारेस्ट विद्यापीठात विद्यार्थी असतानाच प्रकाशात आले. त्यांनी लोकनियुक्त सरकार उलथून टाकण्याची मागणी केली. त्यांना ऑक्सफर्ड विद्यापीठात पद मिळाल्यावर रुमेनियातल्या अधिकाऱ्यांना हायसे वाटले. आता परत यांच्याशी संबंध येणार नाही, अशी त्यांची समजूत झाली; पण तीन वर्षांनी ते बुखारेस्टला परतून राज्यशास्त्राचे शिक्षक म्हणून रुजू झाले. पुढच्याच वर्षी त्यांनी विद्यार्थ्यांना हाताशी धरून निकोलाय चेसेस्क्यू यांच्या समर्थनार्थ आंदोलन केलं. चेसेस्क्यू अध्यक्ष झाल्यावर त्यांची कॅबिनेटमध्ये शिक्षणमंत्री म्हणून नेमणूक झाली; पण लवकरच त्यांचा चेसेस्क्यू सरकारबद्दल भ्रमनिरास झाला. दीड वर्षातच ते राजीनामा देऊन साधे शिक्षक म्हणून रुजू झाले. तीन वर्षांनी ते राज्यशास्त्र आणि अर्थशास्त्र विभागांचे प्रमुख झाले.''

पण बाल्सेस्क्यूंच्या भ्रमनिरासाचं लवकरच सरकारवरच्या रागात रूपांतर झालं. १९८६ मध्ये त्यांनी चेसेस्क्यू आणि त्यांचं बाहुलं सरकार यांच्यावर टीका करणारी पत्रकं काढण्याचा सपाटा लावला. काही आठवड्यांनी सरकारवर जहरी टीका केल्याबद्दल त्यांना पदभ्रष्ट करून स्थानबद्ध करण्यात आले. ऑक्सफर्डमधल्या काही इतिहासकारांनी 'टाइम्स'मध्ये पत्र लिहून त्याचा निषेध केला. पुढची काही वर्षं प्रोफेसरांचा पत्ता नव्हता. त्यानंतर १९८९ च्या अखेरीस एका विद्यार्थी संघटनेने त्यांची रुमेनियातून सुटका केली आणि अखेर ते बल्गेरिया आणि ग्रीसमार्गे ब्रिटनमध्ये पोहोचले. त्यांना प्रलोभनं दाखवून आपल्याकडे खेचण्यात विद्यापीठांची स्पर्धा सुरू झाली. त्यात केंब्रिजची सरशी झाली आणि सप्टेंबर १९९० मध्ये ते गॉनव्हिल आणि कायसमध्ये 'फेलो' म्हणून रुजू झाले. १९९१ मध्ये सर हाल्फर्ड मॅके निवृत्त झाले आणि बाल्सेस्क्यूंची पूर्व युरोपविषयक विभागाच्या प्रमुखपदी नेमणूक झाली.''

डॉनल्डनं फाइलमधून डोकं वर काढलं. "हा त्याचा काही वर्षांपूर्वी ग्रीसमध्ये काढलेला फोटो; पण खूपच अस्पष्ट असल्यामुळे उपयोगाचा नाही."

मी तो कृष्ण-धवल फोटो पाहिला. एक मध्यमवयीन दाढीवाला माणूस विद्यार्थ्यांच्या गराड्यात उभा होता. त्याचं जेरेमीशी काहीच साम्य नव्हतं.

"आणखी एक मार्ग खुंटला," मी म्हणालो.

"तसं दिसतंय खरं," डॉन म्हणाला. "विशेषत: मला काल जे कळलं त्यावरून त्यांची सेक्रेटरी म्हणाली की, ते त्यांचं साप्ताहिक लेक्चर दर शुक्रवारी १० ते ११ या वेळात देतात."

"पण तरीही दुपारी १२ वाजता त्यांना रोझमेरीचा फोन घेणं शक्य आहे," जेनी मध्येच म्हणाली.

"मला माझं बोलणं पूर्ण करू देशील का?" हॅकेट तीक्ष्ण स्वरात म्हणाला. जेनीनं मान खाली घातली. "दुपारी १२ वाजता त्यांच्या ऑफिसमध्ये त्यांच्याच अध्यक्षतेखाली विभागाच्या सर्व कर्मचाऱ्यांची मीटिंग होते; त्यामुळे त्यांना १२ वाजता बाहेरचा फोन घेणं शक्य नाही, हे तुला मान्य व्हायला हरकत नाही."

डॉन माझ्याकडे वळून म्हणाला, "सॉरी! आपण मूळ पदावर आलोय. अर्थात तुम्ही सौ. बाल्सेस्क्यूंना कुठे भेटला होता, हे आठवलं तर गोष्ट वेगळी."

मी नकारार्थी मान हलवली. "कदाचित माझी चूक होत असेल," मी कबूल केलं.

पुढच्या काही तासांत डॉन आणि जेनीनं सर्व फाइल्स पुन्हा तपासल्या. मिळालेले दहा फोन नंबरही पुन्हा तपासले.

जेनी अगतिक झाली होती. "सर, रोझमेरीचा दुसरा कॉल आठवतोय? डायरेक्टर सध्या उपलब्ध नाहीत, यावरून काही माग लागू शकेल?"

"शक्य आहे," डॉन म्हणाला. "हे डायरेक्टर कोण ते समजलं, तर जेरेमीच्या दिशेनं आणखी एक पाऊल पडेल."

रूममधून बाहेर पडताना जेनीचे शब्द कानावर पडले, "चीफ, इंग्लंडमध्ये किती डायरेक्टर आहेत कोण जाणे!"

दुसऱ्या दिवशी सकाळी आम्ही डॉनच्या रूमवर ब्रेकफास्ट घेत होतो. त्यानं आतापर्यंत मिळालेल्या सर्व माहितीचा आढावा घेतला. तरीही आम्ही रहस्याची उकल करण्यापासून दूरच होतो.

"सौ. बाल्सेस्क्यूंचं काय?" मी म्हणालो, "कदाचित शुक्रवारचा फोन ती घेत असेल. कारण या वेळी तिचा नवरा कुठे असतो, हे तिला पक्कं ठाऊक असतं."

"कबूल; पण ती फक्त निरोप घेण्याचं काम करते की, ती स्वतःच जेरेमीची मैत्रीण आहे?" डॉननं विचारलं.

"तिचा फोन टॅप केला तर कळेल," जेनी म्हणाली.

डॉनल्डनं तिच्याकडे दुर्लक्ष केलं आणि घड्याळाकडे पाहत म्हणाला, "चला, बाल्सेस्क्यूच्या भाषणाला जायची वेळ झाली."

"तिकडे कशाला?" मी विचारलं. "आता सौ. बाल्सेस्क्यूवर लक्ष केंद्रित करायला हवं."

"तुमचं बरोबर असेलही," डॉनल्ड म्हणाला, "पण तपासात बारीकशी गोष्टही वगळता कामा नये. त्याचं पुढचं लेक्चर थेट एका आठवड्यानंतर आहे; त्यामुळे हे काम आताच उरकलेलं बरं आणि तसंही आपण ११ वाजता बाहेर पडू. आणि सौ. बाल्सेस्क्यू १२ ते १२॥ मध्ये फोनवर असतील तर..."

डॉनल्डनं जेनीला गाडी हॉटेलसमोर आणायला सांगितलं. तेवढ्यात मी माझ्या रूमवर सटकलो आणि माझ्या सूटकेसच्या तळाशी असलेली एक वस्तू काढून खिशात घातली. काही मिनिटांतच मी त्यांना सामील झालो. थोड्याच वेळात आम्ही मुख्य रस्त्याला लागलो. मी मागच्या सीटवर शांतपणे बसलो होतो. डॉनल्डने आरशातून संशयानं माझ्याकडे पाहिलं. माझ्या चेहऱ्यावर अपराधी भाव तर उमटले नव्हते?

युरोपियन अभ्यास विभागापासून सुमारे २०० यार्डांवर जेनीला पार्किंगसाठी जागा सापडली. बाहेर पडून आम्ही विद्यार्थ्यांच्या लोंढ्यात मिसळलो. कुणीही आमच्याकडे विशेष लक्ष दिलं नाही. इमारतीत शिरल्याबरोबर डॉनल्डनं टाय काढून खिशात ठेवला. तो एखादा मार्क्सवादी क्रांतिकारक वाटत होता.

सभागृहासमोर पाटी होतीच. आम्ही तळमजल्यावरच्या दरवाजातून आत शिरलो. जाण्या-येण्यासाठी तो एकच दरवाजा होता. आसनांच्या उतरत्या रांगा होत्या. डॉनल्ड वर चढून मागच्या रांगेत बसला. त्यानं मला एका विद्यार्थ्याच्या मागे बसायला सांगितलं. तो चांगलाच तगडा होता. कॉलेजच्या रग्बी संघात असावा.

बाल्सेस्क्यूची वाट पाहताना मी चौफेर नजर फिरवली. आसनांची रचना अर्धवर्तुळाकार होती. काहीशी पूर्वीच्या ग्रीक ॲम्फिथिएटरसारखी. आसनक्षमता ३०० पर्यंत असावी. ९ वाजून ५५ मिनिटं झाली होती. आता एकही जागा रिकामी नव्हती. प्रोफेसरांच्या लौकिकाचा याहून मोठा पुरावा कोणता?

मला कपाळावर हलकासा घाम आल्याचं जाणवलं. दहाच्या ठोक्याला दार उघडलं. जे दिसलं ते पाहून माझ्या तोंडून निराशेचा उद्‌गार बाहेर पडला. त्याच्यात आणि जेरेमीत काडीचंही साम्य नव्हतं. मी डॉनल्डकडे पाहून कुजबुजलो, "डोळ्यांचा रंग वेगळा, केसांचा रंग वेगळा आणि वजन ३० पौंडांनी कमी." डॉननं काहीच

प्रतिक्रिया दिली नाही.

"याचा अर्थ इथे सौ. बाल्सेस्क्यूंचा संबंध असावा," जेनी पुटपुटली.

"मान्य," डॉनल्ड खालच्या आवाजात म्हणाला. "पण आता आपण तासाभरासाठी अडकलो आहोत. बाहेर पडून उगीच लक्ष वेधून घेण्यात धोका आहे. लेक्चर संपताक्षणी आपण झटकन बाहेर पडू म्हणजे आपल्याला त्याच्या घरी १२ वाजता येणाऱ्या फोनच्या वेळेत पोहोचता येईल." जरा थांबून तो म्हणाला, "मी या इमारतीची रचना आधीच पाहून ठेवायला हवी होती." जेनीचा चेहरा लाल झाला, 'मी' म्हणजे 'तू' हे तिच्या लक्षात आलं.

माझ्या डोक्यात अचानक प्रकाश पडला. सौ. बाल्सेस्क्यूला मी कुठे पाहिलं होतं ते आठवलं. मी डॉनल्डला सांगणार होतो, पण तेवढ्यात प्रोफेसरांनी व्याख्यानमालेला सुरुवात केली.

"हे आपल्या मालिकेतलं सहावं व्याख्यान," ते म्हणाले, "विषय आहे पूर्व युरोपातली सध्याची सामाजिक आणि आर्थिक स्थिती." त्यांच्या मध्ययुरोपीय उच्चारांत त्यांनी काहीशा यांत्रिकपणे भाषणाला सुरुवात केली. हेच व्याख्यान त्यांनी पूर्वी अनेकदा दिलं असावं. मुलं भराभर टिपणं काढत होती. मला मात्र त्यांच्या एकसुरी नाकात बोलण्याचा त्रास होऊ लागला. लवकरात लवकर शेल्फर्डला जाऊ असं डॉन आणि जेनीला सांगायला मी अधीर झालो होतो. माझी नजर सारखी घड्याळाकडे वळू लागली. शाळेतही हेच होत असे. मी कोटाचा खिसा चाचपला. ती वस्तू खिशातच होती; पण या क्षणीतरी तिचा उपयोग नव्हता.

व्याख्यान अर्ध्यावर आल्यानंतर दिवे मंद झाले. प्रोफेसर काही स्लाइड्स दाखवून त्यांचे मुद्दे स्पष्ट करणार होते. पहिल्या काही स्लाइड्समध्ये आलेख होते. त्यांत पूर्व युरोपातल्या वेगवेगळ्या उत्पन्न गटांचा पगार आणि निर्यातीचे आलेख होते. मला त्यातलं फारसं कळलं नाही आणि आधीची पाच व्याख्यानं ऐकली असती तरी फरक पडला नसता.

प्रोजेक्टर चालवणाऱ्या मदतनिसानं तेवढ्यात एक स्लाइड उलटी लावली; त्यामुळे निर्यातीत रुमेनिया सर्वांत वर आणि जर्मनी सर्वांत खाली असं चित्र दिसलं. तिथे हलकीशी खसखस पिकली. प्रोफेसरांनी कपाळाला आठ्या पाडून भाषणाचा वेग वाढवला; त्यामुळे भाषणाशी सुसंगत स्लाइड्स दाखवताना त्या मदतनिसाची धांदल उडाली.

मला पुन्हा कंटाळा आला. अखेर त्यांनी शेवटचा आलेख दाखवायला सांगितल्यावर मला हायसं वाटलं; पण पडदा कोरा राहिला. तो जास्तच घायकुतीला येऊन स्लाइड शोधू लागला. अकरा वाजत आल्यावर प्रोफेसरांची चिडचिड सुरू झाली. तरीही त्याला योग्य ती स्लाइड सापडेना. त्यानं प्रोजेक्टरची झडप उघडली; पण स्लाइड

दिसण्याऐवजी प्रकाशाचा झोत थेट प्रोफेसरांच्या चेहऱ्यावर पडला. बाल्सेस्क्यू पुढे झाले आणि टेबलावर अधीरपणे बोटं वाजवू लागले. ते वळल्यावर मला त्यांच्या चेहऱ्याची एक बाजू दिसली. त्यांच्या उजव्या डोळ्याच्या वर एक व्रण होता. काही वर्षं गेल्यामुळे जरा पुसट झाला होता; पण त्या प्रकाशझोतात स्पष्ट दिसला.

"हा तोच आहे," मी डॉनल्डच्या कानात कुजबुजलो. तेवढ्यात घड्याळात ११चे ठोके पडले. सभागृहातले दिवे लागले आणि प्रोफेसर एक शब्दही न बोलता बाहेर पडले. मी उडी मारूनच सीटवरून उठलो आणि मधल्या मोकळ्या जागेतून धावत खाली आलो. खाली उतरणाऱ्या विद्यार्थ्यांमुळे मला अडथळा येत होता. त्यांना बाजूला सारत मी दाराबाहेर पडलो. मला ते कॉरिडॉरच्या टोकाला दिसले. तिथलं दार ढकलून ते आत शिरले. मागोमाग मी धावलो. त्या दारावर पाटी होती :

प्रोफेसर बाल्सेस्क्यू
डायरेक्टर, युरोपियन स्टडीज.

मी धाडकन दार उघडलं. तिथे एक स्त्री काहीतरी कागदपत्रं तपासत एका टेबलाशी बसली होती. तिच्या मागचं दार माझ्यादेखतच बंद होत होतं.

"मला प्रो. बाल्सेस्क्यूंना भेटायचंय, ताबडतोब," मी ओरडलो.

हॅकेट तिथे पोहोचण्याआधी मी त्याला गाठलं नाही, तर माझा निश्चय डळमळीत होईल अशी मला भीती वाटली.

त्या बाईनं मान वर करून माझ्याकडे पाहिलं. ती म्हणाली, "डायरेक्टरसाहेब परदेशातून येणाऱ्या फोनची वाट पाहताहेत. सॉरी, पण..."

मी तसंच पळत जाऊन पुढचं दार ढकललं आणि आतल्या खोलीत शिरलो आणि माझ्या बैठकीच्या खोलीत त्याला कार्पेटवर पडलेला पाहिल्यानंतर प्रथमच मी आणि जेरेमी अलेक्झांडर समोरासमोर उभे ठाकलो. तो उत्तेजित होऊन फोनवर बोलत होता; पण मला त्यानं पाहताक्षणी ओळखलं. मी खिशातून पिस्तूल काढलेलं पाहताच त्याच्या हातातून रिसीव्हर गळून पडला. मी त्याच्यावर पिस्तूल रोखलं. त्याचा चेहरा पांढराफटक पडला.

खाली पडलेल्या रिसीव्हरमधून आवाज आला, "तू फोनवर आहेस ना, जेरेमी?" बराच काळ लोटूनही मी रोझमेरीचा कर्कश आवाज ओळखला.

जेरेमी ओरडला, "थांब रिचर्ड, नको! मी स्पष्टीकरण देतो. विश्वास ठेव, सगळं काही सांगतो." तेवढ्यात डॉनल्ड धावत टेबलाजवळ आला. त्यानं जेरेमीकडं पाहिलंही नाही.

"तसं करू नकोस, रिचर्ड," त्यानं मला विनवलं. "तुला आयुष्यभर पश्चात्ताप

करावा लागेल.'' डॉन प्रथमच मला 'रिचर्ड' म्हणाला.

''या वेळी तू चुकतोयस डॉनल्ड,'' मी म्हणालो. ''जेरेमी अलेक्झांडरला ठार केल्याचा मला कधीच पश्चात्ताप होणार नाही. एकदा त्याला मृत घोषित करण्यात आलं आहे आणि त्या खुनाबद्दल मला जन्मठेपेची शिक्षा सुनावण्यात आली होती. तुला 'ऑट्रोफॉय ॲक्विट'चा अर्थ ठाऊक आहेच. त्याच गुन्ह्याचा आरोप माझ्यावर पुन्हा ठेवता येणार नाही. या खेपेला मृतदेह मात्र सापडेल.''

मी पिस्तूल किंचित उजवीकडे वळवून जेरेमीच्या काळजावर नेम धरला आणि चाप ओढला; पण त्याच क्षणी जेनीनं माझ्या पायांवर सूर मारला.

जेरेमी आणि मी एकदमच खाली कोसळलो.

या कथनाच्या सुरुवातीला सांगितल्याप्रमाणे मी तुरुंगात का आहे – किंबहुना मी पुन्हा तुरुंगात का आलो – याचं स्पष्टीकरण द्यायला हवं.

माझ्यावर पुन्हा खटला भरला गेला, पण या वेळी खुनाचा प्रयत्न केल्याबद्दल. प्रत्यक्षात मी झाडलेली गोळी फक्त त्याच्या खांद्याला चाटून गेली होती. सगळा त्या जेनीचा दोष.

पण मॅथ्यूच्या बचावाचा युक्तिवाद मात्र जबरदस्त होता. ऑट्रोफॉय ॲक्विटचा अर्थ त्याला पुरेपूर उमगला होता. त्यानं सर्व चित्र प्रभावीपणे उभं केलं. रोझमेरी – पद्धतशीरपणे दुष्टावा साधणारी स्त्री. जेरेमी – दुष्टाव्यानं आणि लोभानं प्रेरित झालेला माणूस. स्वतः राष्ट्रीय नायक म्हणून मिरवत त्याच्या सावजाला तुरुंगात पाठवून त्याच्या आयुष्याची नासाडी करणारा आणि बायकोला नवऱ्याविरुद्ध साक्ष द्यायला प्रवृत्त करणारा. मॅथ्यूनं संतप्तपणे ज्यूरींच्या लक्षात आणून दिलं की, आणखी चार वर्षांनी हे दोघे कोट्यवधी पौंडांचे मालक झाले असते. या वेळी मात्र ज्यूरीचे सदस्य माझ्याकडे सहानुभूतीने पाहत होते.

''कुणाही विरुद्ध कधीही खोटी साक्ष देऊ नये,'' हे मॅथ्यूचे अखेरचे शब्द होते. त्याच्या घुमणाऱ्या आवाजात ते ओल्ड टेस्टामेंटच्या धर्मवचनासारखे भासले.

सनसनाटी बातम्या छापणाऱ्या वृत्तपत्रांना तर ही पर्वणीच होती. त्यांना नेहमीच एक नायक आणि एक खलनायक हवा असतो. इथे तर त्यांना एक नायक आणि दोन खलनायक मिळाले होते. याच केसमध्ये पूर्वी त्यांनी माझा उल्लेख 'वासनांध लॉरी ड्रायव्हर' असा केल्याचं ते विसरून गेले असावेत. रोझमेरी आणि जेरेमीच्या फसवेगिरीबद्दल पानंच्या पानं छापून आली. या सर्व बातम्यांचा ज्यूरींवर परिणाम झाला नाही, असं म्हणणं मूर्खपणाचं ठरलं असतं.

ज्यूरींनी मला अर्थातच दोषी ठरवलं; पण केवळ त्यांना पर्याय नव्हता म्हणून. केसचा गोषवारा सादर करताना न्यायमूर्तींनी त्यांना जवळजवळ तसा हुकूमच दिला

होता; पण ज्यूरींचा फोरमन म्हणाला की, एकूण परिस्थिती लक्षात घेता न्यायमूर्तींनी सौम्य शिक्षा द्यावी, अशी अपेक्षा आहे. न्यायमूर्ती लॅम्प्टन यांनी ती वृत्तपत्रं वाचली नसावीत. कारण त्यांनी मला काही मिनिटं भाषण सुनावलं आणि ५ वर्षांची शिक्षा ठोठावली.

मॅथ्यू ताडकन उभा राहिला. मी आधी बरीच शिक्षा भोगल्यामुळे मला माफी मिळावी, अशी त्यानं विनंती केली. ''हा माणूस अश्रूंच्या खिडकीतून जगाकडे पाहतोय.'' तो म्हणाला. ''न्यायमूर्तींनी त्याला पुन्हा त्याच खिडकीमागे लोटू नये, ही विनंती आहे.'' तिथे जमलेल्या प्रेक्षकांनी टाळ्यांचा कडकडाट केला. अखेर न्यायमूर्तींना बेलिफामार्फत कोर्ट रिकामं करावं लागलं.

माझ्यासमोरून जाताना मॅथ्यू म्हणाला, ''जज्जसाहेबांना विचार करायला वेळ हवाय.'' न्यायमूर्तींच्या चेंबरमध्ये बराच खल झाल्यावर तीन वर्षांच्या शिक्षेवर तडजोड झाली. त्याच दुपारी माझी रवानगी फोर्ड या खुल्या तुरुंगात झाली.

पुढचे काही आठवडे वृत्तपत्रांत अनेक मतांचा पाऊस पडला. सर मॅथ्यूंनी पुन्हा अपील केलं. ''माझ्या अशिलानं आधीच खूप भोगलंय. त्याची वागणूकही आदर्श आहे.'' त्यानं प्रतिपादन केलं. अखेर नऊ महिन्यांनी माझी सुटका झाली.

दरम्यान, जेरेमीला, तो ॲडनब्रुक्स हॉस्पिटलमध्ये असतानाच ॲलन लीकनं अटक केली. वॉर्डात तो तीन दिवस कडक बंदोबस्तात होता. त्यानंतर त्याच्यावर न्यायव्यवस्थेची दिशाभूल करण्याचा प्रयत्न करण्याच्या कटाचा आरोप ठेवला गेला आणि खटला उभा राहीपर्यंत त्याची रवानगी आर्मली तुरुंगात झाली. पुढच्याच आठवड्यात त्याला लीड्स कोर्टात हजर केलं जाईल. सुनावणीच्या वेळी अर्थातच मी हजर असेन. आर्मलीच्या तुरुंगात फिंगर्स आणि मंडळींनी त्याचं जोरदार स्वागत केलं. आधी त्यानं नवी ओळख निर्माण करण्यासाठी बरंच वजन घटवलं होतं. तुरुंगात ते आणखी कमी झालं.

रोझमेरीला शपथेवर खोटी साक्ष दिल्याबद्दल अटक होऊन तिच्यावर रीतसर खटला भरला गेला. डॉनल्डने मला सांगितले की, फ्रान्समधले, विशेषत: मार्सेलिसमधले तुरुंग मुळीच आरामदायी नाहीत. तिचं प्रत्यार्पण रोखण्यासाठी ती झगडत असल्याचं मॅथ्यूनं सांगितलं, पण मास्ट्रिख करारानंतर ती यशस्वी होण्याची सुतराम शक्यता नव्हती. निदान या करारातून काहीतरी चांगलं निष्पन्न झालं होतं.

मी सौ. बाल्सेस्क्यूला कुठे पाहिलं होतं, हे एव्हाना तुम्ही ओळखलं असेलच.

आता सरकार विरुद्ध अलेक्झांडर आणि करशॉं या खटल्यात ती सरकारच्या वतीनं साक्ष देणार आहे. एवढ्या धूर्त आणि कावेबाज जेरेमीनंही एक चूक केली. आपली ओळख लपवण्यासाठी त्यानं त्याची सगळी मिळकत त्याच्या बायकोच्या नावे केली; त्यामुळे हे सर्व आता त्या भुऱ्या केसांच्या देखण्या स्त्रीला मिळणार, हे

निश्चित आणि रोझमेरीही उलटतपासणीत जेरेमीला मदत करणार नाही. कारण त्यांच्या साप्ताहिक संभाषणादरम्यान तो दुसऱ्या स्त्रीबरोबर राहत असल्याचं त्यानं रोझमेरीला सांगितलं नव्हतं.

खऱ्या प्रो. बाल्सेस्क्यूंबद्दल मात्र विशेष माहिती मिळाली नाही. चेसेस्क्यूच्या पदच्युतीनंतर त्याचं काय झालं हे कुणालाच कळलं नाही; पण ब्रिटनमध्ये त्यांनी नवं आयुष्य सुरू केल्याचं रुमेनियात मानलं गेलं.

ब्रॅडफर्ड सिटीचं स्थान घसरल्यामुळे डॉनल्ड वेस्ट कंट्रीमध्ये एक छोटंसं घर घेऊन स्थायिक झाला. आता तो बाथच्या रग्बी मॅचेसना हजेरी लावतो. जेनीला लंडनच्या एका खासगी डिटेक्टिव्ह कंपनीत काम मिळालं; पण पगार आणि एकूण सुविधा यांबद्दल तिची आतापासून कुरकुर सुरू झालीय. विल्यम्सने ब्रॅडफर्डला येऊन स्वेच्छानिवृत्ती घेतली. सर्वांनाच नंतर बोचणारी एक गोष्ट त्यानं लक्षात आणून दिली. ती म्हणजे फ्रान्समध्ये १२ वाजतात, त्या वेळी ब्रिटनमध्ये ११ वाजलेले असतात!

आणि शेवटी माझ्याबद्दल. मी लीड्सला परत जायचं ठरवलं. माझ्या अंदाजानुसार कूपर्सचं दिवाळं निघालं. नवीन व्यवस्थापनाला मंदीचा सामना करणं जमलं नाही. कंपनीत जे काही शिल्लक होतं त्यासाठी मी दिलेला अडीच लाख पौंडांचा प्रस्ताव कोर्ट रिसीव्हरनं आनंदानं स्वीकारला. कारण इतर कुणाला त्यात काडीचाही रस नव्हता. जेरेमीच्या शेअर्सना आता काहीच किंमत उरली नव्हती; पण तरीही तुम्ही मात्र पुढच्या वर्षीच्या मध्यावर 'फायनान्शियल टाइम्स'वर लक्ष ठेवा आणि काही शेअर्स जरूर खरेदी करा कारण माझ्या वडिलांच्या शब्दांत हा 'पत्करण्याजोगा धोका' असेल.

मॅथ्यूच्या मते मी तुम्हाला खास 'आतली' माहिती देतोय. कुणाला सांगू नका. कारण तिसऱ्यांदा तुरुंगात जाण्याची माझी मुळीच इच्छा नाही.

अर्ध्या किमतीत स्वस्त

स्त्रिया निसर्गतःच पुरुषांपेक्षा श्रेष्ठ असतात. मिसेस कॉन्सुला रोझनहाईमही याला अपवाद नव्हती.

तिचा तिसरा नवरा व्हिक्टर रोझनहाईम हा अमेरिकेतला बडा बँकर होता. कॉन्सुला पूर्वी कोलंबियात मॉडेल म्हणून काम करायची. ती आता या नवऱ्याकडून भरपूर पैसे उकळून पुढचं सावज हेरणार असल्याच्या खमंग बातम्या इंग्लंड आणि अमेरिकेतल्या वृत्तपत्रांतून झळकत असत. तिचा पहिला नवरा अरब होता, तर दुसरा ज्यू. (लग्नाचा करार करतेवेळी ती वंशभेद मुळीच करत नसे.) तिला तिचं सौंदर्य ओसरल्यावर खऱ्या आर्थिक स्थैर्याची गरज होती. आधीच्या दोन्ही लग्नांमधून ही सोय होऊ शकली नव्हती; पण आणखी दोन घटस्फोटांनंतर ती बाजू भक्कम झाली असती. शेवटचं लग्न करायला अजून पाच वर्षं लागतील, असा तिचा अंदाज होता.

न्यू यॉर्कमध्ये त्यांची अनेक घरं होती. त्यांपैकी एका घरातून तिला विमानतळावर न्यायला गाडी आणि शोफर हजर होते. तिचा नवरा वॉलस्ट्रीटवरून दुसऱ्या एका गाडीनं एअरपोर्टवर पोहोचला. 'जेएफके' विमानतळावर दोघं भेटले. लंडनला पोहोचल्यावर आणखी एका आलिशान गाडीनं ते रिट्झ हॉटेलवर आले आणि त्यांच्या नेहमीच्या स्वीटमध्ये दाखल झाले. फॉर्म भरणे वगैरे कोणतेही सोपस्कार त्यांना करावे लागले नाहीत.

त्यांच्या या लंडनवारीचा उद्देश दुहेरी होता. व्हिक्टरला मंदीमुळे डबघाईला आलेली एक व्यापारी बँक विकत घ्यायची होती; तर कॉन्सुला स्वतःच्या वाढदिवसानिमित्त भेटवस्तू खरेदी करणार होती. नेमका कितवा वाढदिवस हे आटोकाट प्रयत्न करूनही मला आजतागायत कळलेलं नाही.

विमानप्रवास आणि वेळेचा फरक यांमुळे त्यांच्या झोपेचं पार खोबरं झालं होतं. तरीही व्हिक्टर त्याच्या लंडनमधल्या मीटिंगसाठी लवकर बाहेर पडला. कॉन्सुलाचा ब्रेकफास्टशी चाळा चालू होता. एक बिनलोण्याचा टोस्ट आणि उकडलेल्या अंड्याचा तुकडा यावर तिनं भागवलं आणि ती बाथरूममध्ये शिरली.

तयार व्हायला तिला ५० मिनिटं लागली. आता तिच्या अंगावर निळ्या कॉलरचा एक महागडा गुलाबी ड्रेस होता. पिंगट केस खांद्यावर रुळत होते. हॉटेलच्या लॉबीतून ती बाहेर पडताना सर्व पुरुषांच्या नजरा तिच्याकडे वळल्या. तिची ५० मिनिटं कारणी लागली होती. सकाळच्या कोवळ्या उन्हात ती तिच्या प्रेझेंटच्या शोधात निघाली.

तिचा शोध न्यू बाँड स्ट्रीटपासून सुरू झाला; पण रस्ता चुकू नये म्हणून ती चारही दिशांना ठरावीक अंतरापलीकडं गेली नाही. गाडी आणि शोफर मागोमाग होतेच.

आधी ती 'अॅस्प्रे' दुकानात शिरली. तिथली महागडी घड्याळं, रत्नांचे डोळे असलेला सोन्याचा वाघ किंवा प्रसिद्ध रत्नजडित फॅबर्जे एग यांपैकी काहीच तिला पसंत पडलं नाही. तिचा पुढचा मुक्काम 'कार्तिए'मध्ये होता. तिथं तिनं एक प्लॅटिनमचं घड्याळ, कलाकुसर केलेला चांदीचा ट्रे आणि चौदाव्या लुईच्या काळातलं भिंतीवरचं घड्याळ या गोष्टी नापास केल्या. पुढचा टप्पा 'टिफनीज.' तिथल्या उत्साही विक्रेत्याने तिला दुकानातली प्रत्येक वस्तू दाखवली; पण तिथूनही ती रिकाम्या हातांनीच बाहेर पडली.

ती फुटपाथवर आली, तेव्हा दुपारचे १२ वाजून ५२ मिनिटं झाली होती. म्हणजे सकाळ तशी वायाच गेली होती. अखेर तिनं शोफरला गाडी 'हॅरीज् बार'कडे घ्यायला सांगितली. तिथे तिची मैत्रीण मिसेस क्लिअँथिस त्यांच्या नेहमीच्या टेबलाशी बसली होती. कॉन्सुलानं दोन्ही गालांचा मुका घेऊन तिची गळाभेट घेतली आणि ती समोरच्या खुर्चीवर बसली.

मारिया क्लिअँथिसच्या नवऱ्याच्या मालकीची अनेक जहाजं होती. एक पत्नी आणि अनेक प्रेमप्रकरणं ही धनाढ्य ग्रीकांची पद्धत. ती तिच्या डाएटला साजेसे पदार्थ मेनूमध्ये शोधत होती. न्यू यॉर्क टाइम्सच्या 'बेस्ट सेलर' यादीतलं प्रत्येक पुस्तक त्या दोघींनी वाचलं होतं. मात्र, 'शरीरसुख', 'फिटनेस', 'अमरत्व' हे शब्द त्या पुस्तकांमध्ये असणं आवश्यक होतं.

"व्हिक्टर कसा आहे?" जेवणाची ऑर्डर दिल्यावर मारियानं विचारलं.

कॉन्सुलानं खरं सांगायचं ठरवलं. "त्याची वेळ सरत आलीय आणि स्टॅव्हरॉस?"

"त्याची वेळ कधीच सरलीय," मारिया म्हणाली. "एकतर माझ्याजवळ ना तुझं रूप आहे, ना फिगर! त्यात मला तीन मुलं आहेत; त्यामुळे नवीन मालाच्या

शोधार्थ मी आता बाजारात उतरू शकत नाही.''

कॉन्सुला मंद हसली. वेटरनं सॅलड आणलं.

''बरं, या लंडनवारीचं कारण? अर्थात मैत्रिणीला भेटण्याव्यतिरिक्त?'' मारियानं विचारलं.

''व्हिक्टरचा आणखी एका बँकेवर डोळा आहे,'' कॉन्सुला म्हणाली. ''जणू एखादा मुलगा छंद म्हणून स्टँप्स गोळा करतोय आणि मी माझ्या वाढदिवसाच्या प्रेझेंटच्या शोधात आहे.''

''या वेळी व्हिक्टरकडून काय उकळणार?'' मारियानं विचारलं. ''एखादं कंट्री हाउस, रेसचा जातिवंत घोडा की लिअरजेट विमान?''

''वरीलपैकी काहीच नाही,'' कॉन्सुला हसत म्हणाली. ''मला अशी वस्तू हवी आहे की, तिच्या मालकीबद्दल भविष्यात वाद निर्माण होऊ नये; त्यामुळे कुठल्याही देशातल्या कुठल्याही कोर्टानं ही वस्तू माझी म्हणून निर्विवादपणे मान्य करायला हवी.''

''मग, एखादी योग्य वस्तू सापडली?'' मारियानं विचारलं.

''अजून तरी नाही,'' कॉन्सुला म्हणाली. ''ॲस्प्रेमध्ये काहीच नव्हतं. कार्तिएचं कपाट रिकामं होतं तर टिफनीजमध्ये तिथला सेल्समन सोडून काहीच आवडण्यासारखं नव्हतं आणि त्याच्याकडे फुटकी कवडीही नसावी. मला माझा शोध दुपारीही चालू ठेवावा लागणार.''

वेटर तत्परतेनं सॅलडच्या बशा घेऊन गेला. मारियाच्या मते तो खूपच तरुण आणि काटकुळा होता. तशाच दुसऱ्या एका वेटरनं कॅफीनविरहित कॉफी आणली. कॉन्सुलानं साय आणि साखर घेतली नाही. मारिया मात्र एवढी शिस्त पाळणारी नव्हती.

मग मंदीमुळे किती 'त्याग' करावा लागतोय, याबद्दल दोघींची कुरकुर सुरू झाली. अखेर रेस्टॉरंटमध्ये त्या दोघीच उरल्या, तेव्हा वेटरने बिल आणलं. त्या दोघींनीही मुख्य जेवण किंवा वाइनही घेतली नव्हती तरी ते बिल म्हणजे एक भलंमोठं चोपडंच होतं.

साउथ ऑडली स्ट्रीटवर दोघींनी निरोप घेतला आणि विरुद्ध दिशांना चालू लागल्या. एक पूर्वेला, एक पश्चिमेला.

कॉन्सुलानं तिच्या ड्रायव्हरला गाडी तिथून अर्ध्या मैलावर असलेल्या बाँड स्ट्रीटवर न्यायला सांगितली.

एकदा तिच्या परिचित भागात आल्यावर तिनं रस्त्याच्या विरुद्ध दिशेची दुकानं धुंडाळायला सुरुवात केली. 'बेंटलीज्'नं गेल्या वर्षभरात काही विकल्याचं दिसत नव्हतं. 'ॲडलर'ची तीच गत. पुन्हा तिनं मंदीच्या नावानं खडे फोडले आणि बिल क्लिंटनला दोष दिला. तिच्या नवऱ्याच्या मते जगातल्या सर्व अडचणींना तोच

कारणीभूत होता.

आता बाँड स्ट्रीटवर मनाजोगं काही मिळण्याची आशा मावळली होती. ती नाखुशीनंच पुन्हा रिट्झच्या दिशेनं निघाली. दुसऱ्या दिवशी नाइट्स् ब्रिजची मोहीम काढायचं तिनं ठरवलं. तेवढ्यात ती अचानक 'हाउस ऑफ ग्राफ'समोर थबकली. सहा महिन्यांपूर्वी लंडनला आलेली असताना हे दुकान पाहिल्याचं तिला आठवत नव्हतं. बाँड स्ट्रीट तिला तिच्या नवऱ्यापेक्षा जास्त परिचयाचा होता; त्यामुळे हे दुकान नवीन असणार, हे उघड होतं.

त्या बुलेटप्रूफ काचेच्या शोकेसमधल्या झगमगत्या रत्नांकडे ती पाहतच राहिली. तिसऱ्या खिडकीजवळ पोहोचल्यावर तर तिचा आ वासला गेला. जणू कोंबडीच्या भुकेल्या पिल्लाची उघडलेली चोच! तिची नजर एका संगमरवरी गळ्याभोवती लावलेल्या हिरे-माणकांच्या एका अप्रतिम नेकलेसवर पडली. त्या क्षणी तिला तिचा शोध संपल्याचं जाणवलं. तिला हा नेकलेस पूर्वी कुठेतरी पाहिल्याचा भास झाला; पण तिनं तो विचार झटकून टाकला आणि हिऱ्यांनी वेढलेल्या माणकांच्या हाराकडे मंत्रमुग्ध होऊन पाहत राहिली. त्याच्या किमतीचा विचारही न करता तिनं दरवाजावरची बेल वाजवली. 'हाउस ऑफ ग्राफ'ला सामान्य गिऱ्हाइकांमध्ये रस नव्हता, हे स्पष्ट होतं.

तिथल्या सुरक्षारक्षकानं दार उघडलं. कॉन्सुलाकडे नजर टाकताच त्याला जाणवलं की, या बाईंना लगोलग आतल्या कक्षात घेऊन जायला हवं. त्यानं आणखी एक दार उघडून तिला आत नेलं. आत एक उंच, भारदस्त व्यक्तिमत्त्वाचा माणूस उभा होता. लांब काळा कोट आणि बारीक रेषा असलेली पँट असा त्याचा वेष होता.

"गुड आफ्टरनून, मॅडम," तो किंचित झुकून म्हणाला. तेवढ्यात त्यानं तिच्या अंगठ्यांकडे नजर टाकली. अंगठ्या त्याला आवडल्याचं तिच्या लक्षात आलं.

"मी काय सेवा करू शकतो?"

त्या खोलीत असा खजिना होता की, एरवी तिनं तो पाहण्यात तासन्तास घालवले असते; पण आज तिचं लक्ष एकाच वस्तूवर केंद्रित झालं होतं.

"हो. त्या तिसऱ्या खिडकीतला हिरे-माणकांचा नेकलेस मला जरा नीट बघायचाय."

"जरूर मॅडम," असं म्हणून मॅनेजरनं तिच्यासाठी खुर्ची सरकवली. त्यानं हळूच एका मदतनिसाला खूण केली. त्यानं खिडकीच्या मागच्या बाजूचं दार उघडून तो हार काढला. मॅनेजरनं काउंटरमागचं एक गुप्त बटण दाबलं, त्याबरोबर चौथ्या मजल्यावर एक गजर वाजला. तिथं या दुकानाचे मालक श्री. लॉरेन्स ग्राफ यांचं ऑफिस होतं. त्यांना सूचना मिळाली की, एका ग्राहकानं एका खूपच महागड्या

वस्तूमध्ये रस दाखवलाय. कदाचित त्यांना स्वत: या व्यवहारात लक्ष घालावंसं वाटेल. त्यांच्या डावीकडच्या भिंतीवर लावलेल्या टीव्हीत त्यांना खाली काय चाललंय, ते दिसत होतं.

त्यांना चौदाव्या लुईच्या काळातल्या टेबलाजवळ गुलाबी सूट घातलेली एक स्त्री दिसली. ते स्वत:शीच म्हणाले, ''या सौ. रोझनहाईम दिसतात.'' जसे संसदेचे स्पीकर सर्व ६५० सदस्यांना ओळखतात, त्याचप्रमाणे श्री. ग्राफ ६५० अतिश्रीमंत ग्राहकांना ओळखत असत. ते ऑफिसमधून बाहेर पडून लिफ्टनं तळमजल्यावर गेले.

इकडे मॅनेजरनं टेबलावर एक काळं मखमली कापड अंथरलं आणि तो नेकलेस अलगद त्या कापडावर ठेवला. कॉन्सुला मंत्रमुग्ध होऊन त्या नेकलेसकडे पाहत राहिली. तेवढ्यात श्री. ग्राफ तिथे पोहोचले.

''गुड आफ्टरनून, मिसेस रोझनहाईम,'' ते म्हणाले. ''आपल्याला पुन्हा भेटून आनंद झाला.''

खरं तर त्यांनी तिला पूर्वी एकदाच पाहिलं होतं. तेही मॅनहॅटनमधल्या एका गजबजलेल्या पार्टीत; पण तरीही त्यांनी तिला लांबवरून एखाद्या सरकत्या जिन्यावरही ओळखलं असतं.

''गुड आफ्टरनून, मिस्टर...'' कॉन्सुला त्या दिवसात प्रथमच गोंधळली.

''लॉरेन्स ग्राफ,'' ते शेकहॅन्डसाठी हात पुढे करत म्हणाले. ''गेल्या वर्षी आपण सॉदर्बा पार्क बेनेटला भेटलो होतो. रेडक्रॉसच्या मदतीसाठी झालेल्या मेजवानीत.''

''हो, अर्थातच!'' सौ. रोझनहाईम म्हणाल्या; पण प्रत्यक्षात त्यांना तो माणूस किंवा तो प्रसंगही आठवत नव्हता.

''ही कॅनेमारा घराण्याची वंशपरंपरागत मान,'' ते नेकलेसकडे पाहत मुलायम आवाजात म्हणाले. ''हे डिझाइन सिल्व्हियो द लार्चीनं १९३६ मध्ये घडवलं. यातली सर्व माणकं ब्रह्मदेशातल्या एकाच खाणीतून, पण २० वर्षांच्या कालखंडात काढली गेली आहेत. यातले हिरे एका इजिप्शियन व्यापाऱ्याने 'डी बिअर्स'कडून विकत घेतले आणि हा हार बनवून घेतला. त्यानं तो राजे फारुख यांना एका खास मेहेरबानीच्या मोबदल्यात अर्पण केला. त्यानंतर राजेसाहेब राजकन्या फरीदाशी विवाहबद्ध झाले. त्या प्रसंगी त्यांनी हा हार आपल्या पत्नीला भेट दिला. तिनं त्यांना चार अपत्यं दिली; पण राजेपद कुणाच्याच नशिबी नव्हतं.'' ग्राफची नजर एका सुंदर गोष्टीवरून वळून दुसऱ्या सुंदर गोष्टीवर स्थिरावली. ते पुढं म्हणाले, ''हाउस ऑफ ग्राफमध्ये येण्यापूर्वी हा अनेकांजवळ होता. याची सर्वांत अलीकडची मालकीण एक अभिनेत्री होता; पण दुर्दैवानं तिच्या नवऱ्याच्या तेलविहिरी कोरड्या पडल्या.''

कॉन्सुलाच्या चेहऱ्यावर मंद हास्य उमटलं. आपण हा नेकलेस पूर्वी कुठे

पाहिला होता, ते तिला आठवलं.

"अप्रतिम," ती त्या नेकलेसकडे अखेरचा कटाक्ष टाकत म्हणाली. "मी परत येईन." ग्राफ तिला दारापर्यंत सोडायला गेले. 'परत येईन' असे म्हणणाऱ्या दहांपैकी नऊ ग्राहक परत येत नाहीत; पण दहावा ग्राहक ओळखण्याचं कसब ग्राफकडे होतं.

"याची किंमत सांगाल?" तिनं काहीशा बेफिकिरीनं विचारलं.

"दहा लाख पौंड, मॅडम." ग्राफ तितक्याच सहजतेनं म्हणाले. जणू तिनं समुद्राकाठी भरलेल्या बाजारात एखाद्या की रिंगची किंमत विचारली होती!

बाहेर पडल्यावर तिनं आधी शोफरला परत पाठवलं. तिचा मेंदू झपाट्यानं काम करू लागला. तिचा नवरा खूश झाला असता. रस्ता ओलांडून तिनं 'द व्हाइट हाउस', 'येव्हज् सेंट लॉरेन', 'चॅनल' या ठिकाणांना भेटी दिल्या. दोन तासांनी बाहेर पडताना ती पुढच्या लढाईसाठी शस्त्रसज्ज झाली होती. संध्याकाळी सहा वाजण्यापूर्वी काही मिनिटं ती रिट्झमधल्या तिच्या स्वीटमध्ये पोहोचली.

व्हिक्टर अजून बँकेतून परतला नसल्याचं पाहून तिला हायसं वाटलं. तिनं पुन्हा साग्रसंगीत अंघोळ केली तेव्हासुद्धा तिच्या मनात सापळा कसा रचावा, हाच विचार होता. बाहेर येऊन ती मेक-अप करून आणि नवे कपडे घालून सज्ज झाली.

एका मोठ्या आरशासमोर उभं राहून तिनं स्वत:ला न्याहाळलं. तेवढ्यात व्हिक्टर आत आला. येताक्षणी तो जागच्या जागी थबकला. त्याच्या हातातली सूटकेस गळून पडली. कॉन्सुलानं त्याच्याकडं पाहिलं.

"काय सुंदर दिसतेस," तो उद्गारला. त्याच्या डोळ्यांत ती लालसेची चमक दिसली. अशाच नजरेनं तिनं दुपारी कॅनेमारा नेकलेसकडे पाहिलं होतं.

"थँक यू, डार्लिंग," ती म्हणाली. "तुझा दिवस कसा गेला?"

"जिंकलो," तो म्हणाला. "टेकओव्हरच्या करारावर शिक्कामोर्तब झालं. वर्षापूर्वी हीच बँक विकत घ्यायला मला दुप्पट पैसे मोजावे लागले असते."

कॉन्सुला हसली. अनपेक्षित लाभ!

"ज्यांच्याजवळ पैसे आहेत, त्यांना मंदीची भीती बाळगण्याचं कारण नाही," व्हिक्टर समाधानानं म्हणाला.

रिट्झच्या डायनिंग हॉलमध्ये रात्रीचं जेवण घेताना बँकेत घडलेल्या सर्व घटना व्हिक्टरनं कॉन्सुलाला सविस्तर सांगितल्या. त्याच्या एकसुरी भाषणात ती त्याच्या समाधानासाठी मध्येच एखादा शेरा मारत होती, 'खूपच हुशारी दाखवलीस!' 'वा! उत्तम!' 'हे सगळं तुला कसं जमतं कुणास ठाऊक!' वगैरे. जेवणानंतर त्यानं ब्रॅन्डीचा ग्लास मागवून सिगार पेटवला. कॉन्सुलाचं पाऊल त्याच्या पायांवरून

हलकेच फिरू लागलं.

लिफ्टकडे जाताना व्हिक्टरनं तिच्या कमरेभोवती हात टाकला. लिफ्ट सहाव्या मजल्यावर पोहोचेपर्यंत त्यानं कोट काढला. त्याचा हात काही इंच खाली सरकला. कॉन्सुला खुदकन हसली. स्वीटमध्ये शिरताच त्यानं टायही ओढून काढला.

खोलीत शिरताक्षणी कॉन्सुलानं 'डू नॉट डिस्टर्ब'ची पाटी दाराबाहेर अडकवली. कॉन्सुला अंगावरचा एकेक कपडा उतरवू लागली. व्हिक्टर भारल्यासारखा पाहत राहिला. त्यानंही कपडे काढले. नवीन वर्षाचा संकल्प पाळायला हवा होता, असं त्याला वाटून गेलं.

चाळीस मिनिटांनी व्हिक्टर गलितगात्र होऊन आडवा झाला आणि काही मिनिटांतच घोरू लागला. कॉन्सुलानं पांघरूण घेतलं; पण तिचे डोळे सताड उघडे होते. मनात पुढची चाल आकार घेत होती.

व्हिक्टरला सकाळी जाग आली, तेव्हा तिचा हात त्याच्या पायावरून फिरत होता. त्यानं कूस बदलून तिच्याकडे पाहिलं. रात्रीच्या आठवणी अजून ताज्या होत्या आणि त्याचं पर्यवसान रात्रीच्या पुनरावृत्तीत झालं. गेल्या कित्येक वर्षांत असं झाल्याचं त्याला आठवत नव्हतं.

शॉवर घेऊन बाहेर पडताना व्हिक्टरच्या बायकोला वाढदिवसाची आठवण झाली. त्यानं प्रेझेंट शोधण्यासाठी पूर्ण सकाळ तिच्याबरोबर काढण्याचं कबूल केलं होतं; पण तिनं आधीच एखादी वस्तू निवडली तर बरं, असं त्याला वाटत होतं. कारण दिवसभर वकिलाबरोबर बसून त्याला नवीन कराराची ओळन्‌ओळ तपासायची होती.

"हॅपी बर्थडे डार्लिंग!" तो बेडरूममध्ये येत म्हणाला. "मनासारखं प्रेझेंट सापडलं?" पण हे बोलतानाच तो 'फायनान्शियल टाइम्स'मधलं पहिलं पान चाळत होता. त्याच्या टेकओव्हरची चर्चा त्यात होतीच. पुन्हा त्याच्या चेहऱ्यावर हसू फुललं.

"हो, डार्लिंग!" कॉन्सुला म्हणाली. "एक छोटासा दागिना पाहिलाय. फार महाग नसला म्हणजे झालं."

"आणि या लहानशा दागिन्याची किंमत?" व्हिक्टरनं विचारलं. कॉन्सुलानं त्याच्याकडे पाहिलं. आता तिच्या अंगावर अगदी तोकडा काळा ड्रेस होता. आणखी थोडा वेळ मिळावा असं व्हिक्टरला वाटलं; पण रात्रभर जागलेले त्याचे वकील बँकेत वाट पाहत असल्याची त्याला आठवण झाली.

"मी किंमत विचारली नाही, पण अशा गोष्टीत तूच माहीर आहेस," ती ब्लाउज घालत म्हणाली.

"किती लांब आहे?" व्हिक्टर घड्याळाकडे नजर टाकत म्हणाला.

"बॉन्ड स्ट्रीटवर. फक्त रस्ता ओलांडायचा," ती म्हणाली. "मी तुझा फार

वेळ घेणार नाही,'' तिनं त्याच्या मनातले विचार ओळखले होते.

''छान! मग पटकन जाऊन ते पाहू या,'' तो शर्ट घालत म्हणाला.

व्हिक्टर तयार होत असताना कॉन्सुलानं फायनान्शियल टाइम्समधल्या बातम्यांचा आधार घेत संभाषणाची गाडी पुन्हा त्याच्या नव्या यशस्वी व्यवहाराकडे वळवली. पुन्हा त्यानं सगळं सविस्तर सांगितलं. ती दोघं हातात हात घालून बॉन्ड स्ट्रीटकडे निघाली.

हाउस ऑफ ग्राफकडे जाताना व्हिक्टर पुन्हा म्हणाला, ''माझे लाखो पौंड वाचले.''

''इतके?'' तिनं चकित होऊन विचारलं. ''व्हिक्टर, तू खरंच अफलातून माणूस आहेस.''

तिथल्या सुरक्षारक्षकानं तत्परतेनं दार उघडलं. श्री. ग्राफ स्वागताला हजर होतेच. ''तुमच्या नेत्रदीपक कामगिरीबद्दल अभिनंदन! मि. रोझनहाईम,'' ते म्हणाले.

व्हिक्टरच्या चेहऱ्यावर स्मित उमटलं.

''मी आपल्यासाठी काय करू शकतो?''

''माझ्या यजमानांना कॅनेमारा नेकलेस पाहायचाय,'' व्हिक्टरला बोलायची संधी न देता कॉन्सुला म्हणाली.

''जरूर मॅडम,'' ग्राफ म्हणाले. पुन्हा त्या मदतनिसानं तो नेकलेस मखमली कापडावर ठेवला; पण ग्राफनी त्याचं इतिहासकथन सुरू करण्यापूर्वी व्हिक्टर म्हणाला, ''याची किंमत?''

ग्राफनं मान वर केली. ''हा काही साधासुधा दागिना नाही...''

''किंमत किती?'' व्हिक्टरनं पुन्हा विचारलं.

''याचं मूळ लक्षात घेता...''

''किंमत किती?''

''याचं सौंदर्य, कलाकुसर...''

''किंमत किती?'' आता व्हिक्टरच्या आवाजाची पट्टी चढली होती.

''...एकमेवाद्वितीय असंच म्हणावं लागेल...''

''तुमचं सगळं बरोबर असेल; पण मला याची किंमत तर कळायला हवी.'' आता व्हिक्टर जरासा वैतागला होता.

''दहा लाख पौंड सर,'' ग्राफ आणखी विशेषणं न लावता म्हणाले.

''मी पाच लाख देईन; जास्त नाही,'' व्हिक्टर म्हणाला.

''माफ करा सर,'' ग्राफ म्हणाले. ''या वस्तूबद्दल घासाघीस होऊ शकत नाही.''

''कोणत्याही विक्रीत घासाघीस होऊ शकते,'' व्हिक्टर म्हणाला. ''मी पुन्हा सांगतो. पाच लाख पौंड.''

“सॉरी सर, मग मात्र...”

“थोड्या वेळानं तुम्हाला माझा दृष्टिकोन लक्षात येईल,” व्हिक्टर म्हणाला. “पण मला आता तेवढा वेळ नाही. मी पाच लाख पौंडांचा चेक देतो. तो वटवायचा की नाही, ते तुम्ही ठरवा.”

ग्राफ म्हणाले, “सर, मला वाटतं, तुम्ही तुमचा वेळ वाया घालवताय. हा कॅनेमाराचा अमूल्य ठेवा दहा लाखांच्या आत देता येणं शक्य नाही.”

व्हिक्टरनं खिशातून चेकबुक काढलं. ती बँक त्याच्याच मालकीची होती. त्यानं पाच लाखांचा चेक लिहिला. कॉन्सुला हळूच एक पाऊल मागे सरकली.

ग्राफ त्यांच्या आधीच्याच वाक्याचा पुनरुच्चार करणार होते. तेवढ्यात त्यांचं लक्ष कॉन्सुलाकडे गेलं. ती मूकपणे त्यांना तो चेक स्वीकारण्याची खूण करत होती.

तिचा मूकाभिनय पाहून त्यांच्या चेहऱ्यावर कुतूहल उमटलं.

व्हिक्टरनं चेक फाडून टेबलावर ठेवला. “मी तुम्हाला निर्णय घ्यायला २४ तास देतो. कारण उद्या सकाळी आम्हाला न्यू यॉर्कला जायचंय. मग तो नेकलेस बरोबर असो किंवा नसो.”

ग्राफनं तो चेक तसाच राहू दिला आणि त्या दोघांना दारापर्यंत सोडलं.

“तू कमाल केलीस व्हिक्टर,” कॉन्सुला म्हणाली. शोफरनं व्हिक्टरसाठी गाडीचं दार उघडलं.

“बँकेकडे घे,” व्हिक्टर गाडीत बसत म्हणाला. “कॉन्सुला, तुला तुझा दागिना मिळेल. माझी खात्री आहे; तो २४ तासांत चेक वटवेल.”

शोफरनं दार बंद केलं. गाडी सुरू होताना व्हिक्टर काच खाली करत म्हणाला, “हॅपी बर्थडे डार्लिंग!”

कॉन्सुलानं त्याच्या दिशेनं एक उडतं चुंबन फेकलं. गाडी ट्रॅफिकमध्ये दिसेनाशी झाली. आजची सकाळ योजनेबरहुकूम पार पडली नव्हती. कारण तिला तिच्या नवऱ्याचा अंदाज पटत नव्हता; तरीही तिच्याजवळ आणखी २४ तास होते.

कॉन्सुला रिट्झमध्ये परतली. तिनं शॉवर घेतला, नवीन सेंट फवारलं आणि दुसरा नवा ड्रेस चढवला. बाहेर पडण्यापूर्वी तिनं फायनान्शियल टाइम्समध्ये न्यू यॉर्क ग्रीन कॉफीची किंमत पाहून घेतली.

रिट्झमधून बाहेर पडताना गडद निळा डबल ब्रेस्टेड सूट आणि रुंद काठाची लाल पांढरी हॅट असा तिचा वेष होता. शोफरकडे दुर्लक्ष करून तिनं टॅक्सी पकडली आणि ड्रायव्हरला नाइट्स ब्रिज भागातल्या एका लहान खासगी हॉटेलचा पत्ता सांगितला. पंधरा मिनिटांतच ती तिथे पोहोचली. मान खाली घालूनच ती लॉबीत शिरली. मॅनेजरजवळ ओळख सांगितल्यावर एका कर्मचाऱ्यानं तिला चौथ्या मजल्यावर एक स्वीटसमोर आणून सोडलं. तिच्या त्या दिवशीच्या लंचच्या जोडीदारानं तिचं स्वागत केलं आणि

तिच्या दोन्ही गालांचं चुंबन घेऊन तिला वाढदिवसाच्या शुभेच्छा दिल्या.

त्यांनी एकत्र लंच घेतलं आणि नंतर शेजारच्या खोलीत आणखी 'जवळीक' साधली. कॉन्सुलाच्या जोडीदारानं तिची विनंती ऐकली आणि वेळ पाहून तिच्यासोबत मेफेअरला यायचं कबूल केलं. दक्षिण अमेरिकेतून येणारा एक महत्त्वाचा फोन घेण्यासाठी त्याला दुपारी ४ वाजेपर्यंत ऑफिसमध्ये परतायचं होतं. ब्राझीलच्या अध्यक्षांच्या पदच्युतीनंतर कॉफीच्या किंमती आकाशाला भिडल्या होत्या.

गाडीनं ब्रॉम्प्टन रोडवरून जाताना त्यानं फोनवरून न्यू यॉर्क ग्रीन कॉफीच्या किंमतीची चौकशी केली. (कॉन्सुलाच्या बिछान्यातल्या कौशल्यामुळे त्याला आधी फोन करता आला नव्हता.) कॉफीचा भाव दोन सेंटनी वाढल्याचं ऐकून तो खूश झाला, पण तिच्याइतका नाही. अकरा मिनिटांनी ते हाउस ऑफ ग्राफसमोर उतरले.

त्यांना हातात हात घालून दुकानात शिरताना पाहिल्यावर ग्राफच्या चेहऱ्यावरची रेषही हलली नाही.

"गुड ऑफ्टरनून मि. कारव्हालो," ग्राफ म्हणाले. "या वर्षी कॉफीचं पीक कसं आलं?"

"तक्रारीला जागा नाही," कारव्हालो हसून म्हणाला.

"मी आपल्यासाठी काय करू शकतो?"

"तिसऱ्या खिडकीत ठेवलेला हिऱ्यांचा नेकलेस मला बघायचाय," क्षणाचाही विलंब न लावता कॉन्सुला म्हणाली.

"जरूर मॅडम," ग्राफ म्हणाले. त्यांनी जणू यापूर्वी तिला पाहिलंही नव्हतं. पुन्हा त्या टेबलावर काळी मखमल पसरणे, त्यावर हार ठेवणे हे सोपस्कार पार पडले.

या वेळी मात्र ग्राफला त्या हाराचा समग्र इतिहास सांगण्याची संधी मिळाली. अखेर कारव्हालोनं सौम्यपणे त्याची किंमत विचारली.

"दहा लाख पौंड."

क्षणभर विचार करून कारव्हालो म्हणाला, "माझी ५ लाख देण्याची तयारी आहे."

"हा काही सामान्य दागिना नाही," ग्राफ म्हणाले. "मला वाटतं..."

"सामान्य नसेलही; पण पाच लाख ही माझी अखेरची किंमत."

"त्याचं सौंदर्य, कलाकुसर..."

"तरीही पाच लाखांवर नाही."

"...एकमेवाद्वितीय"

"पाच लाख."

''सॉरी सर,'' ग्राफ म्हणाले. ''या वस्तूबद्दल घासाघीस होऊ शकत नाही.''

कारव्हालो म्हणाला, ''विक्रीला काढलेल्या कोणत्याही वस्तूबद्दल घासाघीस होऊ शकते.''

''या बाबतीत ते खरं नाही सर...''

''तुम्ही लवकरच सुज्ञपणे विचार कराल, अशी अपेक्षा आहे; पण दुर्दैवानं आता माझ्याजवळ तेवढा वेळ नाही. मी पाच लाखांचा चेक देतो. तो वटवायचा की नाही, हा तुमचा प्रश्न.''

कारव्हालोनं खिशातून चेकबुक काढून पाच लाखाचा चेक लिहिला. कॉन्सुला नि:शब्दपणे उभी होती.

कारव्हालोनं चेक काउंटरवर ठेवला.

''मी तुम्हाला विचार करायला २४ तास देतो. उद्या संध्याकाळी मला शिकागोला जायचंय. मी परत येईपर्यंत चेक वटला नसेल तर...''

ग्राफनं मान तुकवली आणि दोघांना दारापर्यंत सोडलं.

''कमाल केलीस, डार्लिंग!'' कॉन्सुला म्हणाली.

शोफरनं दार उघडलं. कारव्हालो आत बसत म्हणाला, ''डार्लिंग, आजच्या दिवसात नक्की तुला तुझा नेकलेस मिळेल.''

तिनं त्याचा निरोप घेतला. गाडी पिकॅडलीच्या दिशेनं निघून गेली. या खेपेला तिच्या प्रियकराचा अंदाज अचूक ठरणार होता. गाडी दिसेनाशी झाल्यावर ती पुन्हा दुकानात शिरली.

ग्राफनी हसून तिचं स्वागत केलं आणि सुंदर वेष्टनात बांधलेली भेटवस्तू तिच्या हाती देत म्हणाला, ''हॅपी बर्थडे, मि. रोझनहाईम.''

डगी मॉर्टिमरचा बाहू

रॉबर्ट हेन्री केफर्ड (तिसरा) याचे मित्र त्याला बॉब म्हणत. हेलन नावाच्या मुलीसोबत बिछान्यात असताना त्यानं डगी मॉर्टिमरच्या उजव्या बाहूबद्दल प्रथम ऐकलं.

केंब्रिज सोडताना त्याला दु:ख होत होतं. सेंट जॉन्समधली त्याची तीन वर्षं खूपच आनंदात गेली होती. त्याचं पदवीपूर्व शिक्षण शिकागो विद्यापीठात झालं होतं; पण त्या काळात त्यानं जेवढी पुस्तकं वाचली होती, तेवढीही सेंट जॉन्सच्या वास्तव्यात वाचली नव्हती. बोटिंगमध्ये प्रभुत्व मिळवण्याचा मात्र त्यानं आटोकाट प्रयत्न केला.

१९७० च्या दशकात एका अमेरिकन विद्यार्थ्यानं रोइंग ब्लू म्हणून नौकानयनाच्या संघात स्थान मिळवणं यात विशेष काही नव्हतं; पण सलग तीन वर्षं केंब्रिजच्या विजयी संघात आघाडीचा नावाडी म्हणून स्थान मिळवणं हे प्रथमच घडलं होतं.

या नौकांच्या शर्यती पटनी ते मॉर्टलेकच्या दरम्यान होत असत. बॉबचे वडील – रॉबर्ट हेन्री केफर्ड दुसरे (मित्रांसाठी रॉबर्ट) – हे त्या तिन्ही शर्यतींना हजेरी लावण्यासाठी मुद्दाम इंग्लंडला आले होते. बॉबनं सलग तिसऱ्या वर्षी केंब्रिजला विजयी केलं त्या वेळी त्याच्या वडिलांनी त्याला सुचवलं की, त्याची आठवण म्हणून युनिव्हर्सिटी बोटक्लबला एखादं स्मृतिचिन्ह दिल्याशिवाय त्यानं घरी, इलिनॉयला परतू नये.

"...आणि एक गोष्ट विसरू नकोस," वडील म्हणाले. "ही भेट दिखाऊ असता कामा नये. एखादी महागडी वस्तू देण्यापेक्षा ऐतिहासिक मूल्य असलेली वस्तू देण्याचा प्रयत्न कर. ब्रिटिश लोक अशाच गोष्टीला जास्त महत्त्व देतात."

बॉबनं अनेक तास त्याच्या वडिलांच्या सूचनेचा विचार केला; पण त्याला उत्तर सापडेना कारण केंब्रिज युनिव्हर्सिटी बोटक्लबनं एवढ्या ढाली आणि कप

मिळवले होते की, त्यांच्या कपाटात आता जागाच शिल्लक नव्हती.

एका रविवारी सकाळी हेलननं डगी मॉर्टिमरचा पहिल्यांदा उल्लेख केला. ती आणि बॉब एकमेकांच्या बाहूंत विसावले होते. मध्येच तिने त्याचा दंड चाचपला...

"ही काय प्रेमाची सुरुवात करण्याची ब्रिटिश पद्धत वाटतं?" त्यानं दुसरा हात तिच्या खांद्यावर टाकत विचारलं.

"छे!" ती म्हणाली. "तुझे दंड डगी मॉर्टिमरइतके मजबूत आणि पिळदार आहेत का, ते पाहत होते."

एका मुलीबरोबर बिछान्यात असताना तिनं दुसऱ्या पुरुषाबद्दल बोलणं बॉबला नवीन होतं. त्याला उत्तर सुचेना.

"मग, आहेत का?" त्यानं दंडातली बेटकुळी दाखवत विचारलं.

"सांगणं कठीण आहे," हेलन म्हणाली. "मी डगी मॉर्टिमरच्या दंडाला कधी हात लावला नाही. फक्त लांबून पाहिलाय."

"आणि हा पुरुषी सौंदर्याचा नमुना तुला कुठे दिसला?"

"हल गावात माझ्या वडिलांचा एक पब आहे. तिथल्या बारच्या मागे टांगलाय."

"मग त्याचा हात दुखत असेल ना?" त्यानं हसत विचारलं.

हेलन म्हणाली, "त्याला त्याची फिकीर असेलसं वाटत नाही कारण त्याला मरून ६० वर्षं उलटून गेली आहेत."

"आणि त्याचा बाहू अजून बारमध्ये लटकतोय?" बॉबनं चकित होऊन विचारलं. "त्याला वास येत नाही?"

आता हेलन हसली. "नाही रे, अमेरिकन मूर्खा. ती त्याच्या बाहूची ब्राँझमध्ये घडवलेली प्रतिकृती आहे. त्या काळी जर एखादा सलग तीन वर्षं विद्यापीठाच्या संघात असेल तर त्याच्या बाहूची प्रतिकृती क्लब हाउसमध्ये टांगून ठेवत आणि प्लेअर्स सिगारेटच्या पाकिटात त्याच्या फोटोचं कार्ड असे. तुझा फोटो मात्र मी पाहिला नाही." त्याच्या डोक्यावर चादर ओढत हेलन म्हणाली.

"तो ऑक्सफर्डच्या संघात होता की केंब्रिजच्या?" बॉबनं विचारलं.

"मला ठाऊक नाही."

"मग हलमधल्या पबचं नाव?"

"द किंग विल्यम्स," हेलन म्हणाली. त्यानं तिच्या खांद्यावरचा हात दूर केला. "ही अमेरिकन प्रणयाची सुरुवात का?"

त्या सकाळी उशिरा हेलन न्यूनहॅमला निघून गेली. बॉब त्याच्या शेल्फवर निळ्या कव्हरचं पुस्तक शोधू लागला. 'नौकांच्या शर्यतीचा इतिहास' हे जीर्ण झालेलं पुस्तक काढून त्यानं मॉर्टिमर नावासाठी सूची तपासली. त्याला सात मॉर्टिमर

सापडले. त्यांतले पाच ऑक्सफर्डच्या संघात होते, तर दोन केंब्रिजच्या. तो आद्याक्षरं तपासू लागला. मॉर्टिमर ए. जे. (वेस्ट मिन्स्टर आणि वॅडहॅम, ऑक्सफर्ड), मॉर्टिमर सी. के. (अपिंगहॅम आणि ओरियल, ऑक्सन), मॉर्टिमर ई. एल. (औंडल आणि मॅग्ॅलन, ऑक्सन). त्यानं मॉर्टिमर डी. जे. टी. वर लक्ष केंद्रित केलं. त्याचं चरित्र पान क्र. १२९ वर होतं. त्याला हवी असलेली माहिती त्यानं शोधली.

डग्लस जॉन टाउनसेंड मॉर्टिमर, केंब्रिज – १९०७, ०८, ०९, आघाडीचा नावाडी. पुढे मॉर्टिमरच्या कामगिरीचा थोडक्यात आढावा होता...

डग्ल्स मॉर्टिमरनं नौकांच्या शर्यतीत केंब्रिजला १९०७ मध्ये विजय मिळवून दिला. याच कामगिरीची त्यानं १९०८ मध्ये पुनरावृत्ती केली. १९०९ मध्ये तज्ज्ञांच्या मते केंब्रिजचा संघ गेल्या अनेक वर्षांतला सर्वोत्तम संघ होता; पण तो ऑक्सफर्डच्या एका अतिशय नवख्या संघाकडून पराभूत झाला. वृत्तपत्रांनी त्याचं अनेक परीनं स्पष्टीकरण देण्याचा प्रयत्न केला. पण त्या निकालाबद्दलचं गूढ अजूनही कायम आहे. मॉर्टिमरचं १९१४ मध्ये निधन झालं.

बॉबनं पुस्तक ठेवून दिलं. हा निष्णात नावाडी पहिल्या महायुद्धात कामी आला असावा, असं त्यानं गृहीत धरलं. त्यानं या सर्व माहितीबद्दल विचार केला. तो जर डगी मॉर्टिमरचा बाहू केंब्रिजच्या वार्षिक मेजवानीच्या वेळी भेट देऊ शकला, तर तो वडिलांचा काटेकोर निकष पूर्ण करू शकला असता.

कपडे बदलून तो कॉरिडॉरमध्ये आला. डिरेक्टरीमधून गरज असलेले फोन नंबर मिळवले आणि पुढचा अडथळा ओलांडायच्या तयारीला लागला.

हल गावात 'किंग विल्यम्स' नावाचे तीन पब्ज होते. पहिला फोन लागल्यावर त्यानं विचारलं, "डगी मॉर्टिमरचा बाहू तुमच्या काउंटरमागे टांगलाय का?" पलीकडच्या माणसाचं बोलणं त्याला नीटसं समजलं नाही; पण तो त्या पबमध्ये नाही, एवढं समजलं.

त्याचा दुसरा फोन घेणारी मुलगी म्हणाली, "म्हणजे बारच्या मागे ठोकलंय ते?"

"हो. तेच असावं."

"मग तुम्हाला हवा असलेला पब हाच."

त्यानं त्या पबचा सविस्तर पत्ता आणि कामाच्या वेळा लिहून घेतल्या आणि तिथे जाणाऱ्या रेल्वेची चौकशी केली.

"हो," पलीकडून उत्तर आलं. "दुपारी ३.१७ ची ट्रेन पकडून पीटरबरोला जा. आणि तिथून ४.०९च्या गाडीनं डॉकॅस्टरला. तिथे पुन्हा गाडी बदलली की, ६.३२ला हलला पोहोचाल."

"आणि परतीचा प्रवास?" बॉबनं विचारलं.

"८.५२ची गाडी. डॉकॅस्टर आणि पीटरबरोमार्गे मध्यरात्रीपर्यंत केंब्रिज गाठाल."

"थँक यू!"

बॉब लंचसाठी सरळ कॉलेजमध्ये गेला. जेवताना तो विशेष कुणाशी बोलला नाही.

आता पबच्या मालकाकडून ती मौल्यवान वस्तू कशी हस्तगत करायची, हा विचार करतच त्यानं पीटरबरोची ट्रेन पकडली. तिथे उतरून प्लॅटफॉर्म क्रमांक तीनवर पुढच्या गाडीत बसला; पण डोक्यातून तो विचार जाईना. दोन तासांनी हलला पोहोचल्यावरही त्याला त्याच्या कोड्याचं उत्तर सापडलं नव्हतं.

"किंग विल्यम्स," तो टॅक्सीत बसत म्हणाला.

"कुठला? मार्केट प्लेस, हॅरॉल्ड कॉर्नर की पर्सी स्ट्रीट?"

"पर्सी स्ट्रीट."

"पण तो सातला उघडतो," पबसमोर टॅक्सी थांबवत ड्रायव्हर म्हणाला.

बॉबनं घड्याळात पाहिलं. अजून २० मिनिटं बाकी होती. तो बाजूच्या रस्त्यानं पबच्या पिछाडीला गेला. तिथे काही मुलं फुटबॉल खेळत होती. समोरासमोरच्या घरांचा वापर ती गोल म्हणून करत होती; पण त्यांच्या खेळात एवढी अचूकता होती की, बॉल एकदाही खिडकीला लागत नव्हता. हा खेळ अमेरिकेत कधी रुजणार, हे बॉबला कळेना.

त्या मुलांचा खेळ पाहण्यात तो इतका रंगून गेला की, त्यांनी खेळ थांबवून त्याला त्यांच्यात सामील व्हायला बोलावलं. "नको. थँक्यू!" तो म्हणाला. नेमकी त्याच्याच हातून एखाद्या खिडकीची काच फुटायची!

सात वाजून काही मिनिटांनी तो किंग विल्यम्स पबमध्ये आला. पब रिकामाच होता. त्याला उगीच कुणाचंही लक्ष वेधून घ्यायचं नव्हतं; पण त्याची सहा फूट चार इंच उंची, करडी पॅन्ट, डबल ब्रेस्टेड निळा ब्लेझर आणि कॉलेजचा टाय असा थाट पाहून बारमागे उभ्या असलेल्या तिघांनी त्याच्याकडे असं पाहिलं की, जणू तो परग्रहावरून आलाय. त्यानं प्रयत्नपूर्वक बारच्या मागे पाहायचं टाळलं. तेवढ्यात एक तरुण भुऱ्या केसांची मुलगी त्याची ऑर्डर घ्यायला आली.

"अर्धा पॉइंट तुमची सर्वोत्तम कडू बिअर," त्यानं कॉलेजच्या कँटीनमध्ये त्याच्या इंग्रज मित्रांचं बोलणं ऐकलं होतं. बारमालकानं त्याच्याकडे संशयानं पाहत त्याच्यासमोर बिअरचा ग्लास ठेवला. बॉब तो ग्लास घेऊन कोपऱ्यातल्या स्टूलवर बसला. तेवढ्यात

आणखी दोन माणसं आल्यामुळे बारमालकाचं लक्ष त्याच्यावरून हटलं.

पहिला घोट घेतल्याबरोबर त्याचा श्वास गुदमरला. भानावर आल्यानंतर त्यानं सहजपणे बारच्या वरच्या बाजूला नजर टाकली.

तिथे त्याला ब्रॉन्झमध्ये घडवलेला आणि पॉलिश केलेल्या लाकडावर ठोकून बसवलेला मजबूत बाहू दिसला. त्यानं कशीबशी मनातली खळबळ लपवली. ती वस्तू त्याला एकाच वेळी भयंकर आणि तरीही प्रेरणादायी वाटली. खाली ठळक सोनेरी अक्षरांत लिहिलं होतं

डी. जे. टी. मॉर्टिमर

१९०७-०८-०९

सेंट कॅथरिन, स्ट्रोक

हळूहळू पबमधली गर्दी वाढू लागली. बॉब बारमालकावर लक्ष ठेवून होता. लवकरच त्याच्या लक्षात आलं की, प्रत्यक्षात त्याची बायकोच (सगळे तिला नोरा म्हणत होते) सगळा कारभार पाहत होती. ग्राहकांना सेवाही तीच देत होती.

बॉब त्याचं ड्रिंक संपवून बारमागे असलेल्या नोराकडं गेला.

"बोल, तरुण माणसा, मी तुझ्यासाठी काय करू शकते?" तिनं विचारलं.

"आणखी एक ग्लास, थँक यू!" बॉब म्हणाला.

"अमेरिकन दिसतोस," नोरानं पंप ओढून त्याचा ग्लास भरला. "इथे अमेरिकन फारसे येत नाहीत, विशेषत: त्यांचे तळ बंद झाल्यापासून." ती ग्लास त्याच्या पुढ्यात ठेवत म्हणाली, "पण तू हलमध्ये कसा?"

"तुमच्यासाठी."

नोरानं त्याच्याकडे संशयानं पाहिलं. तो तिचा मुलगा शोभला असता.

बॉब हसून म्हणाला, "नेमकं सांगायचं तर डगी मॉर्टिमरसाठी."

"आता ओळखलं तुला," ती म्हणाली. "सकाळी फोन केला होतास ना? माझ्या मुलीनं सांगितलं मला. मीच ओळखायला हवं होतं."

बॉबनं मान डोलवली. "हा हात इथे कसा आला?" त्यानं विचारलं.

"ती एक मोठीच गोष्ट आहे," नोरा म्हणाली. "ही मिळकत माझ्या आजोबांची. एलीमध्येच त्यांचा जन्म झाला. ते दर सुट्टीत कॅम नदीत मासेमारी करत. त्यांच्या म्हणण्यानुसार एका वर्षी त्यांच्या गळाला मासा नाही, पण हा हात लागला. ते वारल्यानंतर माझे वडील इतर भंगाराबरोबर तो हातही फेकून देणार होते; पण मी तो बाहू पबमध्ये ठेवण्याचा हट्ट केला. मी तो हात स्वच्छ केला आणि पॉलिश करून तो बारमध्ये अडकवला. ही एक वस्तू बघायला तू एवढा प्रवास करून

आलास, हे विशेष आहे.''

बॉबनं त्या बाहूकडे कौतुकानं पाहिलं. मग धैर्य एकवटून तो म्हणाला, ''पण मी फक्त बघायला आलेलो नाही.''

''मग कशासाठी आलास?'' नोरानं विचारलं.

''तो विकत घ्यायला.''

तेवढ्यात मालकाचा आवाज आला, ''चटचट काम उरक, नोरा. कितीजण थांबलेत ठाऊक आहे ना?''

नोरा गर्रकन वळून म्हणाली, ''सायरिल बार्न्सवर्थ, जरा गप्प बस. हा तरुण इतक्या लांबून डगी मॉर्टिमरचा बाहू बघायला आलाय आणि वर तो विकत घ्यायचा म्हणतोय.'' हे ऐकून बारजवळ उभ्या असलेल्या ग्राहकांमध्ये खसखस पिकली; पण नोरा हसली नाही.

मालक म्हणाला, ''मग त्याचा प्रवास वाया गेला म्हणायचा. कारण आपल्याला तो विकायचा नाही.''

''विकायला काही तो तुझ्या मालकीचा नाही,'' नोरा कमरेवर हात ठेवत म्हणाली. मग बॉबला म्हणाली, ''त्याचं म्हणणं बरोबर आहे. कुणी मला १०० पौंड दिले तरी मी तो देणार नाही.'' आता आजूबाजूच्या अनेकांना या संभाषणात रस वाटू लागला.

''दोनशे पौंड दिले तर?...'' बॉब शांतपणे म्हणाला; मग मात्र नोरा हसत सुटली.

पण बॉबच्या चेहऱ्यावरची रेषाही हलली नाही.

हसू आवरल्यावर तिनं त्याच्याकडे रोखून पाहिलं. ''माय गॉड! याला खरंच तो हवाय.''

''नक्कीच!'' बॉब म्हणाला. ''केंब्रिजमध्ये त्याची हक्काची जागा त्याला मिळावी, असं मला वाटतं आणि त्यासाठी दोनशे पौंड मोजायची माझी तयारी आहे.''

मालकानं त्याच्या बायकोकडे अविश्वासानं पाहिलं. त्याचा स्वत:च्या कानांवर विश्वास बसेना. ''गेले अनेक दिवस एका सेकंड हॅन्ड गाडीवर माझा डोळा आहे; आपण ती घेऊ शकू.''

नोरा म्हणाली, ''हो आणि त्यातच उन्हाळ्याची सुट्टी आणि थंडीसाठी ओव्हरकोटही मिळेल.'' अजूनही ती बॉबकडे तो एखादा परग्रहावरचा प्राणी असल्यासारखी पाहत होती. मग एकदम हात पुढे करत म्हणाली, ''मग सौदा जमला, मित्रा.''

मग तिथे जमलेल्या लोकांनी नोराच्या आजोबांना ओळखत असल्याचा दावा केला. त्यांतले काहीजण त्या मानानं तरुण वाटत होते; पण तरीही बॉबला त्या सर्वांसाठी ड्रिंक मागवावं लागलं. ती रात्र त्याला जवळच्याच हॉटेलवर काढावी

लागली. कारण नोरा तो 'मौल्यवान वारसा' सहजासहजी हातचा जाऊ देणार नव्हती. तिच्या बँक मॅनेजरनं केंब्रिजला फोन करून रॉबर्ट हेन्री केफर्डकडे २०० पौंड असल्याची खात्री करून घेतली आणि मगच तिचा 'वारसा' बॉबला दिला.

सोमवारी सकाळी केंब्रिजला येईपर्यंत बॉबनं त्याचा खजिना सोडला नाही. घरी पोहोचल्यावर त्यानं तो पलंगाखाली दडवला. दुसऱ्या दिवशी तो एका फर्निचरच्या दुकानात गेला. त्याला त्या बाहूला पूर्वीचा दिमाख आणि वैभव मिळवून द्यायचं होतं. तिथल्या माणसानं केंब्रिजच्या वार्षिक 'ब्लूज डिनर'पर्यंत तो डागडुजी करून परत देण्याचं मान्य केलं.

तीन आठवड्यांनी बॉब पुन्हा त्या दुकानात हजर झाला. त्याची कामगिरी पाहून, सीयूबीसीच्या प्रतिष्ठेला साजेशी भेटवस्तू मिळाल्याची बॉबची खात्री पटली. त्याच्या वडिलांची इच्छाही पूर्ण होणार होती. ही गोष्ट 'ब्लूज डिनर' पार पडेपर्यंत कुणालाही – अगदी हेलनलाही – सांगायची नाही, असा त्यानं निश्चय केला. फक्त क्लबच्या अध्यक्षांना त्यानं कल्पना दिला की, तो एक भेट देणार आहे आणि त्यासाठी त्याला एका भिंतीवर, आठ फूट उंचीवर आणि एकमेकांपासून १८ इंच अंतरावर दोन हुक्स ठोकून हवे आहेत.

'युनिव्हर्सिटी ब्लूज डिनर' हा एक वार्षिक समारंभ असतो. ज्या बोट हाउसमध्ये तो साजरा होतो, तिथून कॅम नदीचं निसर्गरम्य दृश्य दिसतं. आजी आणि माजी असा कुणीही 'ब्लूज'धारक (नौका संघाचा सदस्य) तिथे हजर राहण्यास पात्र असतो. त्या रात्री तिथे विक्रमी गर्दी झाल्याचं पाहून बॉब खूश झाला. त्यानं त्याची भेट ब्राउन पेपरमध्ये गुंडाळून खुर्चीखाली सरकवली आणि बरोबर आणलेला कॅमेरा समोरच्या टेबलावर ठेवला.

अमेरिकेला परतण्यापूर्वी बॉबचं हे शेवटचं ब्लूज डिनर होतं; त्यामुळे त्याच्या बसण्याची व्यवस्था तिथल्या खास टेबलावर केली गेली होती. क्लबचे मानद सचिव आणि विद्यमान अध्यक्ष यांच्यामध्ये त्याचं आसन होतं. सचिव टॉम ॲडम्स यांनी त्यांचा 'ब्लू' २० वर्षांपूर्वी मिळवला होता. आज ते क्लबचा चालताबोलता ज्ञानकोश म्हणून ओळखले जात. तिथे असलेल्याच नाही, तर पूर्वीच्या सर्व प्रसिद्ध नाविकांना ते नावानिशी ओळखत होते.

टॉमनं बॉबला तिथे हजर असलेले तीन ऑलिम्पिक पदकविजेते दाखवले. त्यांतले सर्वांत वयस्कर गृहस्थ अध्यक्षांच्या डाव्या बाजूला बसलेत. चार्ल्स फॉरेस्टर. ते क्लबच्या संघात पुढून तिसऱ्या स्थानावर असत. १९०८-०९ मध्ये ते संघात होते, त्या अर्थी त्यांचं वय निश्चित ८० पेक्षा जास्त असेल.

"कसं शक्य आहे?" बॉबच्या नजरेसमोर क्लब हाउसच्या भिंतीवरचा फॉरेस्टरचा

तरुणपणीचा फोटो आला.

"शक्य आहे तर," सेक्रेटरी हसून म्हणाले. "आणि तरुण माणसा, एक दिवस तूही असाच दिसशील."

"आणि टेबलाच्या शेवटी बसलेत ते?" बॉब म्हणाला. "ते तर जास्तच वृद्ध दिसताहेत."

"आहेतच," सेक्रेटरी म्हणाले. "त्यांचं नाव सिडनी फिस्क. १९१२ ते १९४५ ते बोटमन म्हणून सर्व बोटींची देखभाल करत होते; फक्त पहिल्या महायुद्धाचा काळ सोडून. त्याआधी त्यांचे काका हेच काम करत असत."

"मग ते डगी मॉर्टिमरला निश्चितच ओळखत असतील," बॉब हेवा वाटून म्हणाला.

"तू पूर्वीच्या एका फार मोठ्या माणसाचं नाव घेतलंस," ॲडम्स म्हणाले. "मॉर्टिमर डी.जे.टी. १९०७-०८-०९. पहिल्या आसनावरचे नाविक फिस्क नक्कीच त्यांना ओळखत असणार आणि मला वाटतं, फॉरेस्टरदेखील मॉर्टिमर असलेल्या बोटीतच वल्हेकरी असणार."

जेवतानाही बॉबचे प्रश्न चालूच होते; पण त्यानं 'हिस्ट्री ऑफ बोट रेस'मध्ये वाचलेल्या माहितीत ॲडम्स फारशी भर घालू शकले नाहीत. एका गोष्टीची मात्र त्याला खात्री करून घेता आली. ती म्हणजे १९०९ मध्ये प्रतिस्पर्ध्यांपेक्षा श्रेष्ठ संघ असूनही केंब्रिजचा झालेला पराभव हे आजवर एक गूढच राहिलं होतं.

डिनर संपल्यावर अध्यक्ष उभे राहिले. त्यांनी उपस्थितांचं स्वागत करून एक छोटेखानी भाषण केलं. बॉबला ते भावलं. पदवीपूर्व विद्यार्थ्यांचा आरडाओरडा आणि दंगा सुरूच होता. दरवेळी भाषणात ऑक्सफर्डचा उल्लेख आल्यावर तर गोंगाट जास्तच वाढत होता. बॉबही नकळत त्यात सामील होत होता. अध्यक्ष त्यांच्या भाषणाच्या शेवटी म्हणाले, "आता आपला आघाडीचा नाविक बॉब केफर्ड या वर्षी आपल्याला एक खास भेट देणार आहे आणि आपल्याला ती आवडेल, अशी माझी खात्री आहे."

बॉब उभा राहिल्यावर आरोळ्या आणि टाळ्यांचा आवाज जास्तच वाढला; पण बॉबनं हलक्या आवाजात भाषण सुरू करताच तिथे शांतता पसरली. त्यानं डगी मॉर्टिमरच्या बाहूबद्दल कधी ऐकलं आणि तो कसा मिळवला, याबद्दल सविस्तर माहिती सांगितली; पण ते कुठे कळलं हे सांगायचं खुबीनं टाळलं.

मग मोठ्या झोकात त्यानं त्या पार्सलावरचं वेष्टन काढलं. तो नवीन आणि चकचकीत दिसणारा ब्रॉन्झचा बाहू पाहताच सर्वांनी उभं राहून टाळ्यांचा कडकडाट केला. बॉबच्या चेहऱ्यावर समाधानाचं हसू पसरलं. आज हा सोहळा बघायला वडील हवे होते, असं त्याला वाटून गेलं.

त्यानं सर्वत्र नजर फिरवली. त्याच्या लक्षात आलं की, तिथले सर्वांत श्रेष्ठ

'ब्लू' चार्ल्स फॉरेस्टर मात्र जागचे हलले नव्हते. त्यांनी टाळ्याही वाजवल्या नाहीत. बॉबची नजर सिडनी फिस्ककडे वळली. तो वृद्ध बोटमनही मख्खपणे बसून होता. टाळ्या वाजवणं तर दूरच!

पण बॉब या दोन्ही वृद्धांना लगेच विसरून गेला कारण ॲडम्सनी अध्यक्षांच्या मदतीने तो बाहू मागच्या भिंतीवर टांगला. त्याच्या एका बाजूला १९०८ सालच्या ऑलिम्पिकमध्ये वापरलेलं वल्हं होतं, तर दुसऱ्या बाजूला सलग चार वर्षं ऑक्सफर्डचा पराभव करणाऱ्या संघात असलेल्या एकमेव 'ब्लू'नं वापरलेला कोट होता. वडिलांची इच्छा पूर्ण केल्याचा पुरावा म्हणून बॉबनं त्या प्रसंगाचे भरपूर फोटो काढले.

सोहळा पार पडल्यावर त्याचे आभार मानायला आणि त्याचं अभिनंदन करायला अनेकजणांचा त्याला गराडा पडला. आपल्या कष्टाचं चीज झाल्याचं बॉबला वाटलं.

अनेक सदस्यांनी बॉबला त्याच्या भविष्यातल्या वाटचालीबद्दल शुभेच्छा दिल्या; त्यामुळे तो तिथून बाहेर पडणाऱ्या शेवटच्या काहीजणांत होता. तो स्वत:शीच गुणगुणत फुटपाथवरून चालला होता. तेवढ्यात त्याला त्याचा कॅमेरा टेबलावरच राहिल्याचं आठवलं; पण आता सगळे गेले असतील असं वाटून त्यानं तो दुसऱ्या दिवशी सकाळी आणायचं ठरवलं; पण वळून पाहिल्यावर त्याला तळमजल्यावर एक दिवा जळताना दिसला.

तो गुणगुणतच क्लब हाउसच्या दिशेनं निघाला. जवळ गेल्यावर त्याला कमिटी रूममध्ये दोघंजण उभे असलेले दिसले. नीट दिसावं म्हणून तो काचेच्या खिडकीजवळ गेला. आतलं दृश्य बघून त्याच्या आश्चर्याला पारावार राहिला नाही. सर्वांत वयस्कर 'ब्लू' चार्ल्स फॉरेस्टर आणि बोटमन सिडनी फिस्क ते जड टेबल सरकवण्याचा प्रयत्न करत होते. तो त्यांच्या मदतीला जाणार तेवढ्यात फिस्कनं डगी मॉर्टिमरच्या बाहूकडे बोट दाखवलं. त्या दोघांनी मिळून मोठ्या कष्टानं ते टेबल हळूहळू त्या हाताच्या खाली भिंतीजवळ आणलं. बॉब स्तब्धपणे सगळं पाहत होता. फिस्कनं एक खुर्ची भिंतीजवळ आणली आणि तिचा पायरीसारखा वापर करून फॉरेस्टर टेबलावर चढले आणि हात देऊन फिस्कलाही टेबलावर चढायला त्यांनी मदत केली.

त्या दोघांत काही संभाषण झालं. मग त्यांनी तो ब्रॉन्झचा बाहू उतरवून पायांजवळ ठेवला. मग फॉरेस्टर पुन्हा खाली उतरले आणि फिस्कनाही हात देऊन उतरायला मदत केली.

बॉब जागचा हलला नाही. त्या दोघांनी तो हात उचलून बोट हाउसच्या बाहेर आणला. फॉरेस्टरनी आत जाऊन दिवा मालवला आणि ते बाहेर येताच फिस्कनं बाहेरून कडी लावली.

पुन्हा त्यांच्यात एक लहानसं संभाषण झालं. मग त्यांनी तो बाहू उचलला आणि पायवाटेनं निघाले. अधूनमधून ते तो हात खाली ठेवून विश्रांती घेत होते. बॉब

चोरपावलांनी त्यांच्या मागोमाग निघाला. मधूनच त्याला एखाद्या झाडामागे लपावं लागत होतं. ते दोघं वृद्ध अचानक वळून नदीच्या दिशेनं निघाले. काठाजवळ पोहोचल्यावर त्यांनी तो बाहू तिथे बांधलेल्या एका बोटीत ठेवला.

फॉरेस्टरनी दोर सोडला. त्या दोघांनी ती बोट नदीच्या पात्रात ढकलायला सुरुवात केली. ते गुडघ्यापर्यंत खोल पाण्यात आले; पण त्यांना भिजण्याची मुळीच पर्वा नव्हती. फॉरेस्टर चटकन बोटीत बसले. फिस्कना मात्र बोटीत चढायला खूपच कष्ट पडले. दोघे स्थानापन्न झाल्यावर फॉरेस्टरने वल्ही हातात घेतली आणि फिस्क डगी मॉर्टिमरचा बाहू घेऊन त्याच्यामागे बसले.

फॉरेस्टरनी बोट वल्हवत नदीच्या मध्याकडे नेली. त्यांची गती मंद होती, पण वल्हवण्यातल्या सफाईतून अनुभव जाणवत होता. कॅम नदीच्या मध्यावर खोल भागात गेल्यावर त्यांनी वल्हवणं थांबवलं. मग त्या दोघांनी मिळून तो ब्रॉन्झचा बाहू उचलला आणि पाण्यात टाकून दिला. पाणी उडाल्याचा आवाज झाला. बोट धोकादायकपणे हिंदकळली. काम झाल्यावर फिस्क वल्हवायला बसले. त्यांचा वेग आणखी कमी होता. अखेर ते काठावर पोहोचले आणि फिस्कनी तो दोर तिथल्या लोखंडी कडीला बांधला.

थकलेल्या आणि चिंब भिजलेल्या अवस्थेत ते दोघे वृद्ध एकमेकांकडे पाहत उभे राहिले. धाप लागल्यामुळे दोघांची छाती वरखाली होत होती. त्या दोघांनी शेकहॅन्ड करून एकमेकांचा निरोप घेतला. जणू दोन उद्योगपतींनी एखादा मोठा सौदा केला होता.

दुसऱ्या दिवशी सकाळी टॉम ॲडम्सचा बॉबला फोन आला. अर्थात त्यांनी जे सांगितलं, ते बॉबला आधीच ठाऊक होतं. रात्रभर या घटनेचे विचार डोक्यात घोळत असल्यामुळे त्याचा डोळ्याला डोळा लागला नव्हता.

बॉबनं त्या चोरीची बातमी शांतपणे ऐकून घेतली. ॲडम्स म्हणाले, "आश्चर्य म्हणजे त्यांनी तेवढी एकच वस्तू नेली. तुझा – म्हणजे डगीचा बाहू. तिथेच असलेल्या महागड्या कॅमेऱ्याला त्यांनी हातही लावला नाही."

"माझ्याकडून काही मदत होऊ शकते?" बॉबनं विचारलं.

"नाही," ॲडम्स म्हणाले. "तू तरी काय करणार? पोलिसांची चौकशी चालू आहे; पण माझी खात्री आहे की, एव्हाना चोरट्यांनी अर्धा देश ओलांडला असेल."

"बरोबर," बॉब म्हणाला. "पण मि. ॲडम्स, तुम्ही मला क्लबच्या इतिहासाबद्दल काही सांगू शकाल?"

"प्रयत्न करीन," ॲडम्स म्हणाले. "पण हा फक्त माझा छंद आहे, हे लक्षात ठेव."

"सध्या हयात असलेला सर्वांत वृद्ध ऑक्सफर्ड ब्लू कोण आहे, हे सांगू शकाल?" पलीकडे काही काळ शांतता पसरली, "तुम्ही फोनवर आहात ना?"

बॉबने विचारले.

"हो. हॅरॉल्ड डियरिंग अजून जिवंत असतील का, याचा विचार करत होतो. 'टाइम्स'मध्ये त्यांच्यावरचा मृत्युलेख तरी माझ्या वाचण्यात आला नाही."

"हो. रॅडली अँड केबल. १९०९, १०,११. नंतर माझ्या माहितीप्रमाणे ते बिशप झाले; पण त्यांचा सध्याचा ठावठिकाणा सांगता येणार नाही."

"थँक यू," बॉब म्हणाला, "तुम्ही खूप मदत केलीत."

"पण माझी चूकही होत असेल," ॲडम्स म्हणाले. "मी काही रोज टाइम्समधले मृत्युलेख वाचत नाही आणि ऑक्सफर्डबद्दल तर मला आता विशेष आठवतही नाही."

बॉबनं त्यांचे आभार मानून फोन ठेवला.

दुपारचं जेवणही त्याला धड गेलं नाही. त्यानं घरी आल्यावर केबलच्या ऑफिसमध्ये फोन केला.

पलीकडून एक चिडखोर आवाज आला.

"तुमच्या कॉलेजचा सदस्य असलेल्या हॅरॉल्ड डियरिंग नावाच्या माणसाची नोंद आहे का?" बॉबनं विचारलं.

"डियरिंग... डियरिंग..." ती व्यक्ती म्हणाली. "नाव प्रथमच ऐकतोय. कॉलेजच्या हॅन्डबुकमध्ये पाहावं लागेल."

काही काळ शांततेत गेला. मग पुन्हा तोच आवाज आला, "न आठवण्यात आश्चर्य नाही. माझ्याही पूर्वीचा काळ. डियरिंग, हॅरॉल्ड. १९०९-१०-११. बी.ए. १९११, एम. ए. (धर्मशास्त्र) १९१६. नंतर टूरोला बिशप म्हणून रुजू झाले. तेच ना?"

"हो हो, तेच." बॉब म्हणाला. "त्यांचा पत्ता मिळू शकेल?"

"हो. निवृत्त रेव्हरंड हॅरॉल्ड डियरिंग. द स्टोन हाउस, मिल रोड, ट्यूक्सबरी ग्लूस्टरशायर."

"थँक यू."

त्या दुपारी बॉबनं त्या माजी बिशपना पत्र लिहिलं. त्यात केलेली भेटीची विनंती ते मान्य करतील, अशी त्याला आशा होती.

पण तीन दिवसांनी त्याच्या रूमवर एक फोन आल्यावर तो थक्क झाला. सौ. इलियट, डियरिंगच्या कन्या, फोनवर होत्या. ते सध्या मुलीकडे राहत होते.

"बिचाऱ्यांना हल्ली त्यांच्या नाकापलीकडचं काही दिसत नाही," त्या म्हणाल्या. "मी त्यांना तुझं पत्र वाचून दाखवलं. त्यांना तुला भेटायला आवडेल, असं ते म्हणाले. तुझी गैरसोय होणार नसेल तर रविवारी सकाळी ११॥ वाजता इथे येऊ शकशील का?"

"जरूर," बॉब म्हणाला. "मी त्या वेळी येईन असं त्यांना सांगा."

"त्यांना सकाळीच भेटलेलं बरं; कारण लंचनंतर त्यांना डुलकी लागते," त्या म्हणाल्या. "मी तुझ्या कॉलेजमध्ये नेमका पत्ता कळवते."

त्या रविवारी बॉब सूर्योदयाच्याही आधी उठला आणि भाड्यानं घेतलेल्या गाडीनं ट्यूक्सबरीच्या दिशेनं निघाला. त्याला ट्रेननं जायला आवडलं असतं; पण इतक्या लवकर एकही गाडी नव्हती. त्यानं कॉटस्वोल्ड ओलांडलं. त्याला आठवणीनं गाडी रस्त्याच्या डाव्या बाजूला ठेवावी लागत होती. एकाहून जास्त लेन्स असणारे महामार्ग हे ब्रिटिश लोक कधी बांधणार, असं त्याला वाटून गेलं.

ट्यूक्सबरीला तो ११ च्या आधीच पोहोचला. सौ. इलियटनं पत्ता अचूक सांगितला होता; त्यामुळे त्याला स्टोन हाउस पटकन सापडलं. त्यानं फाटकाबाहेर गाडी उभी केली.

तो पायवाटेनं घराकडे जातानाच एका स्त्रीनं दार उघडलं, "केफर्ड, ना?" तिने विचारलं.

"मी सुझन इलियट. एक गोष्ट आधीच सांगते. तुला मोठ्यानं बोलावं लागेल. डॅडींना हल्ली खूपच कमी ऐकू येतं आणि स्मरणशक्तीही पूर्वीसारखी राहिलेली नाही. ते तुझ्या वयाचे असताना काय घडलं हे त्यांना आठवतं; पण मी काल सांगितलेली गोष्ट विसरून जातात. आज सकाळपासून तू येणार असल्याची त्यांना तीनदा आठवण करून द्यावी लागली."

"तुम्हाला त्रास दिल्याबद्दल माफ करा," बॉब म्हणाला.

"अरे, त्रास कसला?" सौ. इलियट म्हणाल्या. "उलट, इतक्या वर्षांनी केंब्रिज ब्लू असलेला एक अमेरिकन मुलगा भेटायला येणार म्हणून तेच खूप उत्तेजित झालेत. गेले दोन दिवस त्यांना बोलायला दुसरा विषय नाही आणि तुला त्यांना का भेटायचंय, याचंही त्यांना कुतूहल आहे."

सौ. इलियट बॉबला घेऊन बैठकीच्या खोलीत आल्या. तिथे त्याला ते वृद्ध गृहस्थ एका आरामखुर्चीत बसलेले दिसले. त्यांच्या अंगावर उबदार गाउन होता. पाठीमागे आधारासाठी काही उशा होत्या. पायावर ब्लँकेट होते. हा कृश माणूस एकेकाळी ऑलिम्पिकपटू होता, यावर बॉबचा विश्वास बसेना.

"आला का तो?" त्यांनी मोठ्यानं विचारलं.

"हो, डॅडी." सौ. इलियट तितक्याच मोठ्यानं म्हणाल्या. "हाच केफर्ड. खास तुम्हाला भेटायला केंब्रिजहून आलाय."

बॉबनं पुढे होऊन त्यांचा कृश हात हातात घेतला.

"केफर्ड, इतक्या लांबून आलास हेच विशेष!" ते ब्लँकेट वर ओढत म्हणाले.

"सर, मला भेटण्याचं मान्य केल्याबद्दल आभार!" बॉब म्हणाला.

सौ. इलियटनी त्याला शेजारच्या खुर्चीत बसायची खूण केली.

"चहा घेणार, केफर्ड?"

"नाही सर, मला काहीच नको."

"तुझी मर्जी," म्हातारबुवा म्हणाले. "एक लक्षात ठेव. हल्ली मला फार वेळ मन एकाग्र करता येत नाही; त्यामुळे तुझ्या भेटीचं कारण सरळ सांगून टाक."

बॉबनं शब्दांची जुळवाजुळव केली, "सर, साधारण तुमच्याच काळात शर्यतीत भाग घेतलेल्या एका केंब्रिज ब्लूवर मी संशोधन करतोय."

"नाव काय त्याचं?" डियरिंगनी विचारलं. "सगळ्यांची नावं काही आता मला आठवत नाहीत."

आपली खेप वाया जातेय की काय, अशी बॉबला भीती वाटली.

"मॉर्टिमर, डगी मॉर्टिमर," तो म्हणाला.

"डी.जे.टी. मॉर्टिमर," डियरिंगनी लगेच म्हणाले. "त्याला सहजासहजी विसरणं अशक्य आहे. केंब्रिजचा सर्वोत्तम आघाडीचा नाविक; पण त्याच्यामुळे ऑक्सफर्डला मात्र फटका बसला. तू पत्रकार तर नाहीस ना?"

"नाही सर, ही माझी वैयक्तिक आवड. अमेरिकेला परतण्यापूर्वी त्यांच्याबद्दल एक-दोन गोष्टी जाणून घ्यायला आवडेल."

"मग मी शक्य तितकी मदत करीन," ते काहीशा कर्कश आवाजात म्हणाले.

"थँक्यू," बॉब म्हणाला. "त्यांचा मृत्यू कोणत्या परिस्थितीत झाला हे जाणून घ्यायला मला आवडेल."

डियरिंग काही क्षण काहीच बोलले नाहीत. त्यांना झोप लागली असावी, असं बॉबला वाटलं.

"त्या वेळी अशा गोष्टींबद्दल चर्चा होत नसे," ते म्हणाले. "कारण त्या वेळी हे बेकायदेशीर होतं."

"बेकायदेशीर?"

"आत्महत्या. मूर्खपणाच म्हणायला हवा; पण ते पापही होतं आणि मेलेल्या माणसाला कोण तुरुंगात टाकणार? पण ते कधीच सिद्ध झालं नाही."

"१९०९ मध्ये केंब्रिज जिंकणार, अशी सर्वांची खात्री होती; पण तेव्हा झालेल्या केंब्रिजच्या पराभवाशी तर याचा संबंध नाही?"

"शक्य आहे," त्यांची जरा चलबिचल झाली. "माझ्याही मनात हा विचार आला होता कारण मीही त्याच शर्यतीत भाग घेतला होता." त्यांना जरा धाप लागली. "केंब्रिज जिंकणार हे निश्चित होतं; आम्हाला फारशी आशा नव्हती. त्या निकालाचं स्पष्टीकरण कुणालाच देता आलं नाही. त्या वेळी अफवांचं पीक आलं होतं; पण पुरावा मिळाला नाही."

“कशाचा पुरावा मिळाला नाही?” बॉबनं विचारलं. पुन्हा काही वेळ शांतता पसरली. आपले प्रश्न जरा जास्तच होताहेत, असं बॉबला वाटून गेलं.

“केफर्ड, आता प्रश्न विचारायची माझी वेळ,” डियरिंग म्हणाले.

“जरूर सर.”

“तू सलग तीन वर्षं केंब्रिजच्या विजयी संघात आघाडीचा नावाडी होतास, असं माझ्या मुलीनं मला सांगितलं.”

“बरोबर, सर.”

“अभिनंदन, मित्रा! पण मला एक सांग, तुला जर एखादी शर्यत हरायची असली तर इतर वल्हेकऱ्यांना जाणवू न देता तू काय केलं असतंस?”

बॉब विचारात पडला. त्याच्या लक्षात आलं की, कृश शरीरातला मेंदूही क्षीण झालेला असतो, असं मुळीच नाही.

अखेर तो म्हणाला, “हो. आपण वल्हवण्याची लय इशारा न देता बदलू शकतो किंवा सरेच्या वळणावर वल्ह मारणं एकदा वगळू शकतो. नदीच्या पात्रात अनेक गोष्टी तरंगत असतात. त्या चुकवता येणं अशक्य असल्याचं भासवू शकतो,” बॉबनं त्या वृद्धाच्या डोळ्यांत रोखून पाहिलं. “पण कुणी असं जाणूनबुजून करेल, हे माझ्या डोक्यातही आलं नव्हतं.”

“माझ्याही नाही” ते म्हणाले. “जर कप्तान धर्मगुरू झाला नसता तर.”

“मला कळलं नाही, सर.”

“कळायचं कारणही नाही, मित्रा. हल्ली कधीकधी मी गूढ बोलतो. आता जरा स्पष्ट विचार करू या. १९०९ मध्ये केंब्रिजच्या बोटीचा कप्तान पार्टरिज नावाचा माणूस होता. नंतर तो चर्सफिल्ड रटलंड नावाच्या कुठल्याशा खेड्यात पाद्री झाला. मी ट्ररोचा बिशप झाल्यावर त्यानं मला त्याच्या अनुयायांसमोर व्याख्यान द्यायला बोलावलं. त्या काळी कॉर्नवॉल ते रटलंड हा प्रवास खूप त्रासदायक होता. एखादी सबब सांगून मला ते टाळता आलं असतं; पण तुझ्यासारखीच मलाही त्या १९०९च्या शर्यतीच्या रहस्याची उकल करायची होती आणि ही माझी एकमेव संधी होती.”

त्यांच्या बोलण्याचा ओघ थांबू नये म्हणून बॉब काहीच बोलला नाही.

“पार्टरिज अविवाहित होता. अशी माणसं कधीकधी खूप एकाकी बनतात. जरा संधी मिळाली की, शिळोप्याच्या गप्पा सुरू करतात. ती रात्र मी तिथेच राहिलो. ती तर त्याच्यासाठी पर्वणीच होती. त्या रात्री आम्ही वाइन आणि जेवण बरोबरच घेतलं. तो म्हणाला की, मॉर्टिमर पूर्ण कर्जबाजारी झाला होता. अर्थात बहुतेक विद्यार्थी कर्ज घेतातच; पण मॉर्टिमरच्या डोक्यावरचं कर्ज त्याच्या अपेक्षित उत्पन्नापेक्षा कितीतरी जास्त होतं. त्याला वाटलं होतं की, त्याचा लौकिक आणि लोकप्रियता लक्षात घेता, सावकार वसुलीसाठी तगादा लावणार नाहीत. म्हणजे डिझरायली पंतप्रधान

झाला तसंच,'' ते गालात हसत म्हणाले.

''मॉर्टिमरनं एका दुकानदाराकडून कर्ज घेतलं होतं. त्याला नौकांच्या शर्यतीत काडीचाही रस नव्हता. १९०९ च्या शर्यतीच्या आधीच्या आठवड्यात त्यानं मॉर्टिमरला धमकी दिली होती की, त्यानं कर्ज फेडलं नाही तर तो मॉर्टिमरचं दिवाळं काढेल; पण केंब्रिज ती शर्यत हरल्यानंतर मॉर्टिमरनं सगळी कर्जं भराभर फेडून टाकली. त्याचं स्पष्टीकरण कुणालाच देता आलं नाही आणि तो विषय तिथेच संपला.''

ते पुन्हा विचारात गढून गेले. बॉब शांत राहिला.

ते अचानक म्हणाले, ''पण मला एक गोष्ट पक्की आठवते, तेव्हा सट्टेबाजांनी मात्र घसघशीत फायदा कमावला. त्यासाठी मलाही बोलणी खावी लागली कारण माझे शिक्षक पाच पौंडांची पैज हरले! मीच त्यांना सांगितलं होतं की, ऑक्स्फर्ड जिंकण्याची सुतराम शक्यता नाही; पण मलाही फर्स्टक्लास हुकल्याबद्दल सांगायला निमित्त मिळालं.''

ते बॉबकडे पाहून हसले. ही हकिकत ऐकताना बॉब मंत्रमुग्ध झाला होता. ''सर, आपल्या स्पष्टवक्तेपणाबद्दल मी कृतज्ञ आहे. हे फक्त माझ्यापाशीच राहील, याची खात्री बाळगा.''

''थँक यू केफर्ड,'' आता थकल्यामुळे त्यांचा आवाज क्षीण झाला होता. ''मी तुला मदत करू शकलो, याचा मलाही आनंद आहे. आणखी काही मदत हवीय?''

''नाही, सर. थँक यू,'' बॉब म्हणाला. ''मला हवी असलेली सगळी माहिती तुम्ही दिलीत.''

बॉब निरोप घेण्यासाठी उठला. तो सौ. इलियटचे आभार मानणार तेवढ्यात त्याची नजर समोरच्या भिंतीकडे गेली. तिथे त्याला एका बाहूची ब्रॉन्झची प्रतिकृती दिसली. खाली ठळक सोनेरी अक्षरे होती :

एच. आर. आर. डियरिंग
१९०९ -१०-११
(केबल, बो)

''सर, तुम्ही खूपच कुशल नावाडी असणार.''

''विशेष नाही,'' ऑक्सफर्ड ब्लू म्हणाले. ''पण सलग तीन वर्षं मी विजयी संघाचा सदस्य होतो, हे माझं भाग्यच म्हणायचं; अर्थात या गोष्टीचा तुझ्यासारख्या केंब्रिजवाल्याला आनंद होणार नाही.''

बॉब हसला. ''सर, जाण्यापूर्वी शेवटचा प्रश्न विचारू?''

"अर्थात, केफर्ड."

"डगी मॉर्टिमरच्या बाहूची अशी ब्रॉन्झची प्रतिकृती बनवली गेली का?"

"हो, तर!" बिशप म्हणाले. "पण १९१२ मध्ये तो तुमच्या बोट हाउसमधून गूढपणे नाहीसा झाला. काही आठवड्यांनी तिथल्या बोटमनला कोणतंही कारण न देता डच्चू मिळाला; त्याची त्या वेळी बरीच चर्चा झाली."

"त्याला काढण्याचं कारण कळलं?" बॉबनं विचारलं.

"पार्टरिजनं मला सांगितलं की, एका रात्री मद्यपान केल्यावर त्या बोटमनची जीभ सैल सुटली आणि त्यानं त्या बाहूला कॅम नदीत जलसमाधी दिल्याचं कबूल केलं." डियरिंग पुढे हसून म्हणाले, "त्याच्यासाठी अगदी योग्य जागा, हो ना?"

बॉबनं काही क्षण विचार केला. त्याच्या वडिलांची काय प्रतिक्रिया झाली असती? पण तो एवढंच म्हणाला, "हो, सर. तीच त्याची खरी जागा होती."

वाट चुकू नका

आपली बायको शिरीन स्वत: गाडी चालवत आपल्याला एअरपोर्टवर सोडतेय, या गोष्टीची गंमत वाटून हमीद झेबारी स्वत:शीच हसला. पाच वर्षांपूर्वी याची त्यांनी स्वप्नातही कल्पना केली नसती. त्या वेळी ते अमेरिकेत राजकीय आश्रित म्हणून आले होते. अमेरिकेत नव्यानं आयुष्य सुरू केल्यावर, काहीही शक्य आहे हा त्यांचा विश्वास दृढ होत चालला होता.

त्यानं त्यांच्या मुलाला – नदीमला – मागच्या सीटवर सीटबेल्ट बांधून बसवलं होतं. "पपा, तुम्ही कधी येणार?" त्याची बहीण मे जवळच बसली होती; पण पपा गावाला का चालले आहेत, हे कळायला ती फारच लहान होती.

"एक पंधरवडा, जास्त नाही" हमीद म्हणाला. "आणि मी परत आल्यावर आपण सगळे मस्त सुट्टीला जाऊ."

"पंधरवडा म्हणजे किती दिवस?" मुलानं विचारलं.

"चौदा दिवस," हमीद हसून म्हणाला.

"आणि चौदा रात्री," त्याची बायको म्हणाली. तिनं टर्किश एअरवेजच्या पाटीजवळ गाडी थांबवली. डॅशबोर्डवरचं बटण दाबून तिनं डिकी उघडली. हमीदनं चटकन उतरून सामान काढलं आणि फुटपाथवर ठेवलं. मग तो परत गाडीत शिरला. निरोप देताना त्यानं मुलांना जवळ घेतलं. मे रडू लागली; पण तो जात असल्यामुळे नव्हे, तर गाडी अचानक थांबल्यामुळे. मग तिनं वडिलांच्या भरघोस मिशांवरून बोटं फिरवली; त्यामुळे तिचं रडू नेहमी थांबत असे.

"चौदा दिवस," नदीम म्हणाला. हमीदनं शिरीनला मिठी मारली. तिच्या पोटातल्या त्यांच्या तिसऱ्या मुलाचा स्पर्श त्याला जाणवला.

"आम्ही तुला घ्यायला इथेच येऊ," शिरीन म्हणाली.

त्याच्याजवळची सहा मोठी रिकामी खोकी विमानात चढवल्यावर हमीद टर्किश एअरवेजच्या काउंटवर गेला. त्याला कसलीच चौकशी करावी लागली नाही कारण तो वर्षातून दोन वेळा याच विमानानं जात असे.

त्यानं बोर्डिंग पास घेतला. विमान सुटायला तासभर अवकाश होता. तो सावकाश गेट नं. बी २७ च्या दिशेनं निघाला. टर्किश एअरवेजचं विमान नेहमीप्रमाणे लांबवर उभं होतं. वाटेत बी ५ वर पॅन ॲमचं काउंटर होतं. ते विमान त्यांच्या विमानाआधी एक तास सुटणार होतं; पण त्यासाठी प्रवाशांना प्रत्येकी ६३ डॉलर्स जास्त मोजावे लागणार होते.

चेकइन विभागात टर्किश एअरवेजची एक महिला कर्मचारी फ्लाइट क्र. १४ ची पाटी लावत होती. न्यू यॉर्क- लंडन - इस्तंबूल. निघण्याची वेळ सकाळी १०.१०. विमानाची आसनं देशोदेशीच्या प्रवाशांनी भरली जात होती.

कुटुंबीयांना भेटायला आलेले तुर्की लोक, सुट्टीवर निघालेले पण ६३ डॉलर्स वाचवू पाहणारे अमेरिकन आणि कंजूष हिशेबनिसांची नजर असलेले उद्योजक.

हमीद जवळच्या रेस्टॉरंटमध्ये गेला. त्यानं एग फ्राय, कॉफी आणि ब्राउन ब्रेड मागवले. या लहानसहान गोष्टींमुळे त्याला नव्यानं मिळालेल्या स्वातंत्र्याची जाणीव होत असे आणि तो मनोमन अमेरिकेचं ऋण मान्य करत असे.

"लहान मुलं बरोबर असलेल्या इस्तंबूलच्या प्रवाशांनी विमानात बसून घ्यावं," त्या महिलेनं पुकारा केला.

हमीदनं ब्रेड आणि पाणचट कॉफी संपवली. हे अमेरिकन प्रत्येक पदार्थाला केचप का फासतात, हे त्याला कळत नसे. कधी एकदा चिनीमातीच्या कपातून ती दाट, कडक तुर्की कॉफी पितो, असं त्याला झालं होतं; पण एका मुक्त देशात राहण्याच्या मोबदल्यात हा त्याग अगदी किरकोळ होता. तो बिल आणि एक डॉलर टिप देऊन निघाला.

"३५ ते ४१ क्रमांकाच्या रांगेतील प्रवाशांनी विमानात बसावं."

हमीद त्याची ब्रीफकेस घेऊन फ्लाइट क्र. १४च्या दिशेनं निघाला. तुर्की विमान कंपनीच्या अधिकाऱ्यानं त्याचा बोर्डिंग पास तपासून त्याला आत सोडलं.

'इकॉनामी' वर्गाच्या मागच्या रांगेत त्याचं आसन होतं. आणखी दहा खेपा झाल्यावर मात्र त्याला पॅन ॲमच्या 'बिझनेस' वर्गाचं तिकिट परवडणार होतं.

प्रत्येक वेळी विमान हवेत झेपावताना हमीद त्याचा दत्तक देश हळूहळू नजरेआड होताना पाहत असे आणि प्रत्येक वेळी तेच विचार त्याच्या मनात गर्दी करत.

तो इराकच्या मंत्रिमंडळात कृषिमंत्री म्हणून कार्यरत होता. पाच वर्षांपूर्वी सद्दाम हुसेननं त्याला बडतर्फ केलं होतं. त्या वर्षी गव्हाचं पीक खूपच अपुरं आलं

होतं. आधी त्यावर 'पीपल्स आर्मी'नं डल्ला मारला आणि नंतर दलालांनी. इराकी जनतेच्या नशिबी मात्र रेशनवर गहू घेणं आलं. कुणाच्या तरी माथी दोष मारला जाणारच होता आणि कृषिमंत्र्याहून अधिक योग्य बळीचा बकरा कोणता? हमीदचे वडील गालिच्यांचे व्यापारी होते. हमीदनंही हाच कौटुंबिक व्यवसाय पुढे चालवावा, अशी त्यांची इच्छा होती. त्यांनी मृत्यूपूर्वी हमीदला एक इशारा देऊन ठेवला होता, तो म्हणजे कोणत्याही परिस्थितीत कृषिखातं न स्वीकारण्याचा! आधीच्या तीन कृषिमंत्र्यांची हकालपट्टी झाली होती. त्यानंतर ते सर्व नाहीसे झाले. इराकमध्ये 'नाहीसं' होणं म्हणजे काय, हे सर्वांनाच ठाऊक होतं; पण तरीही हमीदनं ते पद स्वीकारलं. पहिल्या वर्षी उदंड पीक आलं. हे पद म्हणजे पुढच्या प्रगतीचा टप्पा आहे, असंच हमीद मानत होता. दस्तुरखुद्द सद्दाम हुसेननं त्याच्या मंत्रिमंडळासमोर 'माझा चांगला आणि जवळचा मित्र' असं त्याचं वर्णन केलं होतं. बत्तीसाव्या वर्षी प्रत्येकजण स्वत:ला अमर समजत असतो.

हमीदच्या वडिलांचं भाकित खरं ठरलं. अशा वेळी सूर्यप्रकाशात हिमकण वितळून जावेत, तसे मित्र नाहीसे होतात; पण त्याच्या सच्च्या मित्रांनी त्याला सुटकेसाठी मदत केली.

मंत्री असताना हमीदनं एक खबरदारी घेतली होती. दर महिन्यात तो बँकेकडून गरजेपेक्षा थोडी जास्त रक्कम काढून अनधिकृत दलालांकडून अमेरिकन डॉलर्स खरेदी करत असे. संशय टाळण्यासाठी तो प्रत्येक वेळी वेगळा दलाल गाठत असे. इराकमध्ये प्रत्येकजण हेर असतो.

त्याच्या बडतर्फीच्या दिवशी त्यानं त्याच्या गादीखाली दडवलेली रक्कम मोजली. अकरा हजार दोनशे एकवीस अमेरिकन डॉलर्स.

इराकमध्ये गुरुवारी वीकएन्ड सुरू होतो. त्याच दिवशी त्यानं त्याच्या गरोदर पत्नीसह एर्बिलाची बस पकडली. त्याची मर्सिडीज त्यानं त्याच्या आलिशान घरासमोर सर्वांच्या नजरेत भरेल, अशा रीतीनं उभी केली. त्यांच्याजवळ दोघांचे पासपोर्ट, त्याच्या बायकोच्या ढगळ कपड्यांत लपवलेले डॉलर्स आणि इराकच्या सीमेपर्यंत पुरतील एवढे इराकी दिनार यांव्यतिरिक्त काहीही नव्हतं आणि बसमध्ये त्यांच्यावर कुणाचीही पाळत असणार नव्हती.

अर्बिलला पोहोचल्यावर त्यांनी टॅक्सीनं तडक सुलेमानिया गाठलं. जवळचे जवळजवळ सर्व दिनार त्या टॅक्सीवाल्याला द्यावे लागले. ती रात्र त्यांनी गावाबाहेरच्या एका हॉटेलात काढली. रात्री दोघांनाही झोप लागली नाही. अखेर त्या बिनपडद्यांच्या खिडकीतून कोवळे प्रकाशकिरण झिरपले.

दुसऱ्या दिवशी ते एका बसने कुर्दिस्तानच्या डोंगराळ भागात पोहोचले. झाखोला पोहोचेपर्यंत संध्याकाळ झाली होती. त्यांच्या प्रवासाचा शेवटचा टप्पा

सर्वांत मंद गतीनं झाला. खेचरांवर बसून त्यांना तो डोंगराळ प्रदेश ओलांडावा लागला. त्यासाठी त्यांना २०० डॉलर्स मोजावे लागले. चोरटी वाहतूक करणाऱ्या त्या कुर्दी तरुणाला दिनार घेण्यात मुळीच रस नव्हता. पहाटेच्या सुमाराला त्यानं मंत्रिमहोदयांना सपत्नीक सीमेपल्याड सोडलं. नंतर मात्र त्यांना तुर्की भूमीवर जवळच्या खेड्यापर्यंत पायपीट करावी लागली. संध्याकाळी ते किरमिझी रेंगा या गावी पोहोचले. ती रात्र त्यांनी रेल्वे स्टेशनवर जागून काढली. इस्तंबूलला जाणारी पहिली ट्रेन सकाळी सुटणार होती.

या संपूर्ण प्रवासात मात्र हमीद आणि शिरीन यांना गाढ झोप लागली. दुसऱ्या दिवशी सकाळी त्यांना तुर्कस्तानच्या राजधानीत जाग आली, तेव्हा ते निर्वासित होते. सकाळी सर्वांत आधी हमीदनं इझ बँकेत जाऊन १०,८०० डॉलर्स जमा केले. आणि तडक अमेरिकन दूतावास गाठला. तिथं त्यानं त्याचा राजनैतिक पासपोर्ट दाखवून राजकीय आश्रय देण्याची विनंती केली. त्याच्या वडिलांनी त्याला एकदा सांगितलं होतं की, इराकचा नुकताच बडतर्फ झालेला कॅबिनेट मंत्री म्हणजे अमेरिकेच्या हाती लागलेलं एक घबाडच असतं.

दूतावासानं एका उत्तम हॉटेलात त्या दोघांच्या राहण्याची व्यवस्था केली आणि लगेच वॉशिंग्टनला त्यांच्या गळाला लागलेल्या माशाबद्दल कळवलं. त्यांनी हमीदला लवकरात लवकर संपर्क साधण्याचं आश्वासन दिलं; पण 'लवकर' म्हणजे नेमकं केव्हा, हे कळायला मार्ग नव्हता. मग मधला काळ त्यानं शहरातल्या गालिच्यांच्या बाजाराला भेट देण्यात कारणी लावला. त्याचे वडील नेहमी याच बाजारात येत असत.

तिथल्या अनेक व्यापाऱ्यांना हमीदचे वडील आठवत होते– एक प्रामाणिक पण भरपूर घासाघीस करणारा माणूस. कॉफीचे कपावर कप रिचवत ते त्यांच्या मुलाच्या राजकारणप्रवेशाबद्दल बोलत असत. त्यानं अमेरिकेत स्थायिक झाल्यानंतरच्या त्याच्या योजनांबद्दल त्यांना सांगितलं. त्याला भेटून त्या व्यापाऱ्यांना आनंदच झालेला दिसला.

झेबारी दांपत्याला आठवडाभरातच अमेरिकेचा व्हिसा मिळाला. सरकारी खर्चानं त्यांना वॉशिंग्टनला नेण्यात आलं. त्या खर्चात २३ तुर्की गालिच्यांचं जादा शुल्क होतं. सीआयएनं पाच दिवस त्यांची कसून चौकशी केली. अखेर त्यानं दिलेल्या उपयुक्त माहितीबद्दल सीआयएनं त्याचे आभार मानले आणि तो अमेरिकेत नव्यानं आयुष्य सुरू करण्यासाठी सज्ज झाला. त्यानं पत्नीसह ट्रेननं न्यू यॉर्कला प्रयाण केलं. सोबत २३ गालिचे होते.

त्याला दुकानासाठी योग्य जागा मिळायला सहा आठवडे लागले. अखेर पूर्व मॅनहॅटनमध्ये त्याला योग्य जागा मिळाली. त्यानं पाच वर्षांचा भाडेकरार केला.

शिरीननं लगेच दारावर त्यांच्या नावाची अक्षरं रंगवली.

पहिला गालिचा विकला जायला त्याला तीन महिने वाट पाहावी लागली. तोपर्यंत त्याची तुटपुंजी बचत जवळजवळ संपुष्टात आली होती; पण पुढच्या वर्षभरात १६ गालिचे विकले गेले. आता त्याला पुढचा साठा आणायला इस्तंबूलला जावं लागणार होतं.

चार वर्षं सरली. आता त्यांनी पश्चिम भागात एक मोठी जागा घेतली होती. दुकानाच्या वरच त्यानं एक लहानसा फ्लॅट घेतला. हमीद त्याच्या बायकोला सतत सांगत असे की, अमेरिकेत काहीही शक्य आहे. आता तो स्वत:ला पूर्ण अमेरिकन नागरिक समजू लाला. ते सिद्ध करणारा आणि सर्वांना हवाहवासा वाटणारा निळा अमेरिकन पासपोर्ट त्याच्याजवळ होता. सद्दाम सत्तेत असेपर्यंत तो त्याच्या जन्मभूमीत जाऊ शकणार नाही, हे वास्तव त्यानं स्वीकारलं होतं. त्याचं घर आणि सगळी मिळकत सरकारनं जप्त केली होती आणि त्याच्या गैरहजेरीत त्याला मृत्युदंड ठोठावण्यात आला होता. आता तो बगदादला जाण्याची शक्यता धूसरच होती.

त्याच्या विमानाचा पहिला स्टॉप लंडनला होता. इस्तंबूलच्या अतातुर्क विमानतळावर ठरलेल्या वेळेच्या काही मिनिटं आधीच विमान पोहोचलं. हमीद त्याच्या नेहमीच्या लहानशा हॉटेलात उतरला. पुढच्या दोन आठवड्यांच्या वेळापत्रकाची त्यानं मनाशी उजळणी केली. पुन्हा तिथली गर्दी, गजबज पाहून त्याला बरं वाटलं.

त्याला ३१ व्यापाऱ्यांना भेटायचं होतं. या वेळी ६० गालिचे न्यू यॉर्कला नेण्याचा त्याचा विचार होता. पुढचे १४ दिवस दाट टर्किश कॉफी पिणे आणि भरपूर घासाघीस करणे यांत जाणार होते. व्यापाऱ्यानं सांगितलेली सुरुवातीची किंमत ही हमीदची देण्याची तयारी असलेल्या किमतीच्या तिप्पट असे. अर्थात व्यापाऱ्यालाही तोच मोबदला अपेक्षित असायचा; पण घासाघीस करण्याला पर्याय नव्हता. त्याच्या वडिलांसारखाच तोही या गोष्टीचा मनापासून आनंद घेत असे.

तो पंधरवडा संपेपर्यंत हमीदनं ५७ गालिचे खरेदी केले. त्यासाठी त्याला २१०० डॉलर्स मोजावे लागले. मात्र, न्यू यॉर्कच्या चोखंदळ ग्राहकांच्या पसंतीला उतरतील असेच गालिचे घेण्याची खबरदारी त्यानं घेतली होती. आता हाच माल अमेरिकेत १ लाख डॉलर्सना विकला जाणार होता. ही खेप खूपच यशस्वी झाली होती; त्यामुळे त्यानं पॅनअॅमच्या विमानानं न्यू यॉर्कला जाण्याची चैन करण्याचं ठरवलं. या जास्तीच्या ६३ डॉलर्सच्या कितीतरी पटीनं अधिक त्याची कमाई होणार होती.

आता त्याला शिरीन आणि मुलांना भेटण्याची ओढ लागली होती. त्या अमेरिकन एअर होस्टेसचं मोकळं हास्य आणि न्यू यॉर्कची भाषा या गोष्टींमुळे ती

आठवण जास्तच तीव्र झाली. जेवण झाल्यावर त्याला डुलकी लागली. मध्येच पुरेसा वेळ मिळाला तर अमेरिकेत काय साध्य करता येईल, याची स्वप्नं तो रंगवू लागला. कदाचित त्याचा मुलगा राजकारणात जाईल. २०२५ मध्ये इराकी वंशाचा राष्ट्राध्यक्ष स्वीकारण्याची अमेरिकेची मानसिक तयारी झाली असेल का? या विचारानं त्याला हसू आलं आणि तो गाढ झोपी गेला.

''लेडीज ॲन्ड जंटलमन,'' इंटरकॉमवरून दक्षिणेकडचा वाटणारा आवाज घुमला. ''मी तुमचा कॅप्टन बोलतोय. चित्रपटात व्यत्यय आणल्याबद्दल आणि विश्रांती घेणाऱ्यांची झोपमोड केल्याबद्दल क्षमस्व! उजव्या बाजूच्या पंखाच्या इंजिनात लहानसा बिघाड झाला आहे. काळजीचं कारण नाही; पण उड्डाणनियमानुसार आपल्याला सर्वांत जवळ असलेल्या विमानतळावर उतरून दुरुस्ती करून घ्यावी लागेल. मगच आपण पुढच्या प्रवासाला निघू शकू. तासाभराचाच प्रश्न आहे. वाया गेलेला वेळ आपण पुढच्या प्रवासात शक्य तितका भरून काढू.''

हमीद खडबडून जागा झाला.

''तुम्हाला विमानातून उतरता येणार नाही. कारण हा अनियोजित थांबा आहे; पण घरी गेल्यावर तुम्ही सर्वांना सांगू शकाल की, आम्ही बगदादला भेट देऊन आलो.''

हमीदच्या अंगातलं त्राण निघून गेलं. त्याचं मस्तक पुढे कललं. एअरहोस्टेस लगबगीनं त्याच्याजवळ आली.

''सर, तुम्ही ठीक आहात ना?'' तिनं विचारलं.

त्यानं तिच्या डोळ्यांत रोखून पाहिलं.

''मला कॅप्टनला लगेच भेटायला हवं! ताबडतोब.''

तिला त्याच्या सुरातली काळजी जाणवली. ती त्याला पहिल्या वर्गाच्या विभागातून कॅप्टनकडे घेऊन गेली. तिनं केबिनचं दार ठोठावलं.

''कॅप्टन, एका प्रवाशाला तुमच्याशी तातडीनं बोलायचंय.''

''पाठव त्याला आत,'' तोच दक्षिणी आवाज आला. कॅप्टननं हमीदकडे पाहिलं. आता हमीदचं उभं शरीर कापत होतं.

''सर, मी काही मदत करू शकतो का?''

''माझं नाव हमीद झेबारी. मी अमेरिकेचा नागरिक आहे,'' तो भराभर बोलू लागला. ''आपण जर बगदादला थांबलो तर मला अटक होईल आणि माझा छळ करून मला ठार मारलं जाईल. मी राजकीय निर्वासित आहे आणि ही राजवट मला ठार करायला मुळीच कचरणार नाही.''

हमीदकडे पाहून तो अतिशयोक्ती करत नसल्याचं कॅप्टननं तत्काळ ओळखलं.

''तू चालवायला बस, जिम,'' तो सहवैमानिकाला म्हणाला. ''मी यांच्याशी

बोलतो. उतरण्याची परवानगी मिळाली की सांग.''

कॅप्टननं त्याचा सीटबेल्ट सोडला आणि हमीदला घेऊन पहिल्या वर्गाच्या रिकाम्या आसनावर येऊन बसला.

''आता मला सगळं काही सावकाश सांगा,'' तो म्हणाला.

पुढच्या काही मिनिटांत हमीदनं त्याला बगदाद का सोडावं लागलं आणि तो अमेरिकेत कसा आला, हे सविस्तर सांगितलं. कॅप्टन मान हलवून हसला. तो म्हणाला, ''घाबरू नका, सर. कोणीही विमानातून उतरणार नाही; त्यामुळे प्रवाशांचा पासपोर्ट तपासण्याचा प्रश्नच येत नाही. दुरुस्तीचं काम झाल्यावर आपण लगेच उड्डाण करणार आहोत. तुम्ही इथे फर्स्ट क्लासमध्येच बसा; म्हणजे तुम्हाला कसलीही काळजी वाटली तरी तुम्ही लगेच माझ्याशी बोलू शकाल.''

याहून जास्त किती काळजी वाटणार? हमीदला वाटलं. कॅप्टन त्याच्या सहवैमानिकाशी बोलायला निघून गेला. हमीद पुन्हा थरथरू लागला.

''मित्रांनो, मी कॅप्टन बोलतोय. आता पुढची माहिती देतो. आपल्याला बगदादला उतरण्याची परवानगी मिळाली आहे. सुमारे वीस मिनिटांत विमान बगदाद विमानतळावर उतरेल. आपण धावपट्टीच्या एका टोकाला थांबू. तिथे इंजिनिअर्स येऊन दुरुस्तीचं काम करतील. त्यानंतर लगेच आपण पुढच्या प्रवासाला निघू.''

सर्व प्रवाशांनी एकत्रितपणे सुस्कारा सोडला. हमीदनं त्याच्या सीटचे हात घट्ट पकडले. जेवण केल्याचा आता त्याला पश्चात्ताप होत होता. पुढची २० मिनिटं त्याची थरथर थांबेना. विमानाची चाकं धावपट्टीवर टेकल्यावर तर त्याला भोवळच आली.

त्यानं खिडकीतून बाहेर नजर टाकली. विमानतळाची इमारत त्याच्या चांगल्याच परिचयाची होती. इमारतीच्या दाराशी आणि छतावर हत्यारबंद सैनिक गस्त घालत होते. त्यानं अल्लाची करुणा भाकली, जीझसची प्रार्थना केली, अगदी रोनाल्ड रेगनचाही धावा केला.

१५ मिनिटांनी एका व्हॅनच्या आवाजानं त्या शांततेचा भंग झाला. व्हॅन उजव्या पंख्याजवळ थांबली. आतून हत्यारांच्या अवजड बॅगा घेऊन दोन इंजिनिअर्स उतरले. एका लहान क्रेनच्या साहाय्यानं ते पंख्याच्या उंचीपर्यंत आले. त्यांनी बाहेरचे स्क्रू काढायला सुरुवात केली. चाळीस मिनिटांनी त्यांनी स्क्रू पुन्हा आवळले. क्रेनने त्यांना पुन्हा जमिनीवर उतरवलं. व्हॅन मुख्य इमारतीकडे निघून गेली.

हमीदला हायसं वाटलं खरं, पण अजूनही तो बेचैनच होता. त्यानं मोठ्या आशेनं सीटबेल्ट बांधला. त्याच्या नाडीचा वेग मिनिटाला १८० वरून ११० वर आला; पण विमानानं उड्डाण केल्याखेरीज तो सामान्य होणार नव्हता. पुढची काही मिनिटं काहीच घडलं नाही. त्याला पुन्हा भीतीनं घेरलं. तेवढ्यात कॉकपिटच्या

दालनाचं दार उघडलं आणि कॅप्टन त्याच्याजवळ आला. त्याचा चेहरा गंभीर होता.

"तुम्ही आमच्याबरोबर आत या," तो कुजबुजला. हमीद सीटबेल्ट सोडून कसाबसा उभा राहिला. लडखडत्या पावलांनी तो कॅप्टनच्या मागोमाग कॉकपिटमध्ये गेला. त्याच्या पायांतलं त्राण नाहीसं झालं होतं. तो आत आल्यावर दार बंद झालं.

कॅप्टन सरळ मुद्द्यावरच आला. "इंजिनअर्सना नेमका बिघाड सापडत नाही. मुख्य इंजिनिअर उपलब्ध व्हायला तासभर अवकाश आहे; त्यामुळे आपल्याला उतरून प्रतीक्षाकक्षात थांबण्याचे आदेश मिळालेले आहेत."

"त्यापेक्षा विमान कोसळलेलं बरं," हमीद म्हणाला.

"काळजी करू नका मि. झेबारी. आम्ही तुमच्या अडचणींवर उपाय शोधलाय. आमच्याकडचा जास्तीचा युनिफॉर्म तुम्ही घाला. तसं केल्यानं तुम्हाला कर्मचाऱ्यांबरोबर राहून सुविधा घेता येतील. कुणीही तुमचा पासपोर्ट तपासणार नाही."

"पण मला कुणी ओळखलं तर...?"

"जर तुम्ही तुमच्या मिशीला चाट दिलीत आणि फ्लाइट ऑफिसरचा गणवेश व काळा चष्मा घातलात, तर तुमची आईदेखील तुम्हाला ओळखणार नाही."

मग कात्री आणि रेझर वापरून हमीदने त्याच्या भरघोस मिशा काढून टाकल्या. त्याच्या ओठांच्या वरचा भाग बाकी चेहऱ्याच्या मानानं खूपच फिकट दिसू लागला. पण एअर होस्टेसनं तिचं मेकअपचं सामान वापरून तो फरक दूर केला. हमीदचं अजूनही समाधान झालेलं नव्हतं; पण जेव्हा तो सहवैमानिकाच्या गणवेषात आरशासमोर उभा राहिला तेव्हा त्याची खात्री पटली की, आता त्याला कुणीही ओळखणं शक्य नव्हतं.

आधी सर्व प्रवासी विमानाबाहेर पडले आणि एका बसमधून मुख्य इमारतीमध्ये आले. नंतर कर्मचाऱ्यांना नेण्यासाठी एक छान आटोपशीर व्हॅन आली. व्हॅनमध्ये बसताना सर्वांनी हमीदभोवती कोंडाळं केलं होतं. व्हॅन इमारतीच्या दिशेनं निघाली. यार्डागणिक हमीदची भीती वाढत होती.

आत शिरल्यावर तिथल्या सुरक्षारक्षकांनी कर्मचाऱ्यांकडे फारसं लक्ष दिलं नाही. ते सर्वजण एका मोठ्या हॉलमध्ये लाकडी बाकांवर जाऊन बसले. भिंतींना पांढरा रंग दिलेला होता. कलाश्निकोव्ह रायफल घेतलेला पूर्ण गणवेषातला सद्दाम हुसेनचा फोटो एवढीच सजावट तिथे होती. त्याच्या 'चांगल्या आणि जवळच्या' मित्राच्या फोटोकडेही पाहण्याची हमीदची हिंमत होईना.

जवळच आणखी एका विमानाच्या कर्मचाऱ्यांचा गट बसला होता; पण भीतीमुळे हमीदला कुणाशी संभाषणही करता येईना.

"हे लोक फ्रेंच आहेत,'' त्यांची ज्येष्ठ एअरहोस्टेस म्हणाली. ''आता मी फ्रेंच भाषेच्या शिकवणीवर केलेला खर्च किती कारणी लागला, हे पाहते.'' ती फ्रेंच विमानाच्या कॅप्टनजवळ बसली आणि सुरुवातीला तिने त्याला एक सोपा प्रश्न विचारला.

फ्रेंच कॅप्टननं तिला सांगितलं की, ते दिल्लीमार्गे सिंगापूरला जाणार आहेत. तेवढ्यात एक माणूस रुबाबात त्या हॉलमध्ये शिरला. हमीदनं त्याला तत्काळ ओळखलं. साद-अल-टाक्रिती. हा सद्दामच्या वैयक्तिक सुरक्षा दलात होता. त्याच्या गणवेषावरून आता तो विमानतळाचा सुरक्षाप्रमुख असावा, असं दिसत होतं.

त्याचं लक्ष आपल्याकडे जाऊ नये म्हणून हमीद देवाचा धावा करू लागला. अल-टाक्रितीनं त्या हॉलमधून सावकाश चक्कर मारली. त्यानं अमेरिकन आणि फ्रेंच कर्मचाऱ्यांवर नजर फिरवली. तेवढ्यात ती नजर एअरहोस्टेसच्या पायांवर रेंगाळली.

कॅप्टननं हमीदच्या खांद्याला स्पर्श केला; पण तेवढ्यानंदेखील हमीद प्रचंड दचकला.

''ओके, ओके! मला एवढंच सांगायचंय की, मुख्य इंजिनियर आताच विमानाकडे गेलेत. आता फार वेळ लागू नये.''

हमीदनं एअर फ्रान्सच्या विमानापलीकडे नजर टाकली. एक व्हॅन पॅनॲमच्या पंखाजवळ थांबली होती. अंगावर निळे कपडे असलेला एकजण व्हॅनमधून क्रेनमध्ये आला.

नीट दिसावं म्हणून हमीद उभा राहिला. तेवढ्यात अल-टाक्रिती पुन्हा हॉलमध्ये आला. तो अचानक थांबला. त्या दोघांची क्षणभर नजरानजर झाली. हमीद पटकन पुन्हा कॅप्टनजवळ बसला. अल-टाक्रिती 'प्रवेश निषिद्ध' अशी पाटी असलेलं दार ढकलून शेजारच्या खोलीत शिरला.

''त्यानं मला ओळखलंय,'' हमीद म्हणाला. ''आता घामाबरोबर त्याचा मेकअपही ओठांवरून ओघळू लागला.

मुख्य एअरहोस्टेसचं फ्रेंच कॅप्टनबरोबर संभाषण सुरूच होतं. ते मध्येच तोडून कॅप्टन तिच्याशी काहीतरी बोलला. तिनं बॉसच्या सूचना ऐकून फ्रेंच कॅप्टनला एक कठीण प्रश्न विचारला.

तेवढ्यात साद-अल-टाक्रिती खोलीतून बाहेर आला आणि ढांगा टाकत अमेरिकन कॅप्टनसमोर येऊन उभा राहिला. आता आपण बेशुद्ध पडणार, असं हमीदला वाटलं.

हमीदकडे ढुंकूनही न बघता त्यानं फर्मावलं, ''कॅप्टन, मला तुमच्या प्रवाशांची यादी, कर्मचाऱ्यांची संख्या आणि पासपोर्ट तपासायचे आहेत.''

“माझ्या सहवैमानिकाजवळ सगळे पासपोर्ट आहेत. ते तुम्ही जरूर पाहू शकता.”

“थँक यू. सगळे पासपोर्ट गोळा करून माझ्या ऑफिसमध्ये घेऊन या. मी प्रत्येक पासपोर्ट तपासणार आहे. तुमच्या सर्व सहकाऱ्यांना इथेच थांबायला सांगा. माझ्या परवानगीशिवाय कोणीही, कोणत्याही परिस्थितीत या इमारतीबाहेर जायचं नाही.”

कॅप्टननं सहवैमानिकाकडे जाऊन पासपोर्ट मागितले. मात्र, त्यानं ज्या सूचना दिल्या, त्या ऐकून सहवैमानिक चकित झालेला दिसला. कॅप्टननं सर्व पासपोर्ट ऑफिसमध्ये नेले. तेवढ्यात फ्रेंच विमान कर्मचाऱ्यांना नेण्यासाठी त्यांची बस बाहेर उभी राहिली.

साद-अल-टाक्रितीनं ते चौदा पासपोर्ट टेबलावर ठेवले. त्यांतला प्रत्येक पासपोर्ट बारकाईनं तपासण्याचा तो पुरेपूर आनंद घेत होता. पासपोर्ट तपासून झाल्यावर तो नाटकी आश्चर्यानं म्हणाला, “कॅप्टन, मला वाटतं, मी मोजले तेव्हा पॅन ॲमचे गणवेष घातलेले १५ जण होते.”

“तुमची काहीतरी चूक झाली असावी,” कॅप्टन म्हणाला. “आम्ही १४ जणच आहोत.”

“मग कॅप्टन, मला आणखी कसून तपासणी करावी लागेल, हो ना? सर्वांना आपापले पासपोर्ट द्या. मग जर कुणाजवळ पासपोर्ट नसेल, तर अर्थातच मला कळवावं लागेल.”

“पण तुम्हाला पक्कं ठाऊक आहे की, हे आंतरराष्ट्रीय नियमांविरुद्ध आहे,” कॅप्टन म्हणाला. “आम्ही प्रवासात आहोत आणि त्यामुळे राष्ट्रसंघाच्या ठराव क्रमांक २३८ नुसार कायद्यानं तुमच्या देशात नाही.”

“उगीच तोंडाची वाफ दवडू नका, कॅप्टन. इराकमध्ये आम्ही राष्ट्रसंघाचे ठराव वगैरे मानत नाही आणि तुम्हीच म्हणाल्याप्रमाणे कायदेशीररीत्या तुम्ही आमच्या देशातही नाही.”

आपण वेळ वाया घालवत असल्याचं कॅप्टनच्या लक्षात आलं. आता त्याची थापेबाजी चालणार नव्हती. त्यानं शक्य तितक्या सावकाश पासपोर्ट गोळा केले आणि अल-टाक्रितीबरोबर हॉलमध्ये आला. पॅन ॲमचे कर्मचारी तिथल्या बाकांवर विखरून बसले होते; पण हे दोघे आत येताक्षणी सगळेजण एकदम उठून फिरू लागले आणि त्याच वेळी मोठमोठ्यानं बोलू लागले.

“त्यांना बसायला सांगा,” टाक्रिती धुसफुसला. इतरांचं फिरणं चालूच होतं.

“काय म्हणालात?” कॅप्टन कानामागे हात धरत म्हणाला.

“त्यांना बसायला सांगा!” अल-टाक्रिती खेकसला.

कॅप्टननं अर्धवट आदेश दिल्यावर सर्वजण एका जागी बसले. मात्र, त्यांची

बडबड चालूच होती.

"त्यांना म्हणावं, तोंडं बंद करा."

कॅप्टननं प्रत्येकाजवळ जाऊन हळू बोलण्याची खूण केली.

अल-टाक्रितीनं सर्व बाकांवरून नजर फिरवली. कॅप्टननं बाहेर पाहिलं. फ्रेंच विमान धावपट्टीच्या टोकाकडे निघालं होतं.

अल-टाक्रितीनं माणसं मोजायला सुरुवात केली. कर्मचाऱ्यांची संख्या चौदा भरल्यामुळे तो कावलेला दिसला. रागारागानं त्यानं पुन्हा माणसं मोजली.

"चौदाहीजण हजर आहेत," कॅप्टननं सर्वांचे पासपोर्ट परत दिले.

"तुमच्याजवळ बसलेला माणूस कुठाय?" अल-टाक्रितीनं कॅप्टनकडे बोट रोखून विचारलं.

"माझा फर्स्ट ऑफिसर?"

"नाही, तो अरबी वाटणारा माणूस."

"पण आमच्यात कुणीच अरबी नाही," कॅप्टन म्हणाला.

अल्-टाक्रिती मुख्य एअर होस्टेसकडे गेला, "तो तुमच्याजवळ बसला होता आणि घामामुळे त्याच्या ओठांवरचा मेकअप ओघळत होता."

"फ्रेंच विमानाचा कॅप्टन माझ्याजवळ बसला होता," पण हे वाक्य उच्चारल्या क्षणी तिला स्वतःची चूक उमगली.

साद-अल-टाक्रितीनं बाहेर नजर टाकली. एअरफ्रान्सचं विमान उड्डाणाच्या तयारीत होतं. त्यानं हातातल्या फोनची बटणं दाबून घाईघाईनं त्याच्या भाषेत हुकूम सोडले. अरबी भाषा येत नसूनही कॅप्टनला त्याच्या बोलण्याचा मथितार्थ कळला.

आता सर्व अमेरिकन कर्मचारी फ्रेंच विमानाकडे टक लावून पाहत होते. ते विमान जणू इच्छाशक्तीनं हलविण्याचा त्यांचा प्रयत्न होता. अल-टाक्रितीच्या आवाजाची पट्टी शब्दागणिक चढत होती.

एअर फ्रान्सच्या विमानानं वेग घेतला. अल-टाक्रितीच्या तोंडून शिव्यांची लाखोली बाहेर पडली. तो धावत बाहेर गेला. एक जीप त्याच्यासाठी तयारच होती. तिथे उभ्या असलेल्या विमानांमधून मार्ग काढत जीप सुसाट सुटली. धावपट्टीवर पोहोचेपर्यंत तिचा वेग ताशी ९० मैलांवर गेला होता. पुढचे १०० यार्ड ती फ्रेंच विमानाच्या बरोबरीनं धावत होती. अल-टाक्रिती पुढच्या सीटवर उभा राहून वैमानिकाच्या दिशेनं जोरजोरात मूठ हलवू लागला.

फ्रेंच कॅप्टननं झोकात सॅल्यूट ठोकून त्याला प्रत्युत्तर दिलं आणि एअर फ्रान्स ७४७ हवेत झेपावलं. इकडे प्रतीक्षा कक्षात सर्वांनी जल्लोष केला.

अमेरिकन कॅप्टन हसत त्याच्या प्रमुख एअरहोस्टेसकडे वळून म्हणाला,

“माझा होरा खरा ठरला. एक प्रवासी मिळवण्यासाठी हे फ्रेंच लोक वाटेल ते करतील.”

त्यानंतर सहा तासांनी हमीद झेबारी दिल्लीत पोहोचला. त्यानं तत्काळ पत्नीला फोन करून घडलेली सर्व हकिकत सांगितली. दुसऱ्या दिवशी सकाळी त्यानं पॅन ॲमचं न्यू यॉर्कला जाणारं विमान पकडलं – फर्स्टक्लास. न्यू यॉर्कला उतरल्यावर त्याच्या बायकोनं गाडीतून उतरून त्याला घट्ट मिठी मारली.

नदीम गाडीची काच खाली करत म्हणाला, “तुम्ही चुकलात. पंधरवड्याचे १४ नाही. १५ दिवस असतात,” हमीद त्याच्याकडे पाहून हसला. त्याची मुलगी मात्र जोरात रडू लागली; पण गाडी अचानक थांबल्यामुळे नव्हे, तर तिच्या आईनं एका परक्या माणसाला मिठी मारली म्हणून!

बोगद्यातली दृष्टी

जेव्हा जेव्हा मी न्यू यॉर्कला जातो, तेव्हा प्रत्येक वेळी माझा जुना मित्र डंकन मॅक्फर्सन याच्याबरोबर एकदा तरी डिनर घेतो. कदाचित आमच्या विरुद्ध स्वभावांमुळेच आम्ही एकमेकांना आवडत असू. आमच्यातला एकमेव समान धागा म्हणजे आम्ही लेखक आहोत; पण तिथेही फरक आहेच. पटकथालेखन ही डंकनची खासियत आहे. 'न्यूजवीक' आणि 'न्यू यॉर्क'मध्ये त्याचे लेख छापले जातात. माझा ओढा मात्र कादंबऱ्या आणि लघुकथा यांच्याकडे आहे.

आमच्यातला आणखी एक फरक म्हणजे मी एकाच स्त्रीबरोबर गेली २८ वर्षं संसार करतोय आणि डंकनची मात्र प्रत्येक भेटीच्या वेळी वेगळी मैत्रीण दिसते. एकूण मजेत चाललंय त्याचं; कारण माझी वर्षातून दोनदा तरी न्यू यॉर्कवारी होते. या मुली नेहमीच आकर्षक, चुणचुणीत आणि हुशार असतात आणि त्यांच्या उत्साहावरून त्यांचं नातं कोणत्या अवस्थेत आहे, याचा अंदाज करता येतो. यापूर्वी मी त्यांच्या नात्याची सुरुवात (तीव्र शारीरिक आकर्षण) आणि मध्य (थंडावत चाललेले संबंध) या गोष्टी पाहिल्या होत्या. या खेपेला मात्र मी प्रथमच संबंध संपताना पाहणार होतो.

'फिफ्थ ॲव्हेन्यू'वरच्या एका हॉटेलात माझा मुक्काम होता. तिथून फोन करून मी डंकनला माझ्या नवीन कादंबरीच्या पूर्वप्रसिद्धीसाठी न्यू यॉर्कला आल्याचं सांगितलं. त्याने लगेच मला दुसऱ्याच दिवशी डिनरचं आमंत्रण दिलं. डिनर नेहमीप्रमाणे त्याच्या फ्लॅटमध्येच असणार, हे मी गृहीत धरलं. हा आमच्यातला आणखी एक फरक – तो पाककलानिपुण आहे.

"तुला कधी भेटतो असं झालंय मला,'' तो म्हणाला. "अखेर मला एका कादंबरीचं कथानक सुचलंय आणि ते तुला सांगून तुझं मत घ्यायचंय.''

"जरूर," मी म्हणालो. "आता मलाही ते ऐकायची उत्सुकला लागलीय. एक विचारू..." मी अडखळलो.

"क्रिस्टाबेल," तो म्हणाला.

"क्रिस्टाबेल..." मी आठवण्याचा प्रयत्न करू लागलो.

"पण तुला ते लक्षात ठेवण्याचं कारण नाही," तो म्हणाला. "कारण लवकरच तिला नारळ मिळणार आहे. मला नवीन मैत्रीण मिळालीय... कॅरन. एकदम मस्त! तुला नक्की आवडेल."

त्याच्या सगळ्याच मैत्रिणी मला आवडल्या होत्या, हे सांगायचा मोह मी आवरला. फक्त त्यांतली डिनरला कोण असेल, हे विचारलं.

"ते क्रिस्टाबेलचं सामान आवरून होण्यावर अवलंबून आहे," डंकन म्हणाला. "ते झालं असेल तर कॅरन. अजून आम्ही एकत्र आलो नाही. उद्या रात्रीचा तो प्लॅन होता; पण आता तू आलास; त्यामुळे तो पुढे ढकलावा लागेल."

"अरे, मी थांबू शकतो," मी म्हणालो. "हा पूर्ण आठवडा माझा मुक्काम आहे."

"छे, छे! उलट तुला या कादंबरीची कल्पना ऐकवणं महत्त्वाचं आहे. उद्या संध्याकाळी माझ्या घरी ये. ७॥ ला जमेल?"

हॉटेलमधून निघताना मी माझं नवीन पुस्तक बरोबर घेतलं आणि 'तुला आवडेल अशी आशा आहे,' असं त्याच्या कव्हरवर लिहिलं.

डंकनचा फ्लॅट ७२वा स्ट्रीट आणि पार्क यांच्यामध्ये आहे. तिथे अनेकदा जाऊनही त्या इमारतीचा मुख्य दरवाजा सापडायला मला काही मिनिटं लागतात आणि डंकनच्या मैत्रिणीप्रमाणे तिथला रखवालदारही प्रत्येक वेळी बदललेला दिसतो.

मी माझं नाव सांगितल्यावर त्यानं लिफ्टकडे बोट दाखवलं. मी आत शिरत १४ व्या मजल्यावरचं बटन दाबलं. तो जरी वरचा मजला असला, तरी त्याला पेंटहाउस वगैरे म्हणणं धाडसाचं ठरलं असतं.

चौदाव्या मजल्यावर पोहोचल्यावर मी चेहऱ्यावर कोणत्या प्रकारचं हास्य ठेवावं, याचा विचार केला. क्रिस्टाबेलला गुडबाय आणि कॅरनला हॅलो! त्याच्या दाराजवळ पोहोचल्यावर आतून चढलेले आवाज ऐकू आले– पण ही एखादी गोष्ट सौम्यपणे सांगण्याची खास ब्रिटिश पद्धत. खरं सांगायचं तर ते तारस्वरात एकमेकांवर किंचाळत होते. हा क्रिस्टाबेलचा शेवट असल्याचं मी ताडलं.

मला आधीच थोडा उशीर झाला होता; त्यामुळे परत फिरण्यात अर्थ नव्हता. मी बेल वाजवली. आतले आवाज एकदम बंद झाल्यामुळे मला हायसं वाटलं.

डंकननं दार उघडलं. त्याचा चेहरा रागानं लाल झाला होता. तरीही मला पाहून तो कसनुसं हसला. त्याला पाहून तुम्हाला सांगायचा राहिलेला आणखी एक फरक आठवला. तो म्हणजे दाट कुरळे केस, आयरिश पूर्वजांकडून मिळालेला रांगडा चेहरा आणि एका कसलेल्या टेनिसपटूसारखी शरीरयष्टी असं त्याचं हेवा वाटण्याजोगं व्यक्तिमत्त्व.

"ये," तो म्हणाला. "ही क्रिस्टाबेल... अर्थात तू ओळखलं असशीलच."

मला दुसऱ्यांचे संबंध तुटलेले पाहायला आवडत नाही; पण क्रिस्टाबेलचा मात्र मी अपवाद केला असता. लंबगोल चेहरा, निळे डोळे आणि निरागस हास्य असं तिचं रूप होतं. भरीला नॉर्डिक वंशाचे पिंगट केस आणि एखाद्या जाहिरातीत शोभेल असा कमनीय बांधा. अंगातल्या काश्मिरी स्वेटर आणि तंग पांढऱ्या जीन्समुळे तिचं शरीरसौष्ठव जास्तच खुलून आलं होतं.

क्रिस्टाबेलनं शेकहॅन्ड करून माझं स्वागत केलं आणि तिच्या विस्कटलेल्या अवताराबद्दल दिलगिरी व्यक्त केली. "दुपारभर माझी आवराआवर चालली होती," ती म्हणाली.

तिनं भरपूर काम केल्याचं दिसतच होतं. तीन मोठ्या बॅगा आणि पुस्तकांनी भरलेले पुठ्ठ्याचे दोन बॉक्स. त्यांतल्या एकावर फाटक्या लाल कव्हरची डोरोथी सॉयर्सची रहस्यकथा दिसत होती.

माझ्या मित्राच्या पुनर्भेटीसाठी मी चुकीचा मुहूर्त गाठल्याची मला जाणीव झाली. "आज आपल्याला बाहेर जेवावं लागेल," तो अडखळत म्हणाला. "आजचा दिवस फारच गडबडीत गेला. मला दुकानात जाणंही जमलं नाही; पण एका परीनं ठीकच झालं. मला माझ्या कादंबरीचं कथानक सांगायला पुरेसा वेळ मिळेल."

"अभिनंदन!" क्रिस्टाबेल म्हणाली.

मी तिच्याकडे पाहिलं.

"तुमची कादंबरी 'न्यू यॉर्क टाइम्स'च्या बेस्टसेलर यादीत पहिल्या क्रमांकावर आहे ना?"

"हो, अभिनंदन!" डंकन म्हणाला. "पण मी अजून ती वाचली नाही; त्यामुळे तू आधीच त्याबद्दल सांगू नकोस. कारण बोस्नियात तरी ती उपलब्ध नव्हती."

मी त्याला माझं पुस्तक दिलं.

"थँक्स," ते टेबलावर ठेवत तो म्हणाला. "मलाही ती वाचायची उत्कंठा आहे."

"मी वाचलीय," क्रिस्टाबेल म्हणाली.

डंकननं ओठ चावला. "चल, निघू या," तो म्हणाला. तो क्रिस्टाबेलचा निरोप घेणार तेवढ्यात ती मला म्हणाली, "मी तुमच्याबरोबर आले तर चालेल? दुपारपासून मी उपाशी आहे आणि घरात खायला काहीच नाही, असं डंकन म्हणाला."

डंकनने हरकत घेण्याआधी ती लिफ्टच्या दिशेनं निघालीदेखील.

"आपण रेस्टॉरंटपर्यंत चालतच जाऊ," खाली जाताना डंकन म्हणाला. "फक्त कॅलिफोर्नियातल्या लोकांना एक चौक ओलांडायला गाडी लागते."

आम्ही ७२व्या स्ट्रीटच्या दिशेनं निघालो. नव्यानेच उघडलेलं एक फ्रेंच रेस्टॉरंट डंकननं निवडलं होतं.

मी जरा नाराजी दाखवली कारण मला उगाच नटवलेले फ्रेंच पदार्थ आवडत नाहीत आणि दुसरं म्हणजे डंकनच्या आर्थिक स्थितीत सतत चढ-उतार चालू असत. कधी बक्कळ पैसा, तर कधी पूर्ण कडकी. त्याला त्याच्या कादंबरीचा ॲडव्हान्स तरी मिळाला असावा, अशी मी आशा करू लागलो.

"एरवी मीही गेलो नसतो," तो म्हणाला. "पण हे नुकतंच सुरू झालंय अन् न्यू यॉर्क टाइम्सनं याचं भरभरून कौतुक केलंय आणि मी लंडनला आल्यावर तूही माझी राजेशाही बडदास्त ठेवतोसच की!"

हवेत छान गारवा होता. त्याचा आनंद घेत चालताना डंकन त्याच्या बोस्नियाच्या भेटीबद्दल सांगत होता.

"मी तुला न्यू यॉर्कमध्ये नशिबानंच भेटलो," तो म्हणाला. "त्या भयानक ठिकाणी तीन महिने काढून मी नुकताच परतलोय."

"ठाऊक आहे. येताना विमानात मी तुझा 'न्यूजवीक'मधला लेख वाचला."

तिथे राष्ट्रसंघानं नेमलेल्या सैनिकांनी उभारलेलं गुप्त जाळं आणि अनैतिकपणे चाललेला काळाबाजार यांबद्दल त्यानं पुरावा गोळा केला होता. हा सर्व रिपोर्ट खूप आवडल्याचं मी त्याला सांगितलं.

"हो, त्या लेखामुळे राष्ट्रसंघात चांगलीच खळबळ माजली," तो म्हणाला. "न्यू यॉर्क टाइम्स आणि वॉशिंग्टन पोस्ट यांनीही त्याचा पाठपुरावा केला. त्यांतल्या मुख्य गुन्हेगारांवर लेखही छापले; पण अर्थातच माझ्या मूळ संशोधनाचं श्रेय मात्र मला दिलं नाही."

मी क्रिस्टाबेलकडे पाहिलं. ती विचारात गढून गेलेली दिसली. ती आमच्या मागे काही पावलांवर चालत होती. मी तिच्याकडे पाहून हसलो. त्यातून मी हेच सांगू पाहत होतो की, माझ्या मते डंकन मूर्ख आहे आणि तू छान आहेस; पण तिच्याकडून कोणतीच प्रतिक्रिया आली नाही.

काही यार्डांवर मला लाल आणि सोनेरी रंगाचं एक उतरतं कापडी छत दिसलं. 'ल मन्वार' ही अक्षरं पाहून माझं त्राण गेलं. माझं ठाम मत आहे की, १९८० च्या दशकातलं भपकेबाज फ्रेंच जेवण म्हणजे शुद्ध फसवेगिरी होती. ९० च्या दशकापर्यंत ही लाट पूर्ण नाहीशी झाली नाही, तरी ओसरायला हवी होती.

डंकन एका भल्यामोठ्या दरवाजातून आम्हाला आत घेऊन गेला. आत दिव्यांचा

लखलखाट होता. ती अति सजवलेली खोली पाहून माझी भीती खरी ठरली. तेवढ्यात तिथला मुख्य वेटर आमच्या दिशेनं आला.

"गुड इव्हिनिंग, मॉन्सिए."

"गुड इव्हिनिंग!" डंकन म्हणाला. "मॅक्फर्सन नावानं टेबल बुक केलंय."

"हो, हो. दोघांसाठी," कॅप्टन यादी तपासत म्हणाला.

क्रिस्टाबेलनं ओठांचा चंबू केला; पण तेव्हाही ती तितकीच सुंदर दिसली.

"तीनजणांची सोय होऊ शकेल का?" डंकननं बिचकत विचारलं.

"अर्थात सर! मी तुम्हाला टेबल दाखवतो."

आमचं टेबल एका बाजूला होतं. त्यावरचा टेबलक्लॉथ, फुलांची नक्षी असलेल्या आणि 'ल मन्वार' अशी अक्षरं असलेल्या बशा अन् मधल्या फुलदाणीत लिलीची फुलं हा सरंजाम पाहून मला अपराधी वाटू लागलं. डंकनच्या खिशाला चांगलीच चाट बसणार होती. तेवढ्यात दोन वेटर्स आले. एकानं क्रिस्टाबेलसाठी जास्तीची खुर्ची आणली आणि दुसऱ्यानं तिच्यासमोर प्लेट ठेवली.

तिसऱ्या एका वेटरनं डंकनला सुरुवात कशानं करणार, ते विचारलं. क्रिस्टाबेलनं गोड हसून शँपेन मागवली. मी आणि डंकननं पाणी मागवलं. पेय येईपर्यंत आम्ही डंकनच्या बोस्निया भेटीबद्दल बोलत होतो. केवढा फरक होता! तिथे एका थंड खड्ड्यात डब्यातलं अन्न खरवडून खाणं, जोडीला गोळीबाराचे आवाज आणि आज सुबक प्लेटमधून उबदार वातावरणात जेवण. जोडीला शूबर्टचं संगीत.

एका वेटरनं आम्हा सर्वांच्या हातात भलंमोठं मेनूकार्ड दिलं. मी पदार्थांच्या यादीवरून नजर फिरवू लागलो. तेवढ्यात क्रिस्टाबेल वेटरजवळ काहीतरी कुजबुजली. तो मान डोलवून निघून गेला.

मी मेनूकार्ड काळजीपूर्वक वाचायला सुरुवात केली. एका गोष्टीचं मला वाईट वाटलं. पदार्थांच्या किमती लिहिलेलं कार्ड फक्त यजमानाकडे दिलं गेलं होतं. सर्वांत स्वस्त पदार्थ कोणते असावेत, याचा मी अंदाज घेत होतो. तेवढ्यात क्रिस्टाबेलच्या समोर शँपेनचा दुसरा ग्लास आला.

मी क्लिअर सूप मागवायचं ठरवलं. त्याला कारणं दोन. ते सर्वांत स्वस्त असावं आणि वजनही वाढू नये. मुख्य कोर्स तपासताना मी जास्तच गोंधळलो. मला अनेक फ्रेंच शब्द कळेनात. अखेर मी बदक मागवलं. यादीत चिकन नव्हतंच.

पुन्हा वेटर आला. क्रिस्टाबेलच्या रिकाम्या ग्लासाकडे पाहत त्यानं विचारलं, "मॅडम, आणखी एक आणू?"

"हो, प्लीज," ती गोड आवाजात म्हणाली. तेवढ्यात मुख्य वेटर आला. फ्रेंच रेस्टॉरंटच्या प्रथेनुसार आम्हाला त्याच्याकडून सर्व पदार्थांचं वर्णन ऐकून घ्यावं लागलं.

"आजच्या खास पदार्थांबद्दल सांगतो," तो खास फ्रेंच शैलीत म्हणाला. "सामन स्लायव्हर, इंपीरियल कॅव्हिए, जोडीला क्रीम आणि जेली, तळलेले बेडकाचे पाय, पार्सली प्यूरे, शांतरेल फ्रिकास आणि पार्सली कट. मुख्य जेवणात टर्बोट पोच फिले आणि लेमन साबायाँ; याव्यतिरिक्त मेनूतले सर्व पदार्थ आहेतच."

त्याचं चऱ्हाट संपण्याआधीच मला पोट भरल्यासारखं वाटलं.

क्रिस्टाबेल मात्र ते मेनूकार्ड बारकाईनं वाचत होती. तिनं एका डिशवर बोट ठेवलं. वेटरनं मान डोलवून पसंती दर्शवली.

डंकननं माझी निवड विचारली.

"कॉसोमे ॲन्ड डक," मी जराही विचार न करता म्हणालो.

"थँक यू सर," वेटर म्हणाला. "डक कसं घेणार? कुरकुरीत की थोडं कच्चं?"

"कुरकुरीत," मी म्हणालो. त्याच्या कपाळाला आठी पडली.

"आणि आपण?" त्यानं डंकनला विचारलं.

"सिझार सॅलड आणि स्टेक."

तो गेल्यावर डंकन म्हणाला, "आता मी तुला माझ्या कादंबरीची कल्पना सांगतो."

तेवढ्यात वेटरनं विचारलं, "वाइन घेणार सर?" त्याच्या हातात कव्हरवर सोनेरी द्राक्षं छापलेलं एक जाडजूड लाल चोपडं होतं.

"मी तुमची ऑर्डर देऊ?" क्रिस्टाबेल म्हणाली. "उगीच तुमच्या बोलण्यात व्यत्यय नको."

डंकननं होकार दिला. वेटरनं क्रिस्टाबेलच्या हातात वाइनचा मेनू दिला. एखादी गाजलेली कादंबरी उघडावी तशा अधीरपणे तिनं कव्हर उघडलं.

डंकन म्हणाला, "तुला आश्चर्य वाटेल; पण ही कथा ब्रिटनमध्ये घडते. हे पुस्तक प्रसिद्ध होण्याचं टायमिंग फार महत्त्वाचं आहे. तुला ठाऊक आहेच की, सध्या ब्रिटिश आणि फ्रेंच भागीदारीतली एक कंपनी इंग्लिश खाडीखालून फोकस्टोन ते सँगेट असा बोगदा बांधतेय आणि त्याचं उद्‌घाटन एलिझाबेथ राणीसाहेबांच्या हस्ते ६/५/९४ या दिवशी होणार आहे. माझ्या कादंबरीचं नावच मुळी 'चनेल' आहे– चॅनेल आणि टनेल यांचं जोडनाव."

मी हादरलो. क्रिस्टाबेलच्या पुढ्यात शँपेनचा आणखी एक ग्लास आला.

"कथा चार वेगवेगळ्या ठिकाणी सुरू होते. त्यातही चार पात्रांचे वेगळे संच आहेत. त्यांचे वयोगट, देश, सामाजिक पार्श्वभूमी या गोष्टी पूर्णत: वेगळ्या आहेत. त्यांच्यातला समान धागा एकच : लंडनहून पॅरिसला खाडीखालच्या बोगद्यातून जाणाऱ्या पहिल्यावहिल्या ट्रेनमध्ये त्यांनी जागा राखून ठेवल्या आहेत."

मला अपराधी वाटू लागलं. काही बोलावं की बोलू नये, हा प्रश्न पडला. तेवढ्यात वेटर व्हाइट वाइनची बाटली घेऊन आला. क्रिस्टाबेलनं त्यावरचं लेबल पाहून मान डोलवली. वेटरनं बाटली उघडून चवीपुरती वाइन तिच्या ग्लासात ओतली. एक घोट घेताच तिचा चेहरा खुलला. मग वेटरनं आमचे ग्लास भरले.

डंकन पुढे बोलू लागला, "त्या प्रवाशांमध्ये एक अमेरिकन कुटुंब असेल. आई-वडील आणि दोन टीनएज मुलं. त्यांची ही पहिलीच इंग्लंडवारी आहे. नुकतंच लग्न होऊन मधुचंद्राला निघालेलं एक तरुण इंग्लिश जोडपं. स्वतःच्या कर्तबगारीवर मोठा झालेला एक ग्रीक कोट्यधीश आणि त्याची फ्रेंच बायको. यांनी वर्षभरापूर्वी तिकिट बुक केलंय; पण आता ते घटस्फोटाच्या उंबरठ्यावर पोहोचलेत आणि यांच्याव्यतिरिक्त तीन विद्यार्थी."

त्याचं सॅलड आल्यावर डंकन क्षणभर थांबला. दुसऱ्या वेटरनं माझ्यासमोर माझी डिश ठेवली. क्रिस्टाबेलनं काय घेतलं, हे मला पाहायचं होतं. तिच्यापुढे माशांचे वाफवलेले पातळ काप आणि त्यावर माशांची अंडी असा थाट होता. ती त्यावर लिंबू पिळू लागली.

डंकन म्हणाला, "आता पाहा हं. पहिल्या प्रकरणात त्या तिघा विद्यार्थ्यांचा एकमेकांशी काही संबंध आहे, हे वाचकांना कळता कामा नये कारण नंतर हाच कळीचा मुद्दा ठरणार आहे. दुसऱ्या प्रकरणात या चारही गटांची ते प्रवासाच्या तयारीत असताना आपली ओळख होणार आहे. वाचकांना त्या सर्वांची या ट्रेननं प्रवास करण्यामागची प्रेरणा कळणार आहे. इथे मी सगळ्या पात्रांची पार्श्वभूमी थोडक्यात सांगणार आहे."

"ही कथा एकूण किती दिवसांत घडते?" मी काळजीच्या सुरात विचारलं.

"बहुधा तीन दिवसांत," डंकन म्हणाला. "प्रवासाच्या आधीचा दिवस. प्रत्यक्ष प्रवासाचा दिवस आणि त्यानंतरचा दिवस; पण माझ्याच मनाचा निर्णय होत नाहीये. कदाचित सर्व घटना एका दिवशीसुद्धा घडतील."

क्रिस्टाबेलनं आइस बकेटमधली वाइनची बाटली उचलली आणि वेटरची वाट न पाहता स्वतःचा ग्लास भरला.

डंकन पुढे म्हणाला, "साधारण तिसऱ्या प्रकरणात हे वेगवेगळे गट 'शटल' पकडण्यासाठी वॉटर्लू स्टेशनवर येतात. एक कृष्णवर्णीय कर्मचारी ग्रीक करोडपती आणि त्याच्या पत्नीला फर्स्ट क्लासमध्ये घेऊन जातो, तर इतर सर्वजण सेकंड क्लासची वाट धरतात. सर्वजण गाडीत बसल्यावर प्लॅटफॉर्मवर त्या बोगद्याचा उद्घाटन समारंभ पार पडतो. मोठा बँड, शोभेचं दारूकाम, राणीसरकारांनी फीत कापणं हे सगळं यथासांग पार पडतं. या सगळ्याचं वर्णन करण्यात एक प्रकरण खर्ची पडेल."

या गोष्टी मन:चक्षूंसमोर आणत मी चमच्यानं सूप पिऊ लागलो. एक गोष्ट मात्र खरी होती. रेस्टॉरंट दिखाऊ असलं, तरी अन्न मात्र उत्कृष्ट होतं. वेटरनं पुन्हा आमचे ग्लास भरले. मी व्हाइट वाइन सहसा घेत नाही; पण ही मात्र अप्रतिम होती.

डंकन खाण्यासाठी क्षणभर थांबला. तोवर क्रिस्टाबेलच्या पुढ्यात आणखी एक डिश आली. डंकनची कहाणी पुढे सुरू झाली. ''पाचव्या प्रकरणाच्या सुरुवातीला ट्रेन स्टेशन सोडते. आता मात्र घटना घडू लागतात. अमेरिकन कुटुंब प्रवासाच्या प्रत्येक क्षणाचा आनंद घेत असतं. नवविवाहित दांपत्याच्या प्रणयलीला बाथरूममध्येही चालू असतात. ग्रीक करोडपती पत्नीशी तिच्या उधळपट्टीवरून भांडत असतो. ते तीन विद्यार्थी बारमध्ये प्रथमच एकमेकांना भेटतात; पण हे तिघे सामान्य विद्यार्थी नसून पूर्वी एकमेकांना भेटले असावेत, याचा तुला एव्हाना अंदाज आला असेलच,'' डंकन सॅलडचा घास घेत म्हणाला.

माझ्या कपाळाला आठी पडली.

तेवढ्यात क्रिस्टाबेलनं माझ्याकडे पाहून डोळे मिचकावले. काय चाललंय हे तिला पक्कं ठाऊक होतं. तिचं काय चाललंय हे मला डंकनला सांगावंसं वाटलं आणि तिच्या कटात सहभागी असल्याबद्दल अपराधीही वाटलं.

वाइन वेटरनं तिसऱ्यांदा आमचे ग्लास भरले आणि तिच्याकडे पाहिलं. तिनं गोड हसून होकार दिला.

''कथानक दमदार आहेच; पण तू संशोधन सुरू केलंस का?'' मी विचारलं.

''हो तर! रिसर्च हा सर्वांत महत्त्वाचा भाग आहे,'' डंकन म्हणाला. ''यूरो-टनेलचे चेअरमन सर अलेक्झांडर मार्टिन यांना मी पत्र पाठवलं. त्यांच्या ऑफिसमधून मला कागदपत्रांचं भलंमोठं बाडच आलं. आता मी तुला गाडीची लांबी, डब्यांची संख्या, चाकांचा व्यास, गाडी ब्रिटिश विभागापेक्षा फ्रेंच विभागात वेगानं का धावते, दोन्ही बाजूंच्या मार्गांची रुंदी वेगळी का, या सर्व प्रश्नांची उत्तरं सांगू शकेन...''

वाइनच्या बाटलीचं बूच उडाल्यावर मी दचकलो. आता त्याला सांगावं का?

''सातव्या प्रकरणापासून गोष्ट उलगडत जाते,'' डंकन म्हणाला. वेटरनं टेबल आवरायला सुरुवात केली. ''वाचकांना या चारही गटांमध्ये रस वाटणं महत्त्वाचं आहे.''

मी मान डोलवली.

''गोष्टीच्या या टप्प्यावर वाचकांना कळतं की, ते तीन विद्यार्थी प्रत्यक्षात दहशतवादी आहेत आणि ट्रेन पळवण्याची योजना त्यांनी आखलीय.''

तेवढ्यात जेवणाचा पुढचा कोर्स आला. चांदीची झाकणं असलेल्या तीन बशा. तीन वेटर्सनी तीन झाकणे एकाच वेळी उचलली. त्यांतले पदार्थ पाहिल्यावर माझ्या तोंडाला पाणी सुटलं, हे मान्य करावंच लागेल. क्रिस्टाबेलनं ट्रफल आणि फॉय

ग्रास मागवलं होतं. ती लगेच त्याच्यावर तुटून पडली.

"ट्रेन पळवण्यामागचा दहशतवाद्यांचा उद्देश काय असावा, असं तुला वाटतं?" डंकननं विचारलं.

हाच त्याला सांगण्याचा क्षण होता; पण तो मी पुन्हा दवडला. गोष्ट कुठल्या टप्प्यावर आलीय, हे मी आठवण्याचा प्रयत्न केला. "पण तुला हे दहशतवादी सुटायला हवे आहेत की नकोत, यावर ते अवलंबून आहे," मी सुचवलं. "पण ते अवघड दिसतंय; कारण ते ट्रेनमध्ये बोगद्यात अडकले आहेत आणि बोगद्याच्या दोन्ही टोकांशी पोलीस हजर आहेत."

वाइन वेटरनं क्लॅरेची बाटली क्रिस्टाबेलसमोर धरली. तिनं वासानंच ती पसंत केली.

डंकन म्हणाला, "या लोकांना आर्थिक लाभाची अपेक्षा नाही आणि हे दहशतवादी आयरिश रिपब्लिकन आर्मी, इस्लामिक मूलतत्त्ववादी, बास्क फुटीरतावादी किंवा अलीकडेच प्रकाशात आलेली एखादी संघटना, यांपैकीच दाखवावे लागतील."

वाइन झकास होती. यापूर्वी अशी मुरलेली वाइन फक्त माझ्या एका मित्राकडे चाखली होती. ती चव माझ्या स्मरणातून कधीच गेली नाही.

"सातव्या प्रकरणात मात्र मी जरा अडखळलोय," डंकन आता रंगात आला होता. "त्यातल्या एका अतिरेक्याचा नवविवाहित जोडप्याशी – निदान त्यातल्या नवऱ्याशी – या ना त्या प्रकाराने संपर्क व्हायला हवा. हे मी तुला आधीच सांगायला हवं होतं. त्या तीन विद्यार्थ्यांपैकी एकजण एकांडा शिलेदार आहे तर बाकी दोघं – एक पुरुष आणि एक स्त्री – बरेच दिवस एकत्र राहताहेत." त्यानं स्टेककडे मोर्चा वळवला. "या एकट्या विद्यार्थ्याची आणि त्या नवऱ्याची भेट कशी घडवावी, हा प्रश्न आहे. तुला काही सुचतंय का?"

"ते कठीण जाऊ नये," मी म्हणालो. "तिथे रेस्टॉरंट आहे, स्नॅक बार आहे. त्याशिवाय वेगवेगळे डबे, कॉरिडॉर, कृष्णवर्णीय कर्मचारी, रेस्टरूम यांतलं काहीही कामी येऊ शकतं."

"हो; पण ते नैसर्गिक वाटायला हवं." तो विचारात पडला.

माझं आणि डंकनचं मुख्य जेवण जेमतेम सुरू झालं होतं; पण वेटर क्रिस्टाबेलची रिकामी प्लेट नेताना पाहून मी हादरलोच.

"त्या प्रकरणाच्या शेवटी ट्रेन बोगद्याच्या मध्याच्या जवळपास थांबते," डंकन शून्यात पाहत म्हणाला.

"का? आणि कशी?" मी विचारलं.

"हाच मुख्य मुद्दा आहे. तिथे निष्कारण घबराट उडालेली आहे. होतं काय की, त्या अमेरिकन कुटुंबातला लहान मुलगा, बेन, टॉयलेटमध्ये जातो आणि फ्लशची

चेन समजून भलतीच वायर ओढतो.''

मी विचार करत असतानाच क्रिस्टाबेलसमोर पुढची भरगच्च प्लेट आली. ती विनाविलंब त्यावर तुटून पडली.

डंकननं वाइनचा घोट घेतला. आता मात्र त्याला सांगायलाच हवं होतं; पण मी काही बोलायच्या आत तो पुन्हा सुटला.

''बोगद्यात काही मैल अंतर कापल्यावर गाडी थांबते; पण मध्याच्या अलीकडेच.''

''याला महत्त्व आहे?'' मी क्षीण आवाजात विचारलं.

''आहे तर!'' डंकन म्हणाला. ''बोगद्यातल्या ब्रिटिश आणि फ्रेंच हद्दीतली सीमा दोन्ही देशांनी ठरवलीय. या कथानकात हे महत्त्वाचं ठरणार आहे.''

वेटर पुन्हा आमचे ग्लास भरू लागला. मी माझ्या ग्लासवर हात ठेवला. वाइन अप्रतिम होती हे खरं; पण मला क्रिस्टाबेलला आणखी एक ग्लास मागवण्याची संधी द्यायची नव्हती. तिचा मात्र असा संयम बाळगण्याचा मुळीच इरादा नव्हता. मधूनच समोरच्या चिकनशी चाळा करत ती वाइनचे मोठाले घोट घेत होती.

डंकनची गोष्ट पुढे सुरू झाली.

''पण हा थांबा एक किरकोळ अडथळाच निघतो आणि त्यावर लगेच तोडगाही सापडतो. तो मुलगा रडवेला होतो. कुटुंब सर्वांची माफी मागतं आणि गार्डनं इंटरकॉमवरून घोषणा केल्यावर प्रवाशांची उरलीसुरली काळजीही मिटते. काही मिनिटांत ट्रेन सुटते आणि मध्यबिंदू ओलांडते.''

तीन वेटर्सनी रिकाम्या प्लेट्स उचलल्या. क्रिस्टाबेलनं नॅपकिननं हलकेच ओठ टिपले आणि माझ्याकडे पाहून रुंद स्मित केलं.

''मग काय घडतं?'' मी तिची नजर चुकवत विचारलं.

''ट्रेन थांबल्यावर ते अतिरेकी काहीसे अस्वस्थ होतात. त्यांच्यासारखाच उद्देश असलेला एखादा अतिरेकी गट गाडीत आहे की काय, ही भीती त्यांना घेरते; पण वस्तुस्थिती कळल्यावर मात्र ते त्या गोंधळाचा फायदा घेऊन ड्रायव्हरच्या मागच्या केबिनमध्ये शिरतात.''

''मॅडम, आपण डेझर्ट कोणतं घेणार?'' वेटरनं क्रिस्टाबेलला विचारलं.

तिनं ट्रॉलीवरच्या प्रत्येक पदार्थाचा एक भलामोठा चमचा घेतलेला पाहून मी थक्क झालो.

मला त्या गाडीतल्या प्रवाशांची काळजी वाटू लागल्याचे भाव माझ्या चेहऱ्यावर उमटले असावेत. ''काय, गोष्ट खिळवून ठेवते की नाही?'' डंकन म्हणाला. ''पण पुढचंही सांगतो.''

''मॉन्सिए?''

''माझं पोट भरलंय,'' मी प्रमुख वेटरला म्हणालो. ''पण नंतर कॉफी घेईन.''

"मला काही नको," डंकनला त्याच्या बोलण्याचा ओघ तुटू द्यायचा नव्हता. नवव्या प्रकरणात ते अतिरेकी ड्रायव्हरच्या केबिनमध्ये घुसतात आणि पिस्तुलाचा धाक दाखवून मुख्य चालकाला आणि त्याच्या सहकाऱ्याला दुसऱ्यांदा गाडी थांबवायला भाग पाडतात; पण आपण आता फ्रेंच हद्दीत आहोत, हे त्यांच्या लक्षातच येत नाही. आता या अतिरेक्यांपैकी एकटा असलेला तरुण इंटरकॉमवरून घोषणा करतो की, या वेळी ट्रेन थांबण्याचं कारण साधं नसून त्यांनी ट्रेनचा ताबा घेतलेला आहे आणि ते १५ मिनिटांत स्फोट करून ती ट्रेन उडवून देणार आहेत. प्रवाशांनी स्फोट होण्यापूर्वी उतरून बोगद्यातून जमेल तितकं लांबवर निघून जावं. स्वाभाविकपणे काही प्रवाशांमध्ये घबराट पसरते. अनेकजण ट्रेनमधून अंधाऱ्या बोगद्यात उडी मारतात. अनेकजण घाईघाईनं आपला नवरा, बायको, मुलं यांचा शोध घेऊ लागतात, तर बाकीचे त्यांच्या राष्ट्रीयत्वानुसार ब्रिटिश किंवा फ्रेंच हद्दीच्या दिशेनं धावत सुटतात.

प्रमुख वेटरनं आणखी एक ट्रॉली ढकलत आमच्या टेबलाजवळ आणली. माझं तिकडे लक्ष गेलं. तो क्रिस्टाबेलसाठी तांब्याच्या पात्रात ब्रँडी ओतून तिच्यासाठी स्वीट डिश बनवण्याच्या तयारीला लागला.

"या टप्प्यावर, बहुधा दहाव्या प्रकरणात, त्या अमेरिकन कुटुंबातला पुरुष त्या ट्रेनमध्येच थांबण्याचा निर्णय घेतो." आता डंकन चांगलाच उत्तेजित झाला होता. "तो त्याच्या बायको आणि मुलाला बाहेर पडून निघून जायला फर्मावतो. आणखी तीन माणसं गाडी सोडत नाहीत. ग्रीक करोडपती, त्याची बायको आणि नवविवाहित जोडप्यातला नवरा. त्या तिघांजवळ ट्रेन न सोडण्याची सबळ वैयक्तिक कारणं आहेत; पण याचा उल्लेख गोष्टीत यापूर्वीच आला असेल."

वेटरनं ब्रँडी पेटवली. एक निळी ज्योत हवेत झेपावली. त्यानं स्वीट डिश तिच्यासमोर ठेवली.

आता डंकनला सत्य सांगायची वेळ निघून गेली होती.

"हं, हे तिघं अतिरेकी आता चालकाच्या केबिनमध्ये शिरलेत. त्यांनी सहचालकाला ठार केलंय. गाडीत आता फक्त चार प्रवासी आणि तो कृष्णवर्णीय तिकिट कलेक्टर आहे. तो कदाचित वेषांतर केलेला ब्रिटिश एसएएसचा जवान असू शकेल. अजून माझंही ठरलेलं नाही."

"कॉफी मॅडम?"

"आयरिश," क्रिस्टाबेल.

"रेग्युलर," मी.

"डी कॅफ," डंकन.

"आणि लिक्युअर किंवा सिगार?" वेटरनं विचारलं.

फक्त क्रिस्टाबेलनं होकार दिला.

"अकराव्या प्रकरणात हे दहशतवादी ब्रिटिश पोलिसांबरोबर वाटाघाटी सुरू करतात; पण आता ट्रेन ब्रिटिश हद्दीत नसल्यामुळे ब्रिटिश पोलीस बोलणी करायला सपशेल नकार देतात. आता मात्र अतिरेकी हैराण होतात कारण त्यांच्यापैकी कुणालाच फ्रेंच येत नसतं आणि त्यांचं वैर ब्रिटिश सरकारबरोबर असतं. त्यांपैकी एकजण गाडीत फ्रेंच बोलणारं कुणी आहे का, याचा शोध घेतो. त्याची ग्रीक करोडपतीच्या पत्नीशी गाठ पडते.

"दरम्यान, दोन्ही बाजूंचे पोलीस बोगद्यातून जाणाऱ्या सर्व गाड्या रोखून धरतात. आता आपली ट्रेन बोगद्याच्या मध्यभागी अडकलीय. लंडन-पॅरिस मार्गावर एकाच वेळी सुमारे २० गाड्या धावत असतात."

"काय सांगतोस?" मी म्हणालो; पण मला ते आधीच ठाऊक होतं.

"हो तर!" तो म्हणाला. "माझं संशोधन आहे."

क्रिस्टाबेलचा ग्लास आता रेड पोर्टवाइननं भरला जात होता. मी लेबल तपासलं. 'टेलर्स ५५' इतकी छान वाइन घेण्याचा पूर्वी प्रसंग आला नव्हता. मला न विचारताच क्रिस्टाबेलनं माझा ग्लास भरला. वेटरनं डंकननं न मागवलेल्या सिगारचं टोक कापलं.

"बाराव्या प्रकरणात आपल्याला दहशतवाद्यांच्या हेतूचा उलगडा होतो. प्रसिद्धीचा स्टंट म्हणून ट्रेन उडवून द्यायची आणि जगभरात मोठी बातमी निर्माण करायची; पण आता गाडीत थांबलेले प्रवासी त्या अमेरिकन माणसाच्या नेतृत्वाखाली प्रतिहल्ला करण्याच्या तयारीत असतात."

तेवढ्यात सिगार पेटवण्यापुरतं डंकनला शांत व्हावं लागलं.

"पण या स्वयंभू करोडपतीला स्वाभाविकपणे म्होरक्या व्हावंसं वाटणार," मी सुचवलं.

"पण तो ग्रीक आहे. मला हे पुस्तक खपवून पैसा मिळवायचा असेल, तर अमेरिकन मार्केट विसरून चालणार नाही आणि पुढेमागे चित्रपटाचे हक्कही द्यावे लागतील."

त्याचा तर्क मला पटला.

"बिल आणता?" डंकनने मुख्य वेटरला विचारलं.

"जरूर."

"आता शेवट करण्यात मात्र अडचणी येताहेत..."

तेवढ्यात क्रिस्टाबेल अचानक लटपटत उभी राहिली.

ती माझ्याकडे वळून म्हणाली, "आता माझी निघायची वेळ झालीय. तुला भेटून आनंद झाला; पण यापुढे आपली भेट होईल, असं वाटत नाही. तुझी नवीन

कादंबरी मला खूप आवडली. कौतुक करावं तेवढं थोडंच! झकास कल्पना आहे. नंबर एक व्हायला सर्वस्वी लायक.''

आभारादाखल मी उठून तिच्या हाताचं हलकेच चुंबन घेतलं. आता मला फारच अपराधी वाटू लागलं होतं.

''गुडबाय डंकन!'' ती तिच्या माजी प्रियकराला उद्देशून म्हणाली. त्यानं मान वर करूनही पाहिलं नाही. ''घाबरू नकोस. तुम्ही परत येण्यापूर्वी मी फ्लॅट सोडलेला असेल.''

ती लडखडत्या पावलांनी दाराकडे गेली. वेटरनं तिच्यासाठी दार उघडून धरलं आणि तिला झुकून अभिवादन केलं.

''तिच्या जाण्याचं दु:ख झाल्याची बतावणी करण्यात अर्थ नाही,'' डंकन सिगारचे झुरके घेत म्हणाला. ''बिछान्यात उत्तम; पण कल्पनाशक्तीच्या नावानं शून्य.''

मुख्य वेटरनं डंकनसमोर बिलाचं चोपडं ठेवलं.

''या हॉटेलचं होणारं कौतुक योग्यच म्हणावं लागेल,'' मी शेरा मारला.

डंकननेही मान डोलवली.

वेटरनं झुकून आभार मानले.

''आता माझी अडचण अशी आहे की, इतका आराखडा तयार करून, संशोधन करून मला शेवट सुचत नाही. तुला एखादी कल्पना सुचतेय?'' त्यानं विचारलं.

तेवढ्यात जवळच्या टेबलाकडून एक मध्यमवयीन स्त्री सरळ आमच्या दिशेनं चालत आली.

डंकननं बिलावर नजर टाकली. त्याचा डोळ्यांवर विश्वास बसेना.

ती बाई आमच्या टेबलापाशी थांबली.

''तुमचं नवं पुस्तक फारच छान आहे,'' ती मोठ्यानं म्हणाली.

''थँक यू!'' मी काहीशा तुटकपणे म्हणालो. उगीच आणखी काही बोलून तिनं माझी बैचैनी वाढवायला नको.

डंकनची नजर बिलावरून हटली नव्हती.

ती म्हणाली, ''आणि शेवट तर काय भन्नाट आहे! ते अमेरिकन कुटुंब बोगद्यातून जिवंत कसं सुटणार, हे शेवटपर्यंत कळत नाही.''

'बूट पॉलिश'

टेड बार्कर एक असा खासदार होता की, ज्यानं कधीच उच्चपदाची आस बाळगली नाही. पूर्वी तो सैन्यात होता आणि त्याच्या सहकाऱ्यांच्या मते दुसरं महायुद्ध त्याला चांगलंच फलदायी ठरलं होतं. नोव्हेंबर १९४५मध्ये त्यानं सैन्यातली नोकरी सोडली आणि सफोकमध्ये त्याच्या घरी, पत्नी हेझलकडे परतला.

त्याच्या कुटुंबाचा अभियांत्रिकी व्यवसाय होता. टेडचा भाऊ केन यानं तो चोखपणे सांभाळल्यामुळे युद्ध त्यांनाही फायद्याचं ठरलं होतं. घरी परतल्यावर टेडनं संचालक मंडळावरचं पद स्वीकारलं; पण लवकरच तो कंटाळला. नंतर तर त्याचा पार भ्रमनिरास झाला. फॅक्टरी आणि सैन्य यांत जमीन-अस्मानाचा फरक होता.

याच सुमाराला त्याची आणि नॉर्थ सफोकच्या हुजूर पक्षाच्या चेअरमन सौ. एथेल थॉम्पसन यांची भेट झाली. सर डिंगल लाइटफुट (टोपणनाव टिपटो) हे हुजूर पक्षाचे त्या विभागाचे खासदार होते. युद्ध संपल्यावर ही जबाबदारी आता दुसऱ्या कुणीतरी स्वीकारावी, अशी त्यांची इच्छा होती.

सौ. थॉम्पसन म्हणाल्या, "आम्हाला लंडनहून कुणी येऊन आमच्या कामात खोडा घालायला नकोय. आम्हाला इथलाच, स्थानिक लोकांचे प्रश्न जाणणारा माणूस हवाय." त्यांच्या मते टेड या कामासाठी योग्य माणूस होता.

टेडनं या गोष्टीचा विचारही केला नव्हता; पण त्यानं या प्रस्तावाचा गंभीरपणे विचार करण्याचं आश्वासन दिलं आणि विचार करायला एक आठवड्याची मुदत मागून घेतली. त्याच्या पत्नीनं त्याला उत्स्फूर्त पाठिंबा दिला. त्याच रविवारी दुपारी त्यानं सौ. थॉम्पसनना कळवलं की, नॉर्थ सफोक मतदारसंघातून निवडणूक लढवायला त्याला आनंदच होईल.

अखेर या उमेदवारीसाठी तीनजणांची नावं पुढं आली. लंडनहून आलेले दोन

विद्वान आणि स्थानिक माणूस टेड बार्कर. चेअरमनमहोदयांनी पत्रकार परिषदेत कमिटीचा अंतिम निर्णय जाहीर केला. त्यांनी मतांची विभागणी कशी झाली, ते सांगितलं नाही. प्रत्यक्षात लंडनच्या दोन्ही उमेदवारांच्या एकत्रित मतांपेक्षाही टेडला जास्त मतं मिळाली होती.

सहा महिन्यांनी पंतप्रधानांनी सार्वत्रिक निवडणुकांची घोषणा केली आणि तीन आठवड्यांच्या जोरदार प्रचारानंतर टेडने नॉर्थ सफोक मतदारसंघातून सात हजार मतांनी बाजी मारली. खासदार म्हणून तो सर्वच पक्षांच्या सहकाऱ्यांमध्ये लोकप्रिय झाला. तो मात्र स्वत:ला 'हौशी राजकारणी' असंच म्हणवून घेत असे.

वर्षांमागून वर्षं सरली. टेडच्या लोकप्रियतेची कमान चढतीच राहिली. चौदा वर्षं इमानेइतबारे सेवा दिल्यानंतर पंतप्रधान हॅरॉल्ड मॅकमिलन यांनी टेडला 'सर' हा किताब मिळावा, अशी राणीसाहेबांकडे शिफारस केली.

१९६०चं दशक संपताना सर टेड (यांना सर एडवर्ड असं कुणीच संबोधलं नव्हतं) यांनी सांगितलं की, पुढची निवडणूक लढवण्याचा त्यांचा इरादा नाही आणि कमिटीनं तरुण उमेदवाराला संधी द्यावी. त्यानं आणि हेझलने ईस्ट अँकग्लियामध्ये शांतपणे निवृत्त जीवन व्यतीत करण्याचं ठरवलं आहे.

पण निवडणूक पार पडल्यावर त्याला पंतप्रधानांच्या डाउनिंग स्ट्रीटवरच्या निवासस्थानातून फोन आला – ''पंतप्रधान उद्या सकाळी ११॥ वाजता सर टेड यांना भेटू इच्छितात.''

एडवर्ड हीथ यांना त्याची भेट का हवीय, याची टेडला कल्पना येईना. अर्थात, खासदार म्हणून त्यानं १०, डाउनिंग स्ट्रीटला अनेकदा भेट दिली होती; पण ती कॉकटेल पार्टी, समारंभ किंवा एखाद्या परदेशी राष्ट्रप्रमुखासाठी दिलेल्या मेजवानीपुरती; त्यामुळे आता तो जरा अस्वस्थ होता.

दुसऱ्या दिवशी सकाळी १० वाजून १७ मिनिटांनी तो क्रमांक १० वर हजर झाला. तिथल्या कारकुनानं त्याला कॅबिनेट रूमजवळच्या प्रतीक्षाकक्षात बसण्याची विनंती केली. आता टेडच्या अस्वस्थतेची जागा भीतीनं घेतली होती. एखाद्या चुकार मुलानं मुख्याध्यापकांना भेटायला जावं, तशी त्याची अवस्था झाली होती.

काही मिनिटांनी पंतप्रधानांचे खासगी सचिव अवतरले. ''सर टेड, आता पंतप्रधान आपली भेट घेतील.'' कॅबिनेट रूममध्ये गेल्यावर श्री. हीथ यांनी त्याचं उठून स्वागत केलं. ''टेड, बरं झालं आलास.'' टेडनं हसू आवरलं. पंतप्रधानांचं निमंत्रण अव्हेरण्यासाठी एखादा आजार किंवा नैसर्गिक आपत्ती यांचीच गरज होती.

''टेड, मला एका नाजूक बाबतीत तुझी मदत हवीय,'' पंतप्रधान सरळ मुद्द्यावर आले. शिळोप्याच्या गप्पांसाठी त्यांच्याकडे वेळ नसे. ''मला सेंट जॉर्जेस बेटावर गव्हर्नरची नियुक्ती करायची आहे आणि त्यासाठी तुझ्याहून अधिक लायक

माणूस माझ्या नजरेसमोर नाही.''

सौ. थॉम्पसननी त्याला खासदारकीची निवडणूक लढवण्यासंदर्भात विचारणा केली होती, तो प्रसंग त्याला आठवला. मात्र, या खेपेला निर्णय घेण्यासाठी त्याला एका आठवड्याची गरज नव्हती. त्यानं सेंट जॉर्जेस बेटांबद्दल ऐकलं होतं; पण नकाशावर मात्र त्याला ती दाखवता आली नसती. तो श्वास रोखून म्हणाला, ''धन्यवाद सर! हा माझा बहुमानच आहे.''

पुढच्या काही आठवड्यांत त्यानं परराष्ट्र खात्याला अनेक भेटी देऊन नवीन पदाच्या जबाबदारीची संपूर्ण माहिती घेतली आणि त्याविषयी सर्व पुस्तकं आणि पत्रकं वाचून काढली.

काही आठवड्यांच्या तयारीनंतर त्याला सेंट जॉर्जेसविषयी पुरेशी माहिती मिळाली. सेंट जॉर्जेस हा उत्तर अॅटलांटिक महासागराच्या मध्यावर असलेला लहान बेटांचा एक समूह होता. १६४३ मध्ये ब्रिटिशांनी त्यावर ताबा मिळवला होता तेव्हापासून तो राणीसाहेबांच्या आधिपत्याखाली होता. ब्रिटिश सरकारनं त्यांना अनेकदा स्वातंत्र्य देऊ केलं होतं; पण प्रत्येक वेळी स्थानिक जनतेनं तो प्रस्ताव धुडकावून लावला. त्यांना राणीसरकारांचे प्रजाजन म्हणूनच राहण्याची इच्छा होती.

या नवीन साहसाला निघण्यापूर्वीच त्याला 'युवर एक्सलन्सी' या संबोधनाची सवय झाली होती. लंडनच्या 'सॅव्हिल रो' इथल्या अॅलन बेनेट नावाच्या तज्ज्ञ शिंप्यानं त्याला राज्यपालांचे दोन अधिकृत गणवेष शिवून दिले. त्यात आपला अवतार कसा दिसेल, याची त्याला कल्पना आली. हिवाळ्यात त्याला लोकरीचा लाल कॉलर आणि कफ असलेला गडद निळा ड्रेस घालावा लागणार होता, तर उन्हाळ्यात खांद्यावर आणि कॉलरवर सोनेरी कशिदा केलेला पांढरा कॉटनचा वेष. त्या दोन्ही वेषांत त्याला पाहून हेझलला हसू आवरेना.

शिंप्याचं बिल पाहून मात्र टेडला मुळीच हसू आलं नाही आणि एवढा खर्च करून हा गणवेष त्याला वर्षातून दोनदाच घालायचा होता. हेझल त्याला चिडवत म्हणाली, ''पण या अवतारात फॅन्सी ड्रेस पार्टीत तू चांगलाच शोभून दिसशील.''

अखेर १२/१/७१ या दिवशी सेंट जॉर्जेसचे नूतन राज्यपाल आणि मुख्याधिकारी यांनी पत्नीसमवेत त्या बेटांच्या दिशेनं उड्डाण केलं.

तिथे त्याच्या स्वागताला बेटांचे प्रथम नागरिक म्हणून तिथले पंतप्रधान आणि राणीसाहेबांचे कायदेशीर प्रतिनिधी म्हणून प्रमुख न्यायाधीश हजर होते. ड्यूटीवर नसलेल्या सहा पोलिसांनी त्यांना मानवंदना दिली. स्थानिक वाद्यवृंदानं राष्ट्रगीत वाजवलं. विमानतळावर युनियन जॅक फडकल्यावर उपस्थितांनी टाळ्या वाजवल्या.

सर टेड आणि लेडी बार्कर एका मोठ्या पण जुनाट रोव्हर गाडीने त्यांच्या

अधिकृत निवासस्थानाकडे निघाले. यापूर्वीच्या दोन राज्यपालांचं वास्तव्य तिथेच होतं. ड्रायव्हरने गाडी थांबवून फाटक उघडलं आणि आत गेल्यावर प्रथमच त्यांनी त्यांचं नवं घर पाहिलं.

ती एक प्रासादतुल्य इमारत होती. ब्रिटिश साम्राज्याच्या भरभराटीच्या काळात ती बांधली गेली असावी पण या बेटांचं महत्त्व आणि ब्रिटनचं आजच्या जगातलं स्थान लक्षात घेता ती फारच मोठी भासत होती; पण आकार आणि सोयी-सुविधा यांचा अर्थाअर्थी काही संबंध नसतो, हे राज्यपालांच्या लगेच लक्षात आलं.

तिथला एसी बंद पडला होता. नळ धड काम करत नव्हते आणि घरकाम करणाऱ्या मिसेस रॉजर्स नेहमीप्रमाणे आजारपणाच्या रजेवर होत्या. नाही म्हणायला आधीच्या राज्यपालांनी सोडलेला एक लॅब्रेडॉर कुत्रा मात्र होता. भरीत भर म्हणजे या अडचणी सोडवायला परराष्ट्र कचेरीकडे पुरेसा निधीच नव्हता आणि टेडने या गोष्टींचा पत्रात उल्लेख केल्यावर उत्तरादाखल त्याला काटकसरीचे सल्ले मिळाले.

काही दिवसांनी टेड आणि हेझल यांना सेंट जॉर्जेस हा एक अनेक बेटांमध्ये विभागलेला एक मतदारसंघ वाटू लागला. त्यातच तिथल्या दोन प्रमुख बेटांची नावं सफोक आणि एडवर्ड आयलंड असल्याचं ऐकून टेड सुखावला. पंतप्रधानांनी आपली नेमणूक करण्यामागे हे कारण तर नाही ना, अशी शंका त्याला वाटून गेली.

राज्यपालांची कर्तव्यं फारशी जबाबदारीची किंवा त्रासदायक नव्हती. टेड आणि हेझलचा बहुतांश वेळ रुग्णालयांना भेट देणे, शाळेच्या बक्षीस समारंभात भाषण करणे किंवा पुष्परचना स्पर्धांना परीक्षक म्हणून हजेरी लावणे यांतच जात असे. वर्षभरात विशेष म्हणावा असा एकच प्रसंग असे. तो म्हणजे जूनमध्ये साजरा होणारा राणीसाहेबांचा वाढदिवस. या दिवशी राज्यपालांतर्फे स्थानिक प्रतिनिधींना 'गव्हर्न्मेंट हाउस'मध्ये मेजवानीचं आमंत्रण असे आणि सफोकविरुद्ध एडवर्ड आयलंड हा क्रिकेटचा सामना पार पडे. स्थानिकांसाठी मात्र ही भरपूर मद्यपान करून बेहोश होण्याची संधी असे.

टेड आणि हेझलला लवकरच स्थानिक राजकारणाचा अंदाज आला. ते पाच वर्षांच्या निवांत आयुष्यासाठी स्थिरावले. माणसं छान होती. हवामान तर केवळ स्वर्गीय होतं. स्वच्छ निळ्या आकाशात क्षितिजापर्यंत ढगांचा मागमूसही नसे.

आणि एके दिवशी 'तो' फोन आला.

एका गुरुवारी राज्यपाल त्यांच्या ऑफिसात सोमवारचा टाइम्स चाळत बसले होते. वॉशिंग्टनमध्ये झालेल्या शिखर परिषदेची बातमी आली होती; पण ती वाचण्याआधी त्यांनी शब्दकोडं संपवायचं ठरवलं. ते '१२ आडवा'पर्यंत आले होते, तेवढ्यात त्यांचा खासगी सेक्रेटरी चार्ल्स रॉबर्ट्स दार न ठोठावता धावत आत आला.

काहीतरी महत्त्वाचं असणार, हे टेडनं क्षणात ताडलं कारण पूर्वी असं कधीच

घडलं नव्हतं.

"माउंटबॅटनचा फोन,'' चार्ल्स म्हणाला.

जर्मन सैन्य लवकरच बेटावर उतरणार असल्याची बातमी ऐकूनही तो एवढा धास्तावला नसता. राज्यपालांनी भुवया उंचावल्या.

"नौदलाचे ॲडमिरल अर्ल माउंटबॅटन ऑफ बर्मा,'' चार्ल्सनं पूर्ण नाव सांगितलं. जणू टेडला ते कळलंच नव्हतं.

"मग फोन जोडून दे,'' टेड टाइम्सची घडी करत म्हणाला. गेल्या वर्षात तो माउंटबॅटनना फक्त तीन वेळा भेटला होता आणि एवढ्या मोठ्या माणसाला या भेटी कितपत आठवत असतील, याची त्याला शंकाच होती; पण त्यांचं त्याच्याकडे काय काम असावं, हे त्याला कळेना. तो विचार करण्यापूर्वीच फोन खणखणला.

माउंटबॅटनसाठी 'मायलॉर्ड', 'कमांडर इन चीफ' आणि 'ॲडमिरल' यांपैकी कोणतं संबोधन वापरावं, हे त्याला समजेना. शेवटी तो फक्त "गुडमॉर्निंग, सर!'' एवढंच म्हणाला.

"गुड मॉर्निंग, युवर एक्सलन्सी. बरे आहात ना?''

"हो, सर. थँक यू!''

"कारण माझ्या आठवणीप्रमाणे आपल्या मागच्या भेटीच्या वेळी तुमचं पोट ठीक नव्हतं.''

"बरोबर, सर,'' राज्यपाल थक्क होऊन म्हणाले. अर्थात त्यांच्या तब्येतीची चौकशी करणे हा माउंटबॅटनच्या फोनमागचा उद्देश नक्कीच नव्हता.

"मी फोन का केलाय हे जाणून घ्यायला तुम्ही उत्सुक असाल.''

"हो, सर.''

"सध्या मी एका शिखर परिषदेसाठी वॉशिंग्टनमध्ये आलोय. उद्या सकाळी लंडनला परतण्याचा माझा बेत होता.''

"आलं लक्षात, सर.'' खरं म्हणजे टेडच्या लक्षात काहीच आलं नव्हतं.

"पण मला वाटलं की, मध्ये जरा वाकडी वाट करून तुमच्या भेटीला यावं. संधी मिळेल तेव्हा आपल्या वसाहतींना भेट देणं मला आवडतं; त्यामुळे तिथल्या एकूण परिस्थितीबद्दल मला राणीसाहेबांना माहिती देता येते. तुमची गैरसोय तर होणार नाही ना?''

"छे, छे सर,'' टेड म्हणाला. "तुमचं स्वागत करायला आम्हाला नक्कीच आवडेल.''

"छान!'' माउंटबॅटन म्हणाले. "मग माझं विमान उद्या दुपारी चार वाजता येणार असल्याचं विमानतळाच्या अधिकाऱ्यांना कळवाल का? मी एक रात्र मुक्काम करेन; पण वेळेचं बंधन असल्यामुळे मला दुसऱ्या दिवशी सकाळी लवकर निघावं लागेल.''

"जरूर, सर. काहीच अडचण नाही. मी उद्या दुपारी चार वाजता तुमच्या स्वागताला सपत्नीक हजर असेन."

"हा तुमचा चांगुलपणा आहे, गव्हर्नर आणि ही भेट जरा अनौपचारिकच असू द्या. फार त्रास करून घेऊ नका."

फोन बंद झाला.

अनेक महिन्यांनी टेडची प्रथमच धांदल उडाली. चार्ल्स कॉरिडॉरमधून घाईघाईनं त्याच्याचकडे येत होता. त्यानं हे संभाषण त्याच्याजवळच्या फोनवर ऐकलं होतं.

"हेझलला शोधून काढ. एक पॅड घे आणि तुम्ही दोघंही लगेच माझ्या ऑफिसमध्ये या. ताबडतोब!" टेड ऑफिसात पळाला.

काही मिनिटांतच हेझल तिथे हजर झाली. मागोमाग धापा टाकत चार्ल्सही आला. हेझलच्या हातात डेलियाचा गुच्छ होता.

"कसली घाई झालीय? आणि एवढी घबराट कशासाठी?"

"माउंटबॅटन येताहेत."

"कधी?" हेझलनं शांतपणे विचारलं.

"उद्या दुपारी चार वाजता."

"मग घबराट उडणं स्वाभाविक आहे," हेझल म्हणाली. तिनं हातातली फुलं खिडकीतल्या फुलदाणीत ठेवली आणि नवऱ्यासमोर बसली.

"रॉजर्स बार्ड आजारपणाच्या रजेवर आहेत, हे सांगण्याची ही योग्य वेळ नाही."

"तिच्या टायमिंगचं कौतुक करायला हवं," टेड म्हणाला. "पण आता नाटक करण्याला पर्याय नाही."

"नाटक म्हणजे?"

"माउंटबॅटन राजघराण्याचे सदस्य आहेत. ते संरक्षण दलाचे माजी प्रमुख आणि नौदलाचे ॲडमिरल आहेत. पूर्वी ते भारताचे व्हाइसरॉय होते. त्यांच्या हाताखाली तीन रेजिमेंट्स आणि १००० कर्मचारी होते. इथे त्यांची काय अपेक्षा असेल, हे कळायला मार्ग नाही."

"मग आता कामाची यादी करायला लागू."

चार्ल्सनं खिशातून पेन काढलं आणि मालकांच्या सूचना नोंदवण्यासाठी हातात पॅड सज्ज ठेवलं.

"विमानानं येणार म्हणजे त्यांना 'रेड कार्पेट' अपेक्षित असणार!" हेझल म्हणाली.

"पण आपल्याकडे लाल गालिचा नाही," टेड म्हणाला.

"आहे. आपल्या डायनिंग रूमपासून ड्रॉइंग रूमपर्यंत. आपल्याला तोच वापरावा

लागेल आणि ते घरी पोहोचण्याच्या आत पुन्हा जागच्या जागी ठेवावा लागेल. चार्ल्स, तो गुंडाळून एअरपोर्टवर नेण्याची आणि परत आणण्याची जबाबदारी तुझी.''

चार्ल्स त्रासल्यासारखा दिसला; पण भराभर लिहून घेऊ लागला.

''आणि तो उद्यापर्यंत स्वच्छही करून घ्यावा लागेल,'' राज्यपाल म्हणाले.

''तो लाल असल्याचं माझ्या लक्षातही आलं नव्हतं. आता सलामीचं – गार्ड ऑफ ऑनरचं – काय करायचं?

''आपल्याकडे गार्ड ऑफ ऑनर नाही,'' हेझल म्हणाली. ''तुला आठवतं, आपण इथे आलो तेव्हा स्वागताला पंतप्रधान, न्यायमूर्ती आणि ड्यूटीवर नसलेले सहा पोलीस होते.''

''खरंय,'' टेड म्हणाला. ''मग आपल्याला स्थानिक सैन्यावर भागवावं लागेल.''

''म्हणजे कर्नल हॉज आणि त्यांचे युद्धोत्सुक कथित सैनिक? त्यांच्याकडे तर एकसारखे गणवेषही नाहीत आणि त्यांच्या रायफल्स...''

''हॉजला काहीही करून उद्या दुपारी चार वाजेपर्यंत त्यांना तयार करावं लागेल. ते माझ्यावर सोड,'' टेड स्वत:च्या पॅडवर नोंद करत म्हणाला. ''मी त्याला थोड्या वेळानं फोन करीन. बँडचं काय?''

चार्ल्स म्हणाला, ''एक गावातला बँड आणि एक पोलीस बँड.''

''मग त्या दोघांना एकत्र आणावं लागेल म्हणजे कुणीच नाराज होणार नाही,'' टेड म्हणाला. ''पण त्या दोघांना मिळून तीनच चाली वाजवता येतात.''

''एक धून पुरेशी आहे,'' हेझल म्हणाली. ''राष्ट्रगीत.''

''हं,'' टेड म्हणाला. ''संगीत तू सांभाळ. आता पुढचा प्रश्न. एअरपोर्टपासून गव्हर्न्मेंट हाउसपर्यंत त्यांना आणायचं कसं?''

''जुनी रोव्हर वापरणं शक्य नाही,'' हेझल म्हणाली. ''गेल्या महिन्यातच ती तीनदा बंद पडली होती आणि आत बसल्यावर तर कुत्र्याच्या घरासारखा वास येतो.''

टेड म्हणाला, ''मग आपल्याला हेन्री बेंडॉलची रोल्स रॉइस वापरावी लागेल.''

''पण तो ती त्याच्या अंत्यविधीच्या धंद्यासाठी वापरतो आणि ती आदल्याच दिवशी वापरली गेल्याचं कुणी माउंटबॅटनला सांगितलं नाही म्हणजे मिळवलं.''

''मिक फ्लॅहर्टीकडेही एक जुनी रोल्स आहे,'' चार्ल्स उत्साहाने म्हणाला. ''मला वाटतं, सिल्व्हर शॅडो मॉडेल.''

''पण तो तर ब्रिटिशांचा द्वेष करतो.'' हेझल म्हणाली.

''कबूल,'' टेड म्हणाला. ''पण उद्या राजघराण्यातल्या व्यक्तीच्या सन्मानार्थ दिलेल्या मेजवानीला हजर राहायला त्याला नक्कीच आवडेल.''

''डिनर?'' हेझलनं धास्तावून विचारलं.

"म्हणजे? त्यांच्या सन्मानार्थ मेजवानी तर द्यावीच लागेल," टेड म्हणाला. "त्यातही त्रास म्हणजे गावातल्या थोडंफार महत्त्व असलेल्या प्रत्येकाला आमंत्रणाची अपेक्षा असेल." टेडनं चार्ल्सकडे वळून विचारलं, "डायनिंग रूममध्ये किती माणसं मावतील?"

"ओढूनताणून साठ."

"आपण ताणले तर गेलो आहोतच," हेझल म्हणाली. "कारण आपल्याजवळ ६० प्लेट्स, ६० कप, ६० चमचे, ६०..."

"१९४७ मध्ये दिवंगत राजेसाहेबांनी दिलेला वूस्टर सेट आहे," टेड म्हणाला. "पण त्यातलं काय शिल्लक आहे, कुणास ठाऊक?"

"गेल्या वेळी चौदाजणांपुरतं होतं."

"म्हणजे मुख्य टेबलावर चौदाजणांनाच जागा मिळेल."

"मेनूचं काय?" चार्ल्सनं विचारलं.

"आणि त्याहून महत्त्वाचं म्हणजे स्वयंपाक कोण करणार?" - टेड.

"डॉटी कथबर्टला विचारावं लागेल. एका संध्याकाळपुरती ती मिसेस ट्रॅव्हिसला पाठवू शकेल," हेझल म्हणाली. "ती या बेटांवरची सर्वोत्तम सुगरण आहे."

"तिचा बटलर आणि बाकी स्टाफही उसना घ्यावा लागेल." टेड म्हणाला.

चार्ल्सनं त्याच्या पॅडचं तिसरं पान उलटलं.

"हेझल, तू लेडी कथबर्टचं बघ," टेड म्हणाला. "मी मिक फ्लॅहर्टीला पटवतो."

"मद्याचं काय?" हेझलनं विचारलं. "मागच्या गव्हर्नरनं वाइन सेलर पार रिकामा केलाय."

"आणि परराष्ट्र कचेरी तो पुन्हा भरायला तयार नाही. जोनाथन फ्लेचरकडे बेटावरचा सर्वांत उत्तम साठा आहे."

"हो आणि त्याची मुख्य टेबलावरच्या जागेचीही अपेक्षा नसेल. भला माणूस," हेझल म्हणाली.

"मुख्य टेबलावर जर चौदाच जागा असतील, तर तिथे चांगलीच गर्दी होणार असं दिसतंय," टेड म्हणाला.

"डॉटी कथबर्ट, शिवाय बेंडॉल, फ्लॅहर्टी आणि हॉज ही जोडपी," हेझल नावं लिहीत म्हणाली. "पंतप्रधान, प्रमुख न्यायमूर्ती, महापौर, पोलीसप्रमुख आणि त्यांच्या बायका. निदान त्यांतले काही आजारी पडतील किंवा परदेशी जातील, अशी आशा करू या." हेझल आता अगतिक झाली होती.

"त्यांच्या झोपण्याची व्यवस्था कुठे करणार?" चार्ल्सनं निरागसपणे विचारलं.

"बापरे! ते माझ्या डोक्यातच आलं नव्हतं," टेड म्हणाला.

हेझल म्हणाली, "आपल्या बेडरूममध्येच त्यांची सोय करावी लागेल. कारण मध्ये खड्डा नसलेला तो एकच बेड आहे."

"मग आपल्याला नेल्सन रूममध्ये झोपावं लागेल. वाळवी लागलेले पलंग, घोड्याच्या केसांच्या गाद्या..."

"बरोबर," हेझल म्हणाली. "मी संध्याकाळपर्यंत आपलं सर्व सामान क्वीन व्हिक्टोरिया रूममधून बाहेर काढण्याची व्यवस्था करते."

राज्यपाल म्हणाले, "आणि हो, चार्ल्स, परराष्ट्र कचेरीत फोन कर आणि माउंटबॅटनच्या खाण्या-पिण्याच्या सवयी, आवडीनिवडी यांबद्दल विचारून घे. त्यांना ठाऊक असेल. त्यांना नाराज करणं आपल्याला परवडणारं नाही."

चार्ल्सनं चौथं पान उलटलं.

पुढच्या तासाभरात त्या तिघांनी केलेल्या कामाचा आढावा घेतला. काय अडचणी येऊ शकतील, याचा अंदाज बांधला. दुपारचं जेवण सँडविचवर भागवलं आणि गावभर विनवण्यांचे फोन करायला सुरुवात केली.

चार्ल्सला एक कल्पना सुचली. ती म्हणजे राज्यपालांनी स्थानिक टीव्हीवरून जनतेला शाही भेटीची माहिती द्यावी. भाषणाचा समारोप करताना सर टेड म्हणाले की, या महान युद्धनेत्याच्या स्वागताला नागरिकांनी मोठ्या संख्येनं हजर राहावं.

संध्याकाळभर हेझल साफसफाईमध्ये गुंतली होती. चार्ल्स हातात टॉर्च घेऊन फुलांचे ताटवे तपासत होता आणि टेड गावभरातून गव्हर्न्मेंट हाउसमध्ये प्लेट, काटेचमचे, अन्न आणि वाइन गोळा करण्याच्या मागे होता.

त्यांना झोपायला रात्रीचे दोन वाजले.

"आपण काही विसरलोय का?" टेडने विचारले.

हेझलनं थकून पलंगाला पाठ लावली. "देव जाणे! काही राहिलं असेल तर ते त्यांच्या लक्षात येणार नाही, अशी आशा करू या."

दुसऱ्या दिवशी राज्यपाल उन्हाळी गणवेष चढवून सज्ज झाले. पांढरी विजार, बाजूनं उभ्या सोनेरी रेषा, छातीला पदकांच्या रांगा आणि लाल-पांढरी पिसं लावलेलं वॉलसी शिरस्त्राण असा त्यांचा थाट होता. हेझलनं दोन वर्षांपूर्वी घेतलेला हिरवा फ्रॉक घातला होता. तेवढ्यात तिनं दाराजवळची फुलं तपासली.

"आता त्याला उशीर झालाय," टेड म्हणाला. "एअरपोर्टवर जायची वेळ झाली."

गव्हर्न्मेंट हाउसमोर तीन गाड्या उभ्या होत्या. एक काळी आणि एक पांढरी रोल्स रॉईस आणि मागे त्यांची जुनी रोव्हर. मागोमाग चार्ल्स होताच. त्यानं तो गुंडाळलेला लाल गालिचा रोव्हरच्या डिकीत ठेवला.

टेडनं आधी शोफरचं नाव विचारून घेतलं– बिल सिमन्स.

"लक्षात ठेव बिल, हे काम तू जन्मभर करतोस असं वाटायला हवं."

"हो गव्ह."

"गव्ह नाही," टेड ठामपणे म्हणाला. "ॲडमिरल साहेबांसमोर तू माझ्यासाठी 'युवर एक्सलन्सी' हे संबोधन वापरायचं आणि त्यांच्यासाठी 'माय लॉर्ड'. शंका आली तर तोंड उघडायचं नाही."

"राईट गव्हऽऽ अं – युवर एक्सलन्सी."

बिलनं गाडी संथपणे एअरपोर्टच्या दिशेनं वळवली. तिथे एका पोलिसानं तो ताफा धावपट्टीच्या दिशेनं वळवला. तिथे तो सामायिक वाद्यवृंद 'बेस्ट साइड स्टोरी' ही धून वाजवत होता. निदान तसा भास होता होता.

गाडीतून उतरल्यावर टेडला समोरच तीन रांगांमध्ये उभी असलेली स्थानिक सैन्याची तुकडी दिसली. एकूण ६१ सैनिक 'विश्राम'मध्ये उभे होते. त्यांची वयं १७ पासून ७० पर्यंत होती. ते जरी फार कसलेले सैनिक नव्हते, तरी अगदीच ढिसाळही वाटत नव्हते. त्यांच्या जमेची आणखी एक बाजू म्हणजे त्यांच्यात पूर्ण गणवेशातला एक खराखुरा कर्नल आणि खणखणीत आवाजाचा एक सार्जंट मेजर असे दोघेजण होते.

चार्ल्सनं लाल गालिचा उलगडायला सुरुवात केली. पोलिसांनी घाईघाईनं अडसर उभे केले होते; पण जमलेली गर्दी पाहून टेड खूश झाला. सफोक आणि एडवर्ड आयलंडच्या फुटबॉल सामन्यालाही एवढी गर्दी होत नसे.

त्यांच्यापैकी काहीजणांच्या हातांत युनियन जॅक फडकत होता, तर काहीजणांनी राणीचं चित्र उंचावून धरलं होतं. टेडनं हसून घड्याळाकडे नजर टाकली. विमान उतरायला १७ मिनिटं अवकाश होता.

रेड कार्पेटच्या एका बाजूला पंतप्रधान, न्यायमूर्ती, महापौर आणि पोलीसप्रमुख सपत्नीक उभे होते. निरभ्र आकाशात सूर्य तळपत होता. टेडनं भोवताली नजर फिरवली. सर्वांनी प्रयत्नांची पराकाष्ठा केल्याचं त्याला जाणवलं.

मग एकदम विमानाची घरघर ऐकू आली. लोकांनी एकच जल्लोष केला. डोक्यावर हात धरून टेडनं आकाशात नजर टाकली. त्याला 'अँडोव्हर' विमान खाली झेपावताना दिसलं. तीन वाजून सत्तावन्न मिनिटांनी चाकं जमिनीला टेकली आणि चारच्या ठोक्याला विमान लाल गालिच्याजवळ येऊन थांबलं.

विमानाचं दार उघडलं गेलं. दारात ॲडमिरल, अर्ल ऑफ बर्मा माउंटबॅटन, केजी, पीसी, जीसीबी, जीसीएसआय, जीसीव्हीओ, डीएसओ, एफआरएस, डीसीएल, एलएलडी– उभे होते. त्यांच्या अंगावर परिपूर्ण असा नौदलाच्या ॲडमिरलचा उन्हाळी गणवेश होता.

“हे जर अनौपचारिक असेल तर ही भेट अधिकृत नाही, हे आपलं नशीबच म्हणायला हवं,” टेड पुटपुटला. तो आणि हेझल विमानाच्या पायऱ्यांवर उभे राहिले. गर्दीनं पुन्हा जल्लोष केला.

माउंटबॅटन सावकाश जिना उतरून खाली आले. त्यांनी कार्पेटवर पाऊल ठेवताच राज्यपाल पुढे झाले आणि त्यांनी शिरस्त्राण काढून, झुकून पाहुण्यांना अभिवादन केलं. ॲडमिरलनी प्रत्युत्तरादाखल सॅल्यूट केला. वाद्यवृंदानं 'गॉड सेव्ह द क्वीन' हे राष्ट्रगीत अशा काही जोशात वाजवलं की, एखादा चुकलेला सूर कुणाच्या लक्षातही येऊ नये.

राष्ट्रगीत संपल्यावर राज्यपाल म्हणाले, “सेंट जॉर्जेसमध्ये आपलं स्वागत.”

“थँक यू गव्हर्नर,” माउंटबॅटन म्हणाले.

“ही माझी पत्नी हेझल.”

हेझलनं झुकून त्यांच्याशी हस्तांदोलन केलं.

“लेडी बार्कर, तुम्हाला भेटून आनंद झाला.”

राज्यपाल पाहुण्यांना गालिच्यावरून चालत घेऊन आले आणि सर्व प्रतिनिधींशी त्यांचा परिचय करून दिला. पंतप्रधान आणि त्यांची पत्नी शीला, महापौर आणि पत्नी कॅरोलिन, न्यायमूर्ती आणि पत्नी ॲनेट आणि कमिशनर आणि त्यांची नूतन पत्नी तिचं नाव टेडला आठवेना.

“आपण गार्ड ऑफ ऑनरची पाहणी कराल का?” राज्यपाल माउंटबॅटनना हॉज आणि त्याच्या सैनिकांकडे नेत म्हणाले.

“आनंदानं!” माउंटबॅटननी जमलेल्या गर्दीच्या दिशेनं हात हलवून तिला अभिवादन केलं. ते सैनिकांच्या रांगेकडे आले. कर्नल हॉज सावधानमध्ये उभे राहून म्हणाले, “गार्ड ऑफ ऑनर पाहणीसाठी तयार आहे सर.”

माउंटबॅटननी नौदलाच्या पद्धतीनं सॅल्यूट करून त्याचा स्वीकार केला. त्यांच्या मागे असलेल्या सार्जंटनं खणखणीत आवाजात हुकूम सोडला, “सैन्यप्रमुख आले आहेत; सॅल्यूट! शस्त्रे सज्ज!”

फक्त पहिल्या रांगेजवळ शस्त्र असल्यामुळे त्यांनी ती समोर धरली. इतर फक्त सावधानमध्ये उभे राहिले.

माउंटबॅटन गंभीर चेहऱ्यानं त्या तुकडीसमोरून चालत गेले. टोकाला पोहोचल्यावर कर्नल हॉजनं पुन्हा सॅल्यूट केला. माउंटबॅटननं तसंच प्रत्युत्तर दिलं, “थँक्यू कर्नल, झकास!”

त्यानंतर राज्यपाल माउंटबॅटनना पांढऱ्या रोल्स रॉईसकडे घेऊन गेले. बिलनं सावधानमध्ये उभं राहण्याचा प्रयत्न करत दार उघडून धरलं. माउंटबॅटन मागच्या सीटवर स्थानापन्न झाले. राज्यपाल दुसऱ्या बाजूचं दार उघडून त्यांच्या शेजारी

बसले. हेझल आणि अॅडमिरलचे एडीसी मागच्या काळ्या रोल्स राईसमध्ये बसले. तर चार्ल्स आणि पाहुण्यांचे सेक्रेटरी यांना रोव्हरवर समाधान मानावं लागलं. तेवढ्यात विमानतळाच्या दोन कर्मचाऱ्यांनी तो लाल गालिचा गुंडाळून रोव्हरच्या डिकीत ठेवला. ते पाहुण्यांच्या लक्षात येऊ नये, अशी टेडला आशा होती. इकडे ग्रीनरूममध्ये पुरेशा चादरी असाव्यात, अशी हेझलची प्रार्थना चालू होती. नाहीतर एडीसीला त्यांच्या झोपण्याच्या सवयी विचित्र वाटल्या असत्या.

बेटावरच्या पोलिसांकडे फक्त दोनच मोटरसायकली होत्या. त्यांवर पांढऱ्या गणवेशातले सैनिक होते. मागोमाग सर्व गाड्या निघाल्या. हा ताफा गव्हर्न्मेंट हाउसच्या दिशेनं दिसेनासा होईपर्यंत उपस्थितांच्या टाळ्या चालू होत्या. राज्यपालांनी टीव्हीवरून केलेलं आवाहन चांगलंच यशस्वी ठरलं होतं. वाटेत नागरिकांनी दुतर्फा गर्दी केली होती.

गव्हर्न्मेंट हाउसच्या फाटकातून आत शिरताना तिथल्या दोन पोलिसांनी पहिल्या गाडीला सॅल्यूट ठोकला. लांबूनच टेडला पायऱ्यांजवळ उभा असलेला बटलर, दोन सहायक बटलर आणि सहा सेविका असा लवाजमा दिसला. सर्वांच्या अंगावर उत्तम कपडे होते. ''छे!'' टेड स्वत:शीच कुरकुरला. ''मला या बटलरचं नावही ठाऊक नाही.''

एका बटलरनं गाडीचं दार झोकात उघडलं, तर दुसऱ्यानं सामान उतरवण्याची व्यवस्था केली. तेवढ्यात मुख्य बटलर माउंटबॅटनसमोर आला आणि झुकून, अभिवादन करत म्हणाला, ''माझं नाव कॅरुदर्स, माय लॉर्ड. या निवासात आपलं स्वागत. आपण माझ्याबरोबर आलात तर मी आपल्याला आपल्या खोल्या दाखवतो.'' अॅडमिरल, राज्यपाल, लेडी बार्कर असे सर्वजण मुख्य दरवाजाजवळ आले.

''ही जुनी सरकारी निवासस्थानं मोठी आलिशान असतात,'' माउंटबॅटन म्हणाले. कॅरुदर्सनं क्वीन व्हिक्टोरिया रूमचा दरवाजा उघडला आणि अदबीनं बाजूला झाला. जणू हे सोपस्कार त्यानं यापूर्वी हजारदा पार पाडले होते.

''वा! खूपच छान!'' अॅडमिरल राज्यपालांची खासगी स्वीट न्याहाळत म्हणाले. खिडकीजवळ जाऊन त्यांनी नुकत्याच छाटलेल्या हिरवळीवर नजर टाकली, ''खूपच प्रसन्न वाटतंय इथे. मला माझ्या हँपशायरच्या घराची आठवण झाली.''

लेडी बार्कर या कौतुकामुळे सुखावल्या; पण त्यांनी एकाग्रता मात्र ढळू दिली नाही.

''माय लॉर्ड, आपल्याला आणखी काही हवंय?'' कॅरुदर्सनं विचारलं. दरम्यान, त्याचा सहायक पाहुण्यांचं सामान लावू लागला.

हेझलचा श्वास रोखला गेला.

''नको,'' माउंटबॅटन म्हणाले. ''सगळं उत्तम आहे.''

टेड म्हणाला, "सर, आपण तयार झाल्यावर हेझल आणि माझ्यासोबत ड्रॉइंग रूममध्ये चहा घ्याल?"

"तुम्ही सर्वच गोष्टींचा विचार केलेला दिसतो," ॲडमिरल म्हणाले. "अर्ध्या तासात आलो तर चालेल?"

राज्यपाल आणि हेझल बाहेर पडले.

हलक्या पावलांनी जिना उतरताना हेझल म्हणाली, "मला वाटतं, त्यांना संशय आलाय."

"असेलही," पिसांचं शिरस्त्राण टेबलावर ठेवत टेड म्हणाला. "त्यामुळे कोणत्याही प्रकारची कसर राहू न देण्याची जबाबदारी आपल्यावर आहे. मी डायनिंग रूम तपासतो. तू किचनमध्ये काय चाललंय ते बघ."

हेझल किचनमध्ये गेली तेव्हा ट्रेव्हिसबाई भाज्या करण्याच्या तयारीत होत्या. काही बायका बटाटे सोलण्यात मग्न होत्या. आयत्या वेळी सांगूनही आल्याबद्दल हेझलनं सौ. ट्रेव्हिसचे आभार मानले आणि स्वयंपाकघरात इतके अनोखे पदार्थ आणि अशी स्वच्छता न पाहिल्याचंही आवर्जून सांगितलं. तिथली फरशीदेखील आरशासारखी लख्ख होती. तिथे आपली गरज नसल्याचं हेझलच्या लक्षात आलं. ती डायनिंग रूममध्ये आली. एक सहायक बटलर टेबल लावत होता आणि एक सेविका नॅपकिनच्या, हंसाच्या आकाराच्या सुंदर घड्या करून ठेवत होती.

"चला, आतापर्यंत तरी सगळं ठीक आहे," असं म्हणून हेझल ड्रॉइंग रूममध्ये आली. तिथे टेडच्या येरझारा चालू होत्या. काही विसरलंय का, हा विचार चालू असावा.

काही मिनिटांतच माउंटबॅटन तिथे आले. आता त्यांच्या अंगावर राखाडी रंगाचा डबल ब्रेस्टेड सूट होता.

"छे!" टेड मनाशी म्हणाला. आपण काय विसरलोय, हे त्याच्या लक्षात आलं.

टेडने त्यांना एका आरामदायी खुर्चीकडे नेलं.

"लेडी बार्कर, तुमचा बटलर कामात खरोखर तरबेज आहे," माउंटबॅटन म्हणाले. "माझी आवडती व्हिस्की कोणती हेदेखील त्याला ठाऊक आहे. किती दिवस आहे तो तुमच्याकडे?"

"फार दिवस नाही झाले," हेझल म्हणाली.

"त्याला जर इंग्लंडमध्ये नोकरी हवी असेल, तर मला नक्की कळवा. अर्थात तुम्ही त्याला सोडणं वेडेपणाचं ठरेल."

तेवढ्यात एक सेविका कपबशांचा एक अप्रतिम वेजवूड सेट घेऊन आली. हेझलनं तो पूर्वी कधीही पाहिला नव्हता.

''माझ्या आठवणीनुसार आपण 'अर्ल ग्रे' चहा घेता,'' हेझल म्हणाली.

''वा! लेडी बार्कर, काय स्मरणशक्ती आहे तुमची!'' ॲडमिरल म्हणाले.

'परराष्ट्र कचेरीची कृपा,' हेझल मनात म्हणाली.

''कॉन्फरन्स कशी झाली, सर?'' टेडनं एक शुगरक्यूब चहात टाकत विचारलं. एवढी एक गोष्ट मात्र त्याच्या मालकीची होती.

''आपल्यासाठी उत्तम!'' माउंटबॅटन म्हणाले. ''फ्रेंचांनी उगीच नाटकं केली नसती, तर अजून फायदेशीर ठरली असती. तो गिस्कार्ड स्वतःला फार मोठा मुत्सद्दी समजतो; पण टेड, मुख्य अडचण अशी होती की...''

पुढे बराच वेळ ते शिखर परिषदेची निष्पत्ती, त्यांची जेम्स कॅलॅहन आणि टेड हीथ यांच्याबद्दलची खरी मतं, राजपुत्र चार्ल्ससाठी वधुसंशोधन आणि वॉटरगेटचे दूरगामी परिणाम यांबद्दल बोलत राहिले. तोपर्यंत जेवणाची वेळ झाली.

''डिनरसाठी औपचारिक पोशाख घालायचा का?''

''हो, सर. तुमची हरकत नसेल तर.''

''पूर्ण सरंजामानिशी?'' ॲडमिरलनी आशेनं विचारलं.

''तेच योग्य ठरेल, सर!'' परराष्ट्र कचेरीनं टेडला कळवलं होतं की, ॲडमिरलसाहेब पूर्ण सरंजामाचा थाट करायची संधीच शोधत असतात.

तेवढ्यात कॅरुदर्स हजर झाला. माउंटबॅटन मंद हसले. टेडनं भुवया उंचावल्या.

''मी तुमचा संपूर्ण गणवेश काढून ठेवलाय सर. पँटला इस्त्री केली आहे. माझा मदतनीस तुमच्या स्नानाची तयारी करतोय.''

''थँक यू!'' माउंटबॅटन उठले. ते हेझलकडे वळून म्हणाले, ''चहा झकास होता आणि तुमच्या माणसांचं कौतुक करावं तेवढं थोडंच! कसं जमवता हे सगळं?''

''थँक यू, सर!'' हेझल संकोचून म्हणाली.

''टेड, मी डिनरसाठी केव्हा यायचं?''

''सर, साडेसातला ड्रिंक्ससाठी पाहुणे यायला सुरुवात होईल. तुम्हाला सोयीचं असेल तर ८ वाजता डिनर तयार ठेवू.''

''छान!'' माउंटबॅटन म्हणाले. ''अंदाजे कितीजण अपेक्षित आहेत?''

''साठच्या आसपास, सर. तुमच्या बेडरूममध्ये पाहुण्यांची यादी ठेवली आहे. मी आणि हेझल साडेसातला तुम्हाला घ्यायला येऊ.''

''तुझ्या कामात खूपच शिस्त आहे, टेड. तुम्ही येईपर्यंत मी तयार असेन.'' ते बाहेर पडले. दार बंद झाल्यावर हेझल म्हणाली, ''मॉली, चहाचं सामान आवरतेस? अं... मॉलीच ना?''

''हो मॅडम.''

"मला वाटतं, त्यांना कळलंय" टेड काळजीच्या सुरात म्हणाला.

"असेल; पण आता तो विचार करायला वेळ नाही," हेझलला किचनवरून अखेरची नजर फिरवायची होती.

बटाट्यांचा ढीग सोलून झाला होता. ट्रॅव्हिसबाई वेगवेगळ्या प्रकारचे सॉसेस बनवण्यात मग्न होत्या. हेझल जेवणाच्या खोलीत आली. तिथे टेड होताच. मुख्य टेबलावर शाही सरंजाम होता. वाइन ग्लासचे तीन संच, करकरीत घडीचे नॅपकिन्स आणि टेबलाच्या मधोमध एक चांदीचा पक्षी असा थाट होता.

"हे कुठून आलं?" तिनं विचारलं.

"ठाऊक नाही," टेड म्हणाला. "पण उद्यापर्यंत तो उडून त्याच्या घरी जाणार हे नक्की."

"आपण दिवे जरा मंदच ठेवू म्हणजे इतर टेबलांवर वेगळे काटेचमचे असल्याचं त्यांच्या लक्षात येणार नाही."

"बापरे! किती वाजले पाहा," टेड म्हणाला.

ते घाईघाईनं जिना चढून गेले. टेड सरळ माउंटबॅटनच्या खोलीत शिरणार होता; पण त्याला वेळीच आठवण झाली.

त्यानंही खुशीत येऊन लाल कॉलरचा निळा गणवेश घातला. तो स्वत:ला आरशात न्याहाळत असतानाच हेझल आली. तिच्या अंगावर उंची गुलाबी ड्रेस होता. आधी तिला तो पैशांचा अपव्यय वाटला होता कारण तो बाहेर कधी निघणार, हे तिला कळत नव्हतं.

टेड अजूनही आरशासमोरून हलला नव्हता, "पुरुषांना नटायला जरा जास्तच आवडतं," हेझल म्हणाली. "हा फक्त थंडीसाठी आहे, हे तुला ठाऊक आहे ना?"

"कल्पना आहे," टेड जरासा चिडून म्हणाला. "आता हा एकच शिल्लक आहे; पण नटण्यात माउंटबॅटन आपल्याला ऐकणार नाहीत," तो इस्त्रीची पँट झटकत म्हणाला.

राज्यपाल नेल्सन रूममधून सपत्नीक खाली आले. तिथे जय्यत तयारी झाली होती. सहायक बटलर मुख्य दारात उभा होता. जवळच दोन सेविका हातात शँपेनचे ट्रे घेऊन सज्ज होत्या. हेझलनं तिघांना स्वत:ची ओळख करून दिली आणि पुन्हा एकदा पुष्परचना तपासली.

साडेसातच्या ठोक्याला पहिला पाहुणा हजर झाला.

"ये, हेन्री," टेड म्हणाला. "तुझ्या रोल्स आणि ड्रायव्हरबद्दल आभार!"

"यात मलाही आनंदच आहे, युवर एक्सलन्सी," हेन्री बेंडाल म्हणाला. "तुमचा गणवेश झकास आहे."

तेवढ्यात लेडी कथबर्ट लगबगीनं आत आल्या. "मी थांबूच शकत नव्हते;

पण माझ्याकडे दुर्लक्ष करा. मी इथे नाही असं समजा.''

''डॉटी, तू नसतीस तर मी काय केलं असतं?'' हेझल तिच्या मागोमाग जात म्हणाली.

''अगं, मदत करण्यात मलाही आनंदच आहे,'' लेडी कथबर्ट म्हणाल्या. ''मी लवकर यायचं ठरवलं होतं म्हणजे ट्रॅव्हिस बाईचं किचनमध्ये काय चाललंय ते पाहता आलं असतं आणि हो, बाहेर बेन्सन उभा आहे. काही लागलं तर तो पटकन आणू शकतो.''

''डॉटी, तू खरंच देवासारखी धावून आलीस बघ. तुला...''

''राहू दे गं, मी सगळीकडे चक्कर टाकते. तू पाहुण्यांकडे बघ.''

''गुड इव्हिनिंग, मेयर,'' टेड म्हणाला. लेडी कथबर्ट किचनकडे गेल्या.

''गुड इव्हिनिंग, युवर एक्सलन्सी! या खास प्रसंगी आम्हाला आमंत्रण दिल्याबद्दल धन्यवाद!''

''मिसेस जॉन्सन, पोशाख शोभतोय तुम्हाला.''

''थँक यू, युवर एक्सलन्सी,'' मेयरपत्नी म्हणाल्या.

''शँपेन?'' हेझलनं विचारलं.

पावणेआठपर्यंत सर्व आमंत्रित हजर होते. टेड मिक फ्लॅहर्टीबरोबर बोलत होता. तेवढ्यात हेझल त्याच्या कोपराला स्पर्श करत हळूच म्हणाली, ''आता त्यांना घेऊन यायला हवं.'' टेडनं मान डोलवली. त्यांनी पाहुण्यांच्या स्वागताची जबाबदारी न्यायमूर्तींवर सोपवली आणि गर्दीतून वाट काढून जिना चढून वर गेले. क्वीन व्हिक्टोरिया रूमच्या दाराबाहेर थांबून त्यांनी एकमेकांकडे पाहिलं.

सात वाजून पन्नास मिनिटं झाली होती. टेडनं हलकेच दार ठोठावलं. कॅरुदर्सनं तत्काळ दार उघडलं. आत माउंटबॅटन उभे होते. त्यांच्या अंगावर दिवसातला तिसरा पोशाख होता. त्यांनी खास समारंभासाठी राखून ठेवलेला नौदल प्रमुखांचा पूर्ण गणवेश परिधान केला होता. तीन स्टार्स, खांद्यावर सोनेरी-निळा पट्टा आणि छातीवर शौर्यपदकांच्या आठ रांगा.

''गुड इव्हिनिंग, युवर एक्सलन्सी!'' माउंटबॅटन म्हणाले.

''गुड इव्हिनिंग, सर!'' राज्यपाल थक्क होऊन पाहत म्हणाले.

ॲडमिरलसाहेब तीन पावलं पुढे टाकून जिन्याच्या सर्वांत वरच्या पायरीवर उभे राहिले. ते ताठ 'सावधान'मध्ये उभे होते. त्यांच्या डाव्या-उजव्या बाजूला हेझल आणि टेड उभे होते. माउंटबॅटन निश्चल उभे राहिल्यामुळे त्यांनाही तसंच उभं राहणं भाग होतं.

कॅरुदर्स संथपणे तीन पायऱ्या उतरला. तिसऱ्या पायरीवर थांबून त्यानं घसा खाकरून उपस्थितांचं लक्ष वेधून घेतलं. सर्वजण शांत होईपर्यंत तो थांबला.

''युवर एक्सलन्सी, माननीय प्रधानमंत्री, महापौरसाहेब आणि सभ्य स्त्री-पुरुष

हो,'' त्यानं घोषणा केली. ''राइट ऑनरेबल अर्ल माउंटबॅटन ऑफ बर्मा.''

उपस्थितांनी सौजन्यानं टाळ्या वाजवल्या. ते संथपणे पायऱ्या उतरू लागले. कॅरुदर्सजवळून जाताना त्यानं नम्रपणे झुकून त्यांना अभिवादन केलं. टेड आणि हेझल दोन पायऱ्या मागे होते.

''त्यांना कळलंच असणार,'' हेझल म्हणाली.

''असेल; पण आपल्याला ठाऊक आहे हे त्यांना कळलं असेल?'' टेड म्हणाला.

माउंटबॅटन सहजपणे त्या खोलीत वावरत होते. टेडनं प्रत्येक निमंत्रिताशी त्यांची ओळख करून दिली. प्रत्येकानं त्यांना झुकून अभिवादन केलं आणि तेही प्रत्येक पाहुण्यांशी दोन शब्द बोलले. अपवाद फक्त मिक फ्लॅहर्टीचा. त्याच्या बोलण्यात तर खंड पडला नाहीच; पण तो कधी नव्हे इतका ताठ उभा होता.

आठ वाजता सहायक बटलरनं घंटा वाजवून जेवणाची सूचना दिली. अशी एखादी घंटा आपल्या घरात आहे याची टेड आणि हेझलला कल्पनाही नव्हती. तो आवाज शमल्यावर कॅरुदर्सनं घोषणा केली, ''मायलॉर्ड, युवर एक्सलन्सी, प्रधानमंत्री महोदय, लेडीज अ‍ॅन्ड जंटलमेन, डिनर तयार आहे.''

संपूर्ण सेंट जॉर्जेस बेटावर ट्रॅव्हिसबाईंच्या तोडीची सुगरण नव्हती. आजतर तिनं पाककौशल्याची कमाल केली होती.

माउंटबॅटन हसतमुखानं गप्पा मारत होते. ते या प्रसंगाचा मनापासून आनंद घेत असल्याचं त्यांच्या चेहऱ्यावर स्पष्ट दिसत होतं. ते लेडी कथबर्टशी बराच वेळ बोलत होते. त्यांच्या मिस्टरांनी पोर्ट्समाऊथमध्ये माउंटबॅटनच्या हाताखाली काम केलं होतं.

समोर येणारा प्रत्येक पदार्थ आधीच्या पदार्थापेक्षा रुचकर होता. सूफ्ले, कटलेट आणि जर्दाळूची स्वीटडिश असा बेत होता. माउंटबॅटननी प्रत्येक पदार्थाबरोबर आलेल्या वाइनचं कौतुक केलं. पोर्टचा तर त्यांनी दुसरा ग्लासही घेतला.

जेवणानंतर त्यांनी ड्रॉइंग रूममध्ये सर्वांसोबत कॉफी घेतली. तिथेही ते आवर्जून प्रत्येकाशी दोन शब्द बोलले; पण तेवढ्यात कर्नल हॉजनं त्यांना संरक्षण खर्चातल्या कपातीबद्दल छेडलंच.

मध्यरात्रीपूर्वी काही मिनिटं सर्व निमंत्रित एकेक करून यजमानांचा निरोप घेऊ लागले. मिक फ्लॅहर्टीनं ॲडमिरलसाहेबांचा निरोप घेताना कमरेत झुकून अभिवादन केलेलं पाहून टेडला गंमत वाटली. ''गुड नाइट माय लॉर्ड. आपली भेट हा माझ्यासाठी बहुमानच होता.''

डॉटी शेवटपर्यंत थांबली. माउंटबॅटन तिला म्हणाले, ''लेडी कथबर्ट, ही संध्याकाळ आनंददायी करण्यात तुमचा मोलाचा वाटा होता.''

'किती तो तुम्हाला कधीच कळणार नाही,' हेझल मनात म्हणाली.

शेवटचा पाहुणा गेल्यावर सहायक बटलरनं दार बंद केलं. माउंटबॅटन म्हणाले, "हेझल, समारंभ अगदी संस्मरणीय झाला. सॅव्हॉयच्या प्रमुख शेफलाही इतकं सुग्रास जेवण देता आलं नसतं. अगदी परिपूर्ण!"

"धन्यवाद सर! मी स्टाफला तुमच्या भावना कळवीन. निजण्यापूर्वी आपल्याला काही हवंय?"

"नको, थँक यू!" माउंटबॅटन म्हणाले. "आजचा दिवस खूपच व्यग्र गेला; त्यामुळे तुमच्या संमतीनं विश्रांती घ्यावी म्हणतो."

"सकाळी नाश्ता किती वाजता घ्याल, सर?" टेडनं विचारलं.

"साडेसातला जमेल? म्हणजे मला ९ पर्यंत विमानानं निघता येईल."

"जरूर सर. हलका नाश्ता घेणार की एखादा खास पदार्थ हवाय?"

"नको, नको. हलकाच नाश्ता घेईन," माउंटबॅटन म्हणाले. "आणि हेझल पुनःश्च तुझे आभार! गुड नाइट!"

दोघांनी त्यांचा निरोप घेतला. कॅरुदर्सच्या मागे दोन पायऱ्या राहत ते जिना चढून वर गेले. त्यांच्या खोलीचं दार बंद झाल्यावर टेड हेझलला म्हणाला, "आपल्याला ठाऊक आहे हे त्यांना कळलंय."

"पण त्यांना कळल्याचं आपल्याला ठाऊक आहे, हे त्यांना कळलंय का?"

"विचार करून सांगावं लागेल," टेड म्हणाला.

हातात हात घालून दोघं किचनकडे गेले. तिथे लेडी कथबर्टच्या देखरेखीखाली सौ. ट्रॅव्हिसची आवराआवर सुरू होती. लेडी कथबर्ट गाउनच्या बाह्या वर करून कामाला लागल्या होत्या.

"डॉटी, आत कशी आलीस?" हेझलनं विचारलं.

"मागच्या दारानं. नोकर ये-जा करतात तिथून."

"आपल्याकडून काही चुकलं तर नाही ना?" हेझलनं काळजीच्या सुरात विचारलं.

"तसं वाटत नाही," लेडी कथबर्ट म्हणाल्या. "फक्त मिक फ्लॅहर्टीला वाइनचा चौथा ग्लास मिळाला नाही इतकंच!"

टेड म्हणाला, "मिसेस ट्रॅव्हिस, सॅव्हॉय हॉटेलमधला मुख्य शेफही इतकी उत्तम आणि परिपूर्ण मेजवानी देऊ शकला नसता, हे लॉर्ड माउंटबॅटन यांचे शब्द आहेत."

"थँक यू, युवर एक्सलन्सी! अजूनही त्यांची भूक उत्तम आहे, हो ना?" ट्रॅव्हिस हसून म्हणाल्या.

तेवढ्यात कॅरुदर्स आत आला. किचन आरशासारखं स्वच्छ असल्याची त्यानं

खात्री करून घेतली. मग टेडला म्हणाला, ''सर, आता तुमच्या परवानगीनं मी आपली रजा घेतो.''

''जरूर,'' टेड म्हणाला. ''आणि कॅरुदर्स, तू आणि तुझी टीम यांनी खरोखर कमाल केली. लॉर्डसाहेबांनी वारंवार तुमचं कौतुक केलं.''

''हा त्यांचा चांगुलपणा. बरं, सकाळी त्यांची ब्रेकफास्टची वेळ काय?''

''साडेसातला हलका नाश्ता.''

''बरं, मग आम्ही साडेसहाला येतो,'' कॅरुदर्स म्हणाला.

सर्वजण बाहेर पडले. बशा, अन्न खोक्यांमध्ये भरून त्यांनी खोकी गाडीत ठेवली. डॉटी सर्वांत शेवटी निघाली. तिच्या हातात तिनं खास या प्रसंगासाठी आणलेला चांदीचा पक्षी होता. हेझलनं तिच्या गालाचं चुंबन घेऊन तिला निरोप दिला.

''तुझं ठाऊक नाही; पण मी मात्र प्रचंड दमलोय,'' टेड आतून कडी लावत म्हणाला.

हेझलनं घड्याळ पाहिलं. १.१७.

''मीसुद्धा गलितगात्र झालेय. चल, थोडी झोप काढू या. सकाळी सातला उठायचंय. ते एअरपोर्टवर जाईपर्यंत सर्व सुरळीत व्हायला हवं.''

टेड तिला जवळ घेत म्हणाला, ''माय डियर, हा तुझा वैयक्तिक विजय आहे.''

ती दोघं थकूनभागून जिना चढून वर आली; पण लॉर्डसाहेबांची झोपमोड होऊ नये म्हणून बोलले नाहीत. पाहुण्यांच्या खोलीसमोर ते अचानक थबकले. दाराबाहेर ठेवलेले बुटांचे तीन जोड पाहून ते चांगलेच हैराण झाले.

''त्यांना कळलंय, आता शंकाच नाही,'' हेझल म्हणाली.

तो मान डोलवत म्हणाला, ''तू की मी?''

''अर्थातच तू,'' हेझल गोड हसत म्हणाली आणि नेल्सन रूमकडे गेली.

टेड खांदे उडवून कामाला लागला. तो ते तिन्ही जोड घेऊन किचनमध्ये आला.

आणि अखेर सेंट जॉर्जेस बेटांचे प्रमुख राज्यपालमहोदय यांनी त्या बुटांना पॉलिश करायला सुरुवात केली. लॉर्डसाहेबांचं समाधान होईल याची खात्री पटेपर्यंत त्यांचं काम चालू होतं.

ते कॅरुदर्सनं केलंय, असं दिसणं आवश्यक होतं.

पुढच्या सोमवारी माउंटबॅटन नौदल मुख्यालयात हजर झाले. त्यांनी त्यांच्या सेंट जॉर्जेस भेटीचा सविस्तर लेखी अहवाल तयार केला. त्याच्या प्रती राणीसाहेब आणि परराष्ट्र सचिव यांच्याकडे पाठवण्यात आल्या.

त्या शनिवारी विंडसर किल्ल्यात कुटुंबातले सगळे सदस्य जमले होते. त्यांनी त्यांच्या भेटीचा किस्सा सांगितल्यावर तिथे एकच हशा पिकला. मग राणीसाहेबांनी विचारलं, ''तुम्हाला प्रथम शंका केव्हा आली?''

''कॅरुदर्समुळे कळलं. त्याला सर टेडबद्दल सगळी माहिती होती. फक्त त्याची रेजिमेंट कोणती, हे ठाऊक नव्हतं. खरा सैनिक असं करणं शक्य नाही.''

राणीसाहेबांनी अखेरचा प्रश्न विचारला, ''पण तुम्हाला कळलंय हे राज्यपालांच्या लक्षात आलं होतं का?''

''नक्की सांगता येणार नाही; पण मला कळलं होतं, हे त्यांना कळायला हवंच.''

माउंटबॅटनचा अहवाल वाचून परराष्ट्र सचिव खळखळून हसले. मग त्यांनी त्या रिपोर्टला एक चिठ्ठी जोडली. त्यात दोन मुद्द्यांवर स्पष्टीकरण मागितलं होतं.

अ) मेजवानीच्या वेळी सेवा देणारा कर्मचारीवर्ग राज्यपालांचा नव्हता, हे कशावरून?

ब) तुम्हाला कळल्याचं टेडला कळलंय, असं तुम्हाला वाटतं?

त्यानुसार ॲडमिरलसाहेबांचं उत्तर आलं.

अ) जेवणानंतर कॉफी देणाऱ्या एका सेविकेनं लेडी बार्कर यांना 'किती साखर घेणार?' असं विचारलं; पण लेडी कथबर्टच्या कॉफीत मात्र त्यांना न विचारता दोन क्यूब्ज टाकल्या.

ब) बहुधा नाही; पण ख्रिसमसला कळेल.

त्या ख्रिसमसला लॉर्ड माउंटबॅटनकडून सर टेड यांना शुभेच्छापत्र आलं. त्यावर लिहिलं होतं – 'ख्रिसमसच्या शुभेच्छा डिकी. आणि तुझ्या पाहुणचाराबद्दल पुनश्च आभार!'

पत्राबरोबर एक लहानशी भेटवस्तू होती. हेझलनं ते पार्सल उघडलं. आत चेरी ब्लॉसम बूटपॉलिशची डबी होती!

''आता खात्री पटली.''

''कबूल,'' टेड हसत म्हणाला. ''पण हे आपल्याला कळलंय का, ते त्यांना कळलं होतं का? देव जाणे!''

पश्चात्ताप

अखेर निर्णय झाला. डेव्हिडनं सगळं काही पॅटच्या नावे करायचं; म्हणजे दोघांपैकी एकाचा मृत्यू ओढवला तर दुसऱ्याची निदान आर्थिक स्थिती तरी सुरक्षित असावी. खरं म्हणजे डेव्हिडच एकनिष्ठ राहिला नव्हता; त्यामुळे ज्या व्यक्तीनं त्याला वर्षानुवर्षं साथ दिली होती, तिच्यासाठी एवढंतरी करायलाच हवं होतं.

ते दोघं जवळजवळ आयुष्यभर एकमेकांना ओळखत होते. त्यांच्या आठवणींच्या सुरुवातीपासून त्यांच्या आई-वडिलांचीही घनिष्ठ मैत्री होती. डेव्हिडचं लग्न पॅटची बहीण रूथ हिच्याशी होणार, अशी दोन्ही कुटुंबांना आशा होती; पण डेव्हिड आणि पॅट एकत्र राहू लागले, तेव्हा सर्वांनाच आश्चर्य वाटलं. पॅटच्या वडिलांनी तर तीव्र नापसंती व्यक्त केली. त्यात डेव्हिड पॅटपेक्षा तीन वर्षांनी लहान होता.

गेले नऊ महिने 'जिनिव्हा लाइफ' विमा कंपनीचा मर्व्हिन रोबक नावाचा एक आग्रही एजंट डेव्हिडची भेट व्हावी म्हणून मागे लागला होता. डेव्हिड त्याला सतत टाळत होता कारण अजूनही एखादा दैवी चमत्कार होऊन तो बरा होईल, ही आशा सुटत नव्हती. अखेर दहाव्या महिन्याच्या पहिल्या सोमवारी रोबकचा फोन आला, तेव्हा डेव्हिड जरा अनिच्छेनंच भेटीसाठी कबूल झाला; पण भेटीची वेळदेखील त्यानं अशी ठरवली की, त्या वेळी पॅटची हॉटेलमध्ये रात्रपाळी असावी. त्यानं रोबकला त्याच्या फ्लॅटवरच भेटायला बोलावलं, जेणेकरून एजंटच मागे लागला होता हे कळावं.

मर्व्हिन रोबक त्याच्या फ्लॅटवर हजर झाला, तेव्हा डेव्हिड घरातल्या फुलझाडाला पाणी घालत होता. डेव्हिडनं बिअरचा ग्लास पुढ्यात ठेवत त्याला सांगितलं की, त्याच्यापाशी आवश्यक त्या सर्व गोष्टींचा विमा होता : चोरी, अपघात, गाडी, आरोग्य आणि सुट्टीसुद्धा!

"पण आयुर्विम्याचं काय?" मर्व्हिन आशाळभूतपणे म्हणाला.

"त्याची मला गरज नाही," डेव्हिड म्हणाला. "मला उत्तम पगार आहे. आर्थिक बाजू भक्कम आहे आणि आई-वडिलांचंही सगळं मलाच मिळणार आहे."

"पण एक मोठी रक्कम तुमच्या साठाव्या किंवा पासष्टाव्या वर्षी एकरकमी मिळावी याची तजवीज करणं सुज्ञपणाचं ठरेल, नाही का?" मर्व्हिन जणू एका बंद दारावर धडका मारत होता; पण ते आधीच उघडं असल्याचा त्याला पत्ता नव्हता. "कारण संकट कुठे रेंगाळत असेल, याची आपल्याला कल्पना नसते."

संकट केव्हा कोसळणार याची डेव्हिडला पुरेपूर कल्पना होती. तरीही त्यानं साळसूदपणे विचारलं, "साधारण किती रक्कम सुचवाल तुम्ही?"

"ते तुमच्या सध्याच्या कमाईवर अवलंबून आहे," मर्व्हिन म्हणाला.

"वर्षाला १ लाख २० हजार डॉलर्स," डेव्हिड सहजपणे म्हणाला. प्रत्यक्षात त्याची मिळकत त्याहून निम्मीच होती. मर्व्हिन प्रभावित झालेला दिसला; पण त्याच्या डोक्यातली आकडेमोड पूर्ण होईपर्यंत डेव्हिड काहीच बोलला नाही.

अखेर मर्व्हिन म्हणाला, "पाच लाख डॉलर्स असायला हरकत नाही." मग त्याच्याजवळ असलेल्या कोष्टकावरून बोट फिरवत तो म्हणाला, "तुमचं वय फक्त सत्तावीस आहे; त्यामुळे हप्ते तुम्हाला सहज परवडतील आणि पुढच्या काही वर्षांत पगार वाढण्याची खात्री असली, तर याहून मोठ्या रकमेचाही विचार करता येईल."

"गेली सात वर्षं तरी दरवर्षी वाढतोय," या खेपेला डेव्हिडनं खरं ते सांगितलं.

"मित्रा, तुझा व्यवसाय काय?" मर्व्हिननं एकेरीवर येत विचारलं.

"शेअर्स आणि बाँड विकणे," डेव्हिड म्हणाला; पण त्याची कंपनी लहान असल्याचं आणि तो स्वतः कनिष्ठ पदावर असल्याचं मात्र त्यानं सांगितलं नाही.

मर्व्हिननं ओठावरून जीभ फिरवली. मात्र, सौद्याच्या अखेरच्या टप्प्यात असं न करण्याविषयी त्याला त्याच्या अभ्यासक्रमात बजावलं गेलं होतं.

"मग किती रक्कम ठरवावी?" डेव्हिड सगळं त्याच्याकडूनच वदवून घेणार होता.

मर्व्हिननं पुन्हा कोष्टकावर नजर टाकली, "दहा लाख तुझ्या आवाक्यात आहे. सुरुवातीला मासिक हप्ते जरा जास्त वाटतील; पण चलनवाढ आणि तुझी पगारवाढ लक्षात घेता काही वर्षांनी हाच हप्ता अगदी किरकोळ वाटेल."

"मग दहा लाख मिळवायला मला महिन्याला किती पैसे भरावे लागतील?" आपण गळाला लागल्याचं भासवत डेव्हिड म्हणाला.

"जर तुझ्या साठाव्या वर्षी कॉन्ट्रॅक्ट संपवायचं असेल, तर महिन्याला हजाराहून थोडा जास्त हप्ता बसेल." ही अगदीच किरकोळ रक्कम असल्याचं भासवत मर्व्हिन

म्हणाला. "आणि एक विसरू नकोस, यातली साठ टक्के रक्कम करमुक्त आहे म्हणजे रोज फक्त १५ डॉलर्स भरावे लागतील आणि मिळतील दहा लाख! तेही तुला जेव्हा खरी गरज असेल तेव्हा आणि हो, या एक हजाराच्या हप्त्यावर चलनवाढीचा परिणाम होणार नाही!" असं म्हणून तो कर्कश हसला.

"मग बाजारात कितीही चढउतार झाले तरी हीच रक्कम मिळणार?"

"तुझ्या साठाव्या वाढदिवशी दहा लाख डॉलर्स," मर्व्हिन ठामपणे म्हणाला. "मग वाटेल ते होवो – अर्थात जगबुडी सोडून! कारण त्यावर मीही विमा काढू शकत नाही." तो पुन्हा कर्कश हसला. "देव करो नि असं न होवो, पण दुर्दैवानं साठीच्या आधी तुझा मृत्यू ओढवला, तर तुझ्यावर अवलंबून असलेल्यांना ही रक्कम लगेच मिळेल."

"माझ्यावर कुणीच अवलंबून नाही," डेव्हिड कंटाळा आल्याचं भासवत म्हणाला.

"पण तुझ्यासारख्या देखण्या तरुणाची काही प्रेमाची माणसं असतीलच."

"मि. रोबक, हे फॉर्म्स माझ्याकडे राहू द्या. मी वीकएन्डला यावर विचार करतो आणि तुम्हाला कळवतो."

मर्व्हिनची निराशा झालेली दिसली. ग्राहकाच्या पहिल्याच भेटीत त्याला पटवायला हवं, विचार करायला वेळ देता कामा नये, हे कळायला त्याला कोणत्याच अभ्यासक्रमाची गरज नव्हती. त्याच्या ओठांना कोरड पडली.

पॅटची ड्यूटी पहाटे संपत असे; पण डेव्हिडला हे सगळं पॅटला सांगायचं असल्यामुळे तो जागाच राहिला. पॅटला मात्र या सगळ्याबद्दल शंका होती. आतापर्यंत डेव्हिड सगळ्या अडचणींवर – विशेषत: आर्थिक – तोडगा काढत होता आणि सल्ला द्यायला डेव्हिड नसला तर कसं होणार, हे पॅटला कळत नव्हतं. तरी बरं, मर्व्हिनशी सगळी बोलणी डेव्हिडच करत होता. पॅटला मात्र दारावर आलेल्या फिरत्या विक्रेत्यालाही नाही म्हणणं जड जायचं.

"आता काय करायचं?" पॅटनं विचारलं.

"थांबायचं," डेव्हिड म्हणाला.

"पण तू मर्व्हिनला फोन करायचं कबूल केलं आहेस."

"हो, पण मी तसं मुळीच करणार नाहीये," डेव्हिड पॅटच्या खांद्याभोवती हात टाकत म्हणाला. "सोमवारी सकाळीच त्याचा फोन येईल, हे मी पैजेवर सांगतो आणि लक्षात ठेव, तोच मागे लागल्याचं दिसायला हवं."

ते बिछान्यात शिरतानाच पॅटला दम्याचा ॲटॅक आला; त्यामुळे डेव्हिडला पुन्हा सगळं विचारत बसणं पॅटला शक्य नव्हतं आणि पॅट आणि मर्व्हिनची भेट होण्याची गरज नाही, असं डेव्हिडनं वारंवार सांगितलं होतं.

सोमवारी सकाळी साडेआठला मर्व्हिनचा फोन आलाच.

"तू तुझे शेअर्स विकायला निघण्यापूर्वीच तुला गाठायचा विचार केला," तो म्हणाला, "काही निर्णय झाला?"

"हो," डेव्हिड म्हणाला. "मी वीकएन्डला माझ्या आईबरोबर चर्चा केली. आणि मी पाचाच्या ऐवजी दहा लाखाचा विमा काढावा, असं तिचंही मत पडलं. कारण माझ्या साठाव्या वर्षी ती काही फारशी मोठी रक्कम नसेल."

तो जिभल्या चाटत असल्याचं डेव्हिडला दिसणार नसल्यामुळे मर्व्हिनला हायसं वाटलं. "तुझी आई खरंच सुज्ञ आहे."

"मग मी कागदपत्रांची पूर्तता करण्याचं काम तुझ्यावर सोडू?" डेव्हिडनं विचारलं. जणू त्याला यात विशेष रस नव्हता.

"नक्कीच." मर्व्हिन म्हणाला. "आता यात तू लक्ष घालू नकोस. मी बघतो सगळं आणि डेव्हिड, तुझा निर्णय अगदी योग्य आहे. त्याचा तुला कधीच पश्चात्ताप होणार नाही."

दुसऱ्याच दिवशी पुन्हा मर्व्हिनचा फोन आला. त्यानं सर्व कागदपत्रं तयार असल्याचं सांगितलं. आता फक्त डेव्हिडची वैद्यकीय तपासणी बाकी होती. ही 'रुटीन' तपासणी असल्याचं मर्व्हिननं वारंवार सांगितलं; पण विम्याची रक्कम मोठी असल्यामुळे त्याला न्यू यॉर्कला कंपनीच्या डॉक्टरांकडे जावं लागणार होतं.

न्यू यॉर्कला जाण्याबद्दल डेव्हिडनं जरा खळखळ केली. आपल्या निर्णयाबद्दल शंका वाटत असल्याचंही सांगितलं; पण मर्व्हिननं खूप विनवण्या करून, मस्का लावून त्याला राजी केलं.

पॅट कामाला गेल्यानंतर त्याच संध्याकळी मर्व्हिन सगळे फॉर्म्स घेऊन डेव्हिडच्या फ्लॅटवर आला. डेव्हिडनं तिन्ही फॉर्म्सवर सह्या केल्या आणि लाभार्थी म्हणून पॅटचं नाव घातलं.

मर्व्हिन म्हणाला, "दुर्दैवानं जर २०२७ च्या आधी तुझा मृत्यू झाला, तर ही रक्कम पॅटला मिळेल. तुमचं लग्न झालंय?"

"नाही; पण आम्ही एकत्र राहतो," डेव्हिड म्हणाला.

पुन्हा एकदा, "मित्रा, याचा तुला कधीच पश्चात्ताप होणार नाही," हे पालुपद आळवून मर्व्हिन म्हणाला.

कागदपत्रांचं काम संपल्यावर डेव्हिड पॅटला म्हणाला, "आता संयम पाळणं महत्त्वाचं आहे. मला तुझ्याइतकं चांगलं कुणीच ओळखत नाही. मी गेलो की दहा लाख डॉलर्स तुला मिळतील."

त्या रात्री बिछान्यात शिरताना पॅटला मिलनाची आशा होती; पण ते शक्य नसल्याचं दोघांनाही ठाऊक होतं.

पुढच्याच सोमवारी ते दोघं मिळून न्यू यॉर्कला गेले. 'जिनीव्हा लाइफ'च्या ज्येष्ठ डॉक्टरांबरोबर डेव्हिडची भेट ठरली होती. कंपनीच्या ऑफिसपासून काही अंतरावर दोघांनी मिठी मारून एकमेकांचा निरोप घेतला. पॅटच्या हातून हे दिव्य कसं पार पडणार, याची डेव्हिडला अजूनही काळजी होती.

दुपारी बाराच्या सुमाराला तो डॉक्टरांकडे पोहोचला. टेबलाजवळ पांढरा कोट घालून एक नर्स बसली होती. तिनं हसून त्याचं स्वागत केलं.

"गुड मॉर्निंग," तो म्हणाला. "मी डेव्हिड क्रॅव्हिट्स. माझी डॉ. रॉयस्टनबरोबर भेट ठरलीय."

"हो, हो." ती नर्स म्हणाली. "ते तुमचीच वाट पाहताहेत. या माझ्याबरोबर."

ती त्याला एका अंधाऱ्या कॉरिडॉरमधून घेऊन गेली. टोकाशी डाव्या बाजूला एका दारावर 'डॉ. रॉयस्टन' अशी पाटी होती.

ती दार उघडत म्हणाली, "डॉ. रॉयस्टन, मि. क्रॅव्हिट्स आले आहेत."

डॉ. रॉयस्टन ठेंगणे आणि वयस्कर होते. त्यांच्या तुळतुळीत डोक्यावर तुरळकच केस शिल्लक होते. डोळ्यांवर जाड फ्रेमचा चष्मा होता. एकूण अवतारावरून त्यांच्याच विम्याची मुदत संपत आल्याचं जाणवत होतं. त्यांनी डेव्हिडचं स्वागत केलं.

"तुम्ही विमा पॉलिसीच्या संबंधात आला आहात ना?" ते म्हणाले.

"बरोबर."

"फार वेळ लागू नये. रुटीन तपासणीच समजा; पण एवढ्या मोठ्या रकमेचा विमा असल्यामुळे तुमची तब्येत उत्तम असल्याची कंपनी खात्री करणारच."

असं म्हणून त्यांनी डेव्हिडला बसायला सांगितलं.

"मलाही ही रक्कम जास्तच वाटतेय. मी पाच लाखच म्हणत होतो; पण एजंटनं आग्रह धरल्यामुळे..."

"गेल्या दहा वर्षांत एखादा गंभीर आजार?" डॉक्टरांनी विचारलं.

त्यांना एजंटच्या मतांशी काही कर्तव्य नव्हतं.

"नाही. क्वचित सर्दी-पडसं; पण गंभीर म्हणावं असं काही नाही."

"छान! तुमच्या कुटुंबात कुणाला हार्टअ‍ॅटक, कॅन्सर, लिव्हरचा त्रास?"

"माझ्या माहितीप्रमाणे नाही."

"वडील हयात आहेत?"

"हो."

"त्यांची प्रकृती?"

"ठणठणीत. अजूनही रोज सकाळी जॉगिंग करतात आणि वीकएन्डला जिम."

"आई?"

"यांपैकी काहीच करत नाही; पण ती त्यांच्यापेक्षा सहज जास्त जगेल."

डॉक्टर हसले. "दोन्हींकडे आजी-आजोबा?"

"एक सोडून सगळे आहेत. वडिलांचे वडील दोन वर्षांपूर्वी वारले."

"मृत्यूचं कारण?"

"नैसर्गिक. निदान पाद्री तरी तसं म्हणाले."

"मृत्यूच्या वेळी त्यांचं वय किती होतं?"

"८१-८२."

"छान!" डॉक्टर एका चौकोनात खूण करत म्हणाले. त्यांनी डेव्हिडसमोर एक कागद धरला. त्यावर संधिवातापासून क्षयरोगापर्यंत १८ आजारांची यादी होती.

"तुम्हाला यांपैकी एखादा आजार आहे?"

त्यानं त्या यादीवरून नजर फिरवली. "यांपैकी काही नाही," तो म्हणाला; पण क्वचित दम्याचा त्रास असल्याचं त्यानं सांगितलं नाही.

"धूम्रपान?"

"कधीच नाही."

"मद्यपान?"

"पार्टीत वगैरे एखादा ग्लास वाइन घेतो; पण कडक मद्य नाही."

"उत्तम!" डॉक्टर शेवटच्या चौकोनात खूण करत म्हणाले. "चला आता तुमचं वजन, उंची बघू या. इथे उभे राहा."

डेव्हिडची उंची मोजण्यासाठी त्याच्या डोक्यावर पट्टी ठेवायला डॉक्टरांना टाचा उंच कराव्या लागल्या, "सहा फूट एक इंच."

मग त्यांनी वजन पाहिलं. "१७९ पौंड. ठीक आहे," ते फॉर्म भरत म्हणाले. "किंचित जास्त आहे."

"मि. क्रॅक्रॉफ्ट्स, आता मला तुमच्या लघवीचा नमुना हवाय. या प्लॅस्टिकच्या बाटलीत नमुना घेऊन ती तिथल्याच फळीवर ठेवा आणि परत या."

डॉक्टरांच्या नोंदी चालूच होत्या. डेव्हिड काही मिनिटांतच परतला.

"मी ती बाटली फळीवर ठेवलीय."

"छान! आता मला रक्ताचे नमुने घ्यायचे आहेत. शर्टाची बाही वर करता?"

डॉक्टरांनी त्याच्या दंडावर एक रबरी पट्टा बांधला. हातावरच्या शिरा दिसू लागल्या. "एक बारीकशी सुई" असं म्हणत डॉ. रॉयस्टननी रक्ताचे नमुने घेतले आणि हातावर एक लहानशी चिकटपट्टी लावली.

मग त्यांनी स्टेथॅस्कोपनं डेव्हिडची छाती तपासली.

"छान!" ते पुन्हा म्हणाले. "होतच आलंय. आता तुम्ही डॉ. हार्वेकडे जा. त्या तुमच्या छातीचा एक्स-रे आणि कार्डिओग्राम काढतील. मग तुम्ही न्यू जर्सीला परत

जाऊ शकता.''

डॉक्टरांनी बेल वाजवल्यावर तीच नर्स पुन्हा आली आणि त्याला दुसऱ्या खोलीत घेऊन गेली. बाहेर 'डॉ. मेरी हार्वे' अशी पाटी होती. त्या मध्यमवयीन होत्या. अंगावर उत्तम पोषाख आणि बारीक कापलेले केस. त्यांनी हसून या उंच, देखण्या तरुणाचं स्वागत केलं आणि त्याला शर्ट काढून एक्स-रे मशीनसमोर उभं राहायला सांगितलं.

''आता हात मागे घ्या आणि खोल श्वास घ्या. थँक यू!'' मग डॉक्टरांनी त्याला कॉटवर आडवं व्हायला सांगितलं. त्यांनी त्याच्या छातीवर मलमाचे ठिपके सोडून त्यावर पॅड्स चिकटवली. त्यांची नजर समोरच्या लहानशा टीव्हीवर खिळली होती; पण चेहऱ्यावर कुठलीच प्रतिक्रिया नव्हती.

त्यांनी त्याच्या छातीवर लावलेलं मलम कापडानं पुसलं आणि म्हणाल्या, ''आता तुम्ही जाऊ शकता मि. क्रॅक्टिट्स.''

तो कपडे घालून बिल्डिंगच्या बाहेर पडला आणि जिथे त्यानं पॅटचा निरोप घेतला होता, त्याच कोपऱ्यावर त्यांची पुन्हा गळाभेट झाली.

''सगळं सुरळीत पार पडलं?''

''असं वाटतंय खरं,'' डेव्हिड म्हणाला. ''रिपोर्ट आले की, ते आपल्याला कळवतील.''

''तुला त्रास झाला नाही हे नशीब.''

''पण तुला तरी का व्हावा?''

''जाऊ दे, आता तो विचार नको,'' डेव्हिड पॅटचा हात हातात घेत म्हणाला. त्याचं पॅटवर जिवापाड प्रेम होतं.

आठवडाभरात मर्व्हिनचा फोन आला. डॉ. रॉयस्टरनी सर्वकाही ठीक असल्याचं कळवलं होतं. आता त्याला ११०० डॉलर्सचा पहिला हप्ता भरायचा होता. दुसऱ्या दिवशी सकाळीच डेव्हिडनं 'जिनीव्हा लाइफ'च्या नावे चेक लिहून पोस्टानं पाठवला. पुढचे सगळे हप्ते त्याच्या खात्यातून परस्पर भरले जाऊ लागले.

सातव्या हप्त्यानंतर १९ दिवसांनी डेव्हिड क्रॅक्टिट्स एड्सनं मरण पावला.

मृत्युपत्राचं वाचन झाल्यावर पहिलं पाऊल कोणतं हे आठवण्याचा पॅटनं प्रयत्न केला. आता त्याला डेव्हिडचे वकील मि. लेव्ही यांच्याशी संपर्क साधून सर्वकाही त्यांच्या हाती सोपवायचं होतं. पॅटनं स्वत: त्यात गुंतू नये, असं डेव्हिडनं त्याला बजावलं होतं. मुखत्यार म्हणून कंपनीकडून पैसे मिळवून ते पॅटला देणं हे लेव्हींचं काम होतं. मरण्यापूर्वी डेव्हिडनं आणखी एक सूचना दिली होती. ती म्हणजे कोणतीही शंका आली तरी मौन बाळगायचं.

दहा दिवसांनी पॅटला जिनीव्हा लाइफकडून पत्र आलं. पॉलिसीचा लाभार्थी म्हणून त्यांना पॅटची भेट हवी होती. पॅटनं ते पत्र सरळ लेव्हींच्या हातात दिलं. लेव्हींनी भेटीसाठी होकार कळवला; पण हेही सांगितलं की, ही भेट त्यांच्या अशिलाच्या इच्छेनुसार लेव्ही, गोल्डबर्ग अँड लेव्ही यांच्या मॅनहॅटनमधल्या ऑफिसमध्ये व्हावी.

विमा कंपनीचा प्रतिनिधी येण्यापूर्वी लेव्हींनी पॅटला विचारलं, ''पॅट्रिक, तू मला न सांगितलेली एखादी गोष्ट आहे का? असेल तर ती आताच सांगितलेली बरी.''

''नाही, मि. लेव्ही, आणखी सांगण्यासारखं काहीच नाही,'' पॅट म्हणाला. तो डेव्हिडच्या सूचना तंतोतंत पाळत होता.

मीटिंगच्या सुरुवातीपासूनच 'जिनीव्हा लाइफ'चा प्रतिनिधी पॅटकडे रोखून पाहत होता. पॅट मान खाली घालून बसला होता. कंपनीच्या माणसानं लेव्हींना स्पष्टपणे सांगितलं होतं की, ही भरपाई देण्याची कंपनीची तयारी नाही; पण लेव्हींनी प्रत्येक प्रश्नाला व्यवस्थित तोंड दिलं कारण कंपनीच्या डॉक्टरांनी आठच महिन्यांपूर्वी डेव्हिडची कसून तपासणी केली होती आणि डेव्हिड एचआयव्ही-बाधित असल्याचा कोणताही पुरावा त्यांना मिळाला नव्हता.

''तुम्ही कितीही आदळआपट केली तरी, शेवटी ही भरपाई तुम्हाला द्यावी लागणारच आहे,'' लेव्हींनी बजावलं. शिवाय हेदेखील सांगितलं की, जर त्यांनी ही रक्कम ३० दिवसांच्या आत त्यांच्या अशिलाला दिली नाही, तर त्यांना कायदेशीर कारवाईला सामोरं जावं लागेल. कंपनीच्या प्रतिनिधीनं तडजोडीचा मार्ग सुचवून पाहिला. लेव्हींनी पॅटकडे पाहिलं. त्याची मान आणखी खाली गेली, ''मुळीच नाही,'' ते म्हणाले.

दोन तासांनी पॅट फ्लॅटवर परतला. तो पार थकून गेला होता. मनानंही खचला होता. आता दम्याचा अ‍ॅटॅक येणार, अशी त्याला भीती वाटू लागली. त्यानं जेवण बनवण्याचा प्रयत्न केला; पण डेव्हिडशिवाय त्याला सगळं निरर्थक वाटू लागलं होतं. पुन्हा त्याच्या मनात तडजोडीचे विचार घोळू लागले.

त्या दिवसभरात संध्याकाळी एकच फोन आला. आईचा किंवा बहिणीचा – रूथचा – फोन असेल या अपेक्षेनं त्याने तो आतुरतेनं घेतला; पण फोनवर मर्व्हिन होता. तो किंचाळला, ''पॅट, मी चांगलाच गोत्यात आलोय. डेव्हिडला दिलेल्या पॉलिसीमुळे माझ्यावर नोकरी गमावण्याची वेळ येणार आहे.''

पॅटनं सहानुभूती दाखवली; पण आता त्याच्या हातात काही नसल्याचं सांगितलं.

''आहे,'' मर्व्हिन म्हणाला. ''तू जर पॉलिसी घेतलीस तर माझी कातडी बचावेल.''

''ते जमणं कठीण आहे,'' पॅट म्हणाला. अशा वेळी डेव्हिडनं काय सल्ला

दिला असता?

"माझी नोकरी गेलेली डेव्हिडला आवडली नसती," मर्व्हिन गयावया करत म्हणाला. "दया कर मित्रा. आणखी एक घटस्फोट मला परवडणार नाही."

"मला किती खर्च येईल?" पॅटनं विचारलं. मर्व्हिनला कटवायची त्याला घाई झाली होती.

"तुला दहा लाख डॉलर्स मिळणार आहेत," मर्व्हिन जवळजवळ ओरडलाच. "आणि तुला खर्चाची फिकीर आहे? महिन्याला हजार डॉलर्सनं तुला कितीसा फरक पडणार आहे?"

"पण मला अजून ती रक्कम मिळालेली नाही."

"तो निर्णय झालाय," मर्व्हिन आवाज खाली आणत म्हणाला. "खरं म्हणजे हे तुला सांगण्याची मला परवानगी नाही; पण या महिनाअखेरीस तुला चेक मिळेल. तुझ्या वकिलानं कंपनीला चांगलंच पेचात पकडलंय आणि तुला दहा लाख पौंड मिळेपर्यंत तुला पहिला हप्तादेखील भरावा लागणार नाही."

आता पॅटला हे संभाषण संपवायची घाई झाली होती, "ठीक आहे. मी पॉलिसी घेतो; पण चेक माझ्या हातात पडल्याशिवाय नाही."

"थँक यू, मित्रा. मी सगळे फॉर्म घेऊन उद्या रात्री येतो."

"रात्री जमणार नाही," पॅट म्हणाला. "हा महिनाभर तरी माझी रात्रपाळी आहे. उद्या दुपारी ये."

"मित्रा, हे पैसे मिळाल्यानंतर तुला कधीच रात्रपाळी करावी लागणार नाही," मर्व्हिन कर्कश हसत म्हणाला. "नशीबवान आहेस," असा शेरा मारून त्यानं फोन ठेवला.

दुसऱ्या दिवशी दुपारी मर्व्हिन येईपर्यंत पुन्हा पॅटच्या मनात संभ्रम निर्माण झाला होता. पुन्हा जर डॉ. रॉयस्टनकडे जावं लागलं तर त्याचं बिंग फुटणार होतं; पण मर्व्हिन म्हणाला की, त्याला डॉक्टरची निवड करण्याची मुभा आहे आणि चेकदेखील पुढच्या तारखेचा देता येईल. मग मात्र त्यानं फॉर्म्सवर सह्या केल्या. या पॉलिसीची लाभार्थी म्हणून त्यानं रूथचं नाव घातलं. हा निर्णय डेव्हिडच्याही पसंतीला उतरेल, असं त्याला वाटलं.

"थँक यू, मित्रा. आता मी तुला आणखी त्रास देणार नाही," मर्व्हिन म्हणाला. निरोप घेताना त्यानं शेवटचा शेरा मारलाच, "याचा तुला कधीच पश्चात्ताप होणार नाही."

आठवडाभरानं पॅट त्याच्या डॉक्टरांकडे गेला. तपासणी झटपट उरकली, कारण पॅटनं अलीकडेच सगळ्या तपासण्या करून घेतल्या होत्या. त्या वेळी पॅट

काहीसा अस्वस्थ असल्याचं डॉक्टरांना आठवत होतं आणि त्याला क्लीन चिट दिल्यानंतर त्यानं टाकलेला सुटकेचा नि:श्वासही आठवत होता. ते म्हणाले, ‘‘पॅट्रिक, तुला फारसं काही झालेलं नाही. दमा आहे; पण तोही आता आटोक्यात आहे.’’

आठवड्यानं मर्व्हिनचा फोन आला. डॉक्टरांनी पॅटची प्रकृती उत्तम असल्याची ग्वाही दिली होती आणि मर्व्हिनची नोकरीही शाबूत राहिली होती.

‘‘ऐकून आनंद झाला,’’ पॅट म्हणाला. ‘‘पण माझ्या चेकचं काय?’’

‘‘या महिन्याच्या शेवटच्या दिवशी मिळेल. काही सोपस्कार व्हायचे बाकी आहेत. तुझ्या पॉलिसीचा पहिला हप्ता जाण्याच्या २४ तास आधी मिळेल. दोन्ही बाजूंनी तुझा फायदाच आहे.’’

पॅटनं महिनाअखेरीस डेव्हिडच्या वकिलाला फोन करून चौकशी केली.

‘‘सकाळच्या टपालात तरी नव्हता,’’ लेव्ही म्हणाले. ‘‘मी लगेच त्यांना फोन करून विचारतो. पाठवला नसेल तर आपण लगेच कारवाई करू.’’

पण त्याच्या पुढच्या तारखेचा ११०० डॉलर्सचा चेक दिल्याचं लेव्हीला सांगावं की नाही, हा त्याला प्रश्न पडला. कारण तो चेक वटण्यासाठी जेमतेम पुरतील एवढेच पैसे त्याच्या खात्यात होते. मात्र, पुढच्या चेकसाठी नव्हते; पण हे न सांगण्याचा निर्णय त्यानं घेतला. त्याला डेव्हिडचा सल्ला आठवला, ‘‘शंका असेल तर मौन पाळ.’’

‘‘मी ऑफिसची वेळ संपताना तुला फोन करून काय स्थिती आहे ते कळवतो,’’ लेव्ही म्हणाले.

‘‘नको,’’ पॅट म्हणाला. ‘‘हा आठवडाभर माझी नाइट ड्यूटी आहे. आताही मी कामावर निघालोय. उद्या सकाळी फोन करा.’’

पहाटे परत आल्यावर पॅटला झोप येईना. तो सतत कूस बदलत होता. जर त्यानं दिलेला चेक सकाळी वटवला गेला तर महिना कसा काढायचा, या काळजीनं त्याला घेरलं होतं आणि त्या दहा लाख डॉलर्सचा तर पत्ता नव्हता.

सकाळी ९.३१ ला फोन आला. फोनवर लेव्ही होते. ‘‘पॅट्रिक, तू कामावर असताना मला ‘जिनीव्हा लाइफ’मधून फोन आला होता. तू लेव्हीचा गोल्डन रूल मोडलास.’’

‘‘लेव्हीचा नियम?’’ पॅटनं गोंधळून विचारलं.

‘‘हो. अगदी साधा आहे. तुम्ही कुणालाही कसलीही थाप मारा, पण तुमच्या वकिलाशी कधीही खोटं बोलू नका.’’

‘‘माझ्या नाही लक्षात आलं,’’ पॅट म्हणाला.

‘‘तुझ्या डॉक्टरांनी तुझ्या रक्त आणि लघवीचे नमुने जिनीव्हा लाइफकडे

पाठवले. ते नमुने आणि डॉ. रॉयस्टनकडे डेव्हिड क्रॅव्हिट्सच्या नावे असलेले नमुने तंतोतंत जुळताहेत.''

मर्व्हिनची फसवेगिरी लक्षात येताच पॅटला भोवळ आली. त्याचं हृदय वेगानं धडधडू लागलं. त्याच्या पायांमधलं त्राण गेलं आणि तो खाली कोसळला. त्याला जोराची धाप लागली.

''पॅट्रिक, ऐकतोस ना?''

वीस मिनिटांत वैद्यकीय मदत पोहोचली; पण तोपर्यंत पॅट्रिक दम्यामुळे हार्ट अॅटॅक येऊन गतप्राण झाला होता.

आधी लेव्हींनी पॅटचा ११०० डॉलर्सचा चेक कंपनीनं वटवल्याची बँकेकडून खातरजमा करून घेतली.

त्यानंतर १९ महिन्यांनी पॅटची बहीण रूथ हिला जिनीव्हा लाइफकडून १० लाख डॉलर्स मिळाले; पण त्यापूर्वी 'लेव्ही, गोल्डबर्ग अँड लेव्ही' यांच्यात आणि 'जिनीव्हा लाइफ' यांच्यात घनघोर कायदेशीर युद्ध झालं होतं.

पॅटचा मृत्यू नैसर्गिक होता आणि त्या क्षणी विमा पॉलिसी अस्तित्वात होती, हे ज्यूरींनी अखेर मान्य केलं.

एक मात्र खरं, मर्व्हिन रोबकला या सगळ्याचा चांगलाच पश्चात्ताप झाला.

मोटरवेवर थांबू नये

ऑफिसमधून पाचपर्यंत सुटका होईल, अशी डायनाला आशा होती. तिला फार्म हाउसवर डिनरसाठी वेळेत जायचं होतं. ती तिची घाई लपवण्याचा प्रयत्न करत होती; पण दुपारी ४.३७ ला तिचा मदतनीस फिल हॅस्किन्स यानं एक बारापानी जाड बाड तिच्या पुढ्यात ठेवलं. हा गुंतागुंतीचा करार अशिलाकडे जाण्यापूर्वी त्यावर संचालकांची सही होणं आवश्यक होतं. याच आठवड्यात असे दोन करार गमावल्याचं लक्षात आणून द्यायला हॅस्किन्स विसरला नाही.

शुक्रवारी असं नेहमीच व्हायचं. दुपारपर्यंत फोनचं खणखणणं बंद व्हायचं; पण तिथून निसटायचा विचार मनात येतो न येतो, तेवढ्यात एखादा दस्तऐवज समोर यायचा आणि समोरच्या कागदपत्रांवर नजर टाकताच डायनाच्या लक्षात यायचं की, आता सहाच्या आत सुटका होणं अशक्य आहे.

एकेरी पालकत्व आणि एका लहान पण झपाट्यानं वाढणाऱ्या कंपनीची संचालक अशी दुहेरी जबाबदारी असल्यामुळे तिला क्षणाचीही उसंत मिळत नसे. तिची मुलं, जेम्स आणि कॅरोलिन दर चौथ्या वीकएन्डला तिच्या पूर्वीच्या नवऱ्याकडे जात असत; त्यामुळे त्या शुक्रवारी तरी लवकर निघून ट्रॅफिक टाळावा, असा तिचा प्रयत्न असे.

पहिलं पान तिनं काळजीपूर्वक वाचलं. एक-दोन दुरुस्त्या केल्या. शुक्रवार संध्याकाळच्या घाईत केलेली एखादी चूकही महागात पडू शकते, याची तिला पुरेपूर जाणीव होती. शेवटच्या पानावर सही करताना तिनं घड्याळाकडे नजर टाकली – ५.५१.

काम संपवून, बॅग घेऊन ती लगबगीनं दाराकडे गेली. वाटेत ते बाड हॅस्किन्सच्या पुढ्यात टाकलं. त्याला वीकएन्डच्या शुभेच्छा देण्याच्या भानगडीत ती पडली नाही.

तिला दाट संशय होता की, ही कागदपत्रं त्याच्या टेबलावर सकाळपासूनच असावीत; पण त्याच्या आधी ती विभागप्रमुख झाल्याचा एक लहानसा सूड म्हणून त्यानं ती ४.३७ पर्यंत रोखून धरली असावीत. लिफ्टमधून ती तळघराच्या कारपार्कमध्ये आली. उशीर झाल्यामुळे वाढलेला ट्रॅफिक आता एक तास जास्त खाणार होता.

तिनं तिच्या 'ऑडी इस्टेट'चं दार उघडलं आणि बॅग मागच्या सीटवर भिरकावली. ती गाडीनं रस्त्यावर आली. रस्त्यावर कामावरून घरी परतणारी माणसं मुंग्यांसारखी तुरुतुरु चालत मध्येच ट्यूब स्टेशनच्या विवरात गडप होत होती.

तिनं रेडिओवर सहाच्या बातम्या लावल्या. बिग बेनच्या ठोक्याचं संगीत ऐकू आलं. मग तीन प्रमुख राजकीय पक्षांच्या प्रवक्त्यांनी युरोपियन निवडणुकीच्या निकालावर आपापलं मत व्यक्त केलं. पंतप्रधान जॉन मेजर त्यांच्या भवितव्याबद्दल बोलायला तयार नव्हते. या वेळी फक्त ३६ टक्के मतदान झाल्यामुळे हुजूर पक्षाची कामगिरी निराशाजनक झाली, असं त्यांचं स्पष्टीकरण होतं. ती उरलेल्या ६४ टक्क्यांमध्ये असल्याची डायनाला लाज वाटली.

पुढची बातमी बोस्नियात उद्भवलेल्या गंभीर परिस्थितीबद्दल होती. राडोवान काराडिच आणि सर्बियनांनी जर संघर्ष करणाऱ्या गटांशी समझोता केला नाही, तर गंभीर परिणामांची धमकी राष्ट्रसंघाने दिली होती. डायनाचं मन भरकटू लागलं. ही धमकी काही नवीन नव्हती. आजपासून वर्षानं हेच शब्द ऐकायला मिळतील, याची तिला खात्री होती.

ती कूर्मगतीनं रसल स्क्वेअरजवळ आली. तिच्या मनात वीकएन्डचे विचार घोळू लागले. वर्षापूर्वी जॉनच्या आयुष्यात दुसरी स्त्री आल्यामुळे त्यानं घटस्फोटाची मागणी केली होती; पण या प्रतारणेमुळे सात वर्षांच्या संसारानंतरही तिला ना फारसा धक्का बसला ना विशेष राग आला. या गोष्टीचं तिला राहूनराहून आश्चर्य वाटत असे. एक मात्र तिला मान्य होतं की, ती कंपनीची संचालक झाल्यापासून तिला कुटुंबासाठी फारसा वेळ देता येत नसे आणि ब्रिटनमधली एकतृतीयांश जोडपी विभक्त किंवा घटस्फोटित आहेत, या वस्तुस्थितीमुळेही तिच्या संवेदना बोथट झाल्या असाव्यात. तिच्या आई-वडिलांची मात्र खूपच निराशा झाली कारण त्यांचा संसार गेली ४२ वर्षं उत्तम चालला होता.

प्रत्यक्ष घटस्फोट मात्र सामंजस्यानं झाला. जॉनची कमाई तिच्याहून कमी होती; (हेही एक कारण होतं.) त्यामुळे त्यानं तिच्या बहुतेक सर्व मागण्या मान्य केल्या. पटनीमधला त्यांचा फ्लॅट, ऑडी इस्टेट आणि मुलं तिच्याच ताब्यात राहिली. महिन्यातला फक्त एक वीकएन्ड जॉन मुलांना भेटू शकत असे. आजही त्यानं शाळा सुटल्यावर मुलांना घरी नेलं होतं आणि रविवारी संध्याकाळी तो त्यांना पुन्हा तिच्या घरी सोडणार होता.

मुलं घरात नसताना डायनादेखील घरी जाणं टाळायची. एरवी वडील नसताना मुलं वाढवण्याच्या जबाबदारीबद्दल तिची कुरकुर चालू असे; पण मुलं नजरेआड झाल्यानंतर मात्र ती त्यांच्या आठवणीनं बेचैन होत असे.

तिच्या आयुष्यात दुसरा कुणी मित्र किंवा प्रियकर आला नव्हता. ऑफिसमधल्या ज्येष्ठ सहकाऱ्यांची मजल फक्त तिला लंचचं आमंत्रण देण्यापर्यंतच होती. त्यांतले फक्त तीनच अविवाहित होते. त्यांतल्या एकाशी नातं जोडण्याचा तिनं विचार केला होता; पण त्यानं स्पष्टपणे सांगितलं की, त्याला तिची सोबत रात्रीपुरती हवीय, दिवसा नको.

एक गोष्ट तिला पक्की कळून चुकली होती.

तिला पहिली महिला संचालक म्हणून मान हवा होता; त्यामुळे ऑफिसमधल्या अशा नात्यांचा शेवट दुःखदच झाला असता. पुरुषांना फारच वृथा अहंकार असतो. स्त्रीनं एखादी जरी चूक केली, तरी तिच्यावर उथळपणाचा शिक्का बसतो. पुरुष मात्र तिच्यामागे छद्मीपणे हसतात किंवा शारीरिक लगट करतात.

डायना पुन्हा एका लाल सिग्नलजवळ थांबली. वीस मिनिटांत तिनं जेमजेम दोन मैल अंतर कापलं होतं. तिनं गाडीतल्या कप्प्यातून अंदाजानंच एक कॅसेट काढून त्या फटीत सरकवली. ती 'पॅव्हरोटी'ची असावी, असं तिला वाटलं. प्रत्यक्षात मात्र ग्लोरिया गेनॉरचा कर्कश आवाज गाडीत घुमला. 'आय विल सर्व्हाइव्ह' हे गाणं ऐकून तिला हसू आलं. सिग्नल हिरवा होताना तिला डॅनियलची आठवण झाली.

१९८० च्या दशकात ती आणि डॅनियल ब्रिस्टल विद्यापीठात अर्थशास्त्र शिकवत असत. त्यांची छान मैत्री होती. प्रेमप्रकरण मात्र कधीच नव्हतं. वर्षभरानं डॅनियलची रॅचेलशी भेट झाली. त्या क्षणापासून त्यानं दुसऱ्या स्त्रीकडे पाहिलंही नाही. पदवी मिळालेल्या दिवशीच त्यांनी लग्न केलं. मधुचंद्राहून परतल्यावर डॅनियल ब्रॅडफर्डशायरमधली वडिलोपार्जित शेतीवाडी सांभाळू लागला. त्यांना लागोपाठ दोन मुलं झाली. त्यांची मोठी मुलगी सोफी हिची गॉडमदर होण्याचा मान त्यांनी डायनाला दिल्याचा तिला खूप अभिमान वाटे. त्यांच्या लग्नाला बारा वर्षं उलटली होती आणि ते घटस्फोट घेऊन आई-वडिलांना निराश करणार नाहीत, याची तिला खात्री होती. डायनाचंही आयुष्य यशस्वी आणि समाधानकारक असल्याचं त्यांना ठाऊक होतं. तरीही डायनाला त्यांच्या सुखी सहजीवनाचा हेवा वाटे.

डॅनियल वरचेवर तिला वीकएन्डसाठी त्याच्या फार्म हाउसवर येण्याचं आमंत्रण देत असे; पण तीन-चारदा बोलावल्यावर डायना एखादं आमंत्रण स्वीकारायची; पण ते इच्छा नसल्यामुळे नव्हे तर त्यांच्या पाहुणचाराचा गैरफायदा घेऊ नये, या भावनेतून; विशेषतः घटस्फोटानंतर!

डायनाला तिच्या कामाचा पुरेपूर आनंद मिळत असे. हा आठवडा मात्र चांगलाच तापदायक ठरला होता. दोन कंत्राटं हातून निसटली होती. जेम्सला शाळेच्या फुटबॉल संघातून वगळलं गेलं होतं आणि वडील अभ्यास चुकवूनही टीव्ही बघायची परवानगी देतात, हे कॅरोलिनचं पालुपद चालू होतं.

सिग्नल लाल झाला.

लंडनमधून बाहेर पडतापडता सात मैल अंतर कापायला डायनाला तब्बल एक तास लागला. पहिला चौपदरी रस्ता लागल्यावर तिनं ए-१ या पाटीवर नजर टाकली. रस्ता शोधण्यासाठी नव्हे तर सवयीपोटी. ऑफिसपासून फार्म हाउसपर्यंतचा इंचन् इंच तिला पाठ होता. वाहनांच्या गर्दीमुळे वेग वाढवणं अशक्य होतं.

'छे!' ती मनाशी म्हणाली. त्यांच्यासाठी भेटवस्तू घ्यायला ती विसरली होती. निदान एक चांगली वाइनची बाटली तरी! डॅनियल आणि रॅचेल नेहमी दात्याच्या भूमिकेत असायचे. जाताना एखादी वस्तू घ्यायचा तिनं विचार केला; पण वाटेत पेट्रोल पंप सोडून काहीच नव्हतं आणि पुन्हा एक चॉकलेटचा बॉक्स न्यायची तिची इच्छा नव्हती. ए-१ला जोडणाऱ्या वळणानंतर मात्र तिला वेग ५० मैलांवर नेता आला. ती शांतपणे गाणी ऐकत गाडी चालवू लागली.

तेवढ्यात अचानक, अनपेक्षितपणे गाडीसमोर एक काळं श्वापद आलं. तिनं करकचून ब्रेक दाबला; पण तरीही ते बंपरवर धडकून गाडी हादरली. त्याला टाळणं तिला शक्य झालं नव्हतं. डायनानं रस्त्याच्या कडेला गाडी थांबवली आणि मागे घेऊन ती अपघाताच्या जागेपर्यंत आणली.

तिला बाजूच्या गवतात एक काळी मांजर मरून पडलेली दिसली. तिथे गेल्यावर अचानक तिला उलटीची भावना झाली. तिच्या घरी दोन मांजरी होत्या. आज काय घडले हे ती मुलांना कधीच सांगू शकणार नव्हती. तिनं ते मांजर उचलून बाजूच्या एका खड्ड्यात ठेवलं.

हा वेडेपणा आहे हे ठाऊक असूनही ती 'सॉरी, सॉरी,' असं पुटपुटली. त्या मांजरीकडे अखेरची नजर टाकून ती गाडीत बसली. विशेष म्हणजे सुरक्षा-सुविधा पाहूनच तिनं ऑडी इस्टेटची निवड केली होती.

तिनं पुन्हा गाडी सुरू केली. ग्लोरिया गेनॉरची तिच्या गाण्यातून पुरुषांवर शेरेबाजी चालूच होती. डायनानं टेप बंद करून त्या मांजरीचे विचार मनातून झटकून टाकण्याचा प्रयत्न केला. अखेर तिला ट्रॅफिकमध्ये लहानशी फट सापडली आणि तिनं गाडी कमी वेगाच्या लेनमध्ये घेतली. त्या मेलेल्या मांजरीचा विचार अजूनही तिचा पिच्छा सोडत नव्हता.

डायनानं गाडीचा वेग पुन्हा ५० मैलांपर्यंत वाढवला. अचानक तिला मागून येणारे झगझगीत हेडलाइट्स दिसले. तिनं तिच्या गाडीतल्या आरशात पाहून हात

हलवला; पण त्या प्रखर प्रकाशानं तिचे डोळे दिपले होते. त्या गाडीला पुढे जाऊ देण्यासाठी तिनं वेग कमी केला; पण त्या ड्रायव्हरचा तसा मुळीच विचार दिसला नाही. गाडीत बिघाड झाल्याची तिला शंका आली. कदाचित एखादा लाइट बंद पडला असेल. कदाचित एक्झॉस्टमधून धुरांचे लोट बाहेर पडत असतील. कदाचित...

अंतर वाढवण्यासाठी तिनं वेग वाढवला; पण मागची गाडी पिच्छा सोडेना. आता त्यांच्यात फक्त काही यार्डांचं अंतर होतं. आरशात तिनं त्या ड्रायव्हरकडे पाहण्याचा प्रयत्न केला; पण प्रखर प्रकाशामुळे काही दिसत नव्हतं. प्रकाशाला डोळे सरावल्यावर तिला एका मोठ्या काळ्या व्हॅनची आकृती दिसली. गाडी चालवणारा बहुधा एक तरुण पुरुष होता. तो तिच्या दिशेनं हातवारे करत होता.

एका वळणावर डायनानं पुन्हा वेग कमी केला. आता मागच्या गाडीला तिला ओव्हरटेक करण्याची पुरेपूर संधी होती; पण तसं न करता तो तिच्या बंपरला चिकटून राहिला. त्यानं हेडलाइट्सचा प्रकाशही कमी केला नव्हता. पुन्हा तिनं ट्रॅफिकमधली मोकळी जागा हेरली आणि एकदम वेग वाढवून ती ए-१च्या हमरस्त्यावर आली.

अखेर तिनं त्याला गुंगारा दिला होता. ती हळूहळू शांत झाली. तिला सोफीची आठवण झाली. दर वेळी ती सोफीला गोष्ट वाचून दाखवायची; त्यामुळे ती येईपर्यंत सोफी आवर्जून जागी राहायची. आणि पुन्हा अचानक त्याच हेडलाइट्सचा प्रकाश तिच्या गाडीत पसरला. पुन्हा तिचे डोळे दिपले. आता ती गाडी जास्तच जवळ आली होती.

तिच्या गाडीच्या वेगाप्रमाणे तो वेग कमीजास्त करत होता. आता काय करावं, हा प्रश्न तिला पडला. समोरून येणाऱ्या गाड्यांचं लक्ष वेधून घेण्यासाठी तिनं त्याच्या दिशेनं जोरजोरात हात हलवायला सुरुवात केली; पण कुणीही तिची दखल घ्यायला राजी नव्हतं. एखाद्याचं लक्ष कसं वेधून घ्यायचं, याचा ती विचार करू लागली. कंपनीच्या संचालक मंडळावर निवड झाल्यावर सगळ्यांनी तिला गाडीत फोन बसवून घ्यायचा सल्ला दिला होता. पुढच्या सर्व्हिसिंगच्या वेळी फोन बसवून घ्यायचं तिनं ठरवलं होतं; पण त्यालाही पंधरवडा उलटला होता.

तिनं कपाळावरचा घाम पुसला आणि क्षणभर विचार करून गाडी फास्ट लेनमध्ये घेतली. ती व्हॅनही लगोलग लेन बदलून तिच्या मागे आली. आता ती व्हॅन तिच्या गाडीला इतकी चिकटून चालली होती की, तिनं थोडा जरी ब्रेक दाबला असता तर मागून अनेक गाड्या एकामागोमाग एक अशा धडकल्या असत्या.

डायनानं वेग ९० मैलांवर नेला; पण व्हॅन मागे होतीच. तिनं वेग शंभरावर नेल्यावरसुद्धा व्हॅन एका गाडीचं अंतर राखून येतच होती.

तिनं तिचे हेडलाइट्स वाढवले. इमर्जन्सी लाइट्स सुरू केले आणि सतत हॉर्न

वाजवू लागली. आता निदान पोलीस तरी तिला वेगमर्यादा ओलांडल्याबद्दल पकडतील अशी तिला आशा होती. एका तरुण माथेफिरूच्या गाडीबरोबर अपघात होण्यापेक्षा दंड परवडला. तिच्या ऑडीनं आयुष्यात प्रथमच ११० मैलांचा वेग गाठला; पण व्हॅन पिच्छा सोडत नव्हती.

ती एकदम वेग कमी करून मधल्या लेनमध्ये आली; त्यामुळे क्षणभर मागची व्हॅन तिच्या बरोबरीनं धावू लागली. आता तिला त्या ड्रायव्हरकडे नीट पाहता आलं. त्याच्या अंगात काळं लेदर जॅकेट होतं.

त्यानं तिच्या दिशेनं बोट रोखलं होतं. तिनं त्याच्या दिशेनं मूठ हलवली आणि वेगानं पुढे निघून गेली; पण एखाद्या ऑलिम्पिक धावपटूनं प्रतिस्पर्ध्याला चिकटून राहावं तसा तो मागोमाग आलाच.

मग अचानक एक विचार मनात येऊन ती चरकली. 'ओ माय गॉड!' ती ओरडलीच. त्याच रस्त्यावर काही आठवड्यांपूर्वी झालेल्या खुनाच्या आठवणी जाग्या झाल्या. एका स्त्रीवर बलात्कार होऊन तिची गळा चिरून हत्या करण्यात आली होती. तिचा मृतदेह बाजूच्या खड्ड्यात सापडला होता. त्यानंतर अनेक आठवडे पोलिसांनी वाहनचालकांना शोधकार्यात मदतीसाठी आवाहन करणारे बोर्ड लावले होते. आता ते बोर्ड काढले गेल्यानंतरही खुनी मोकाटच होता. डायना अचानक थरथरू लागली. तिला महिला चालकांसाठी पोलिसांनी दिलेला इशारा आठवला : मोटर-वेवर कधीच थांबू नका.

काही सेकंदांतच तिला एक पाटी दिसली. या ठिकाणी ती अपेक्षेपेक्षा खूपच लवकर पोहोचली होती. आणखी तीन मैलांवर तिला मोटर-वे सोडून फार्म हाउसकडे जाणारा कच्चा रस्ता घ्यायचा होता. त्या वळणावर तरी तो माणूस तिच्या मागे न येता ए-१ वर सरळ पुढे जावा, अशी ती मनोमन प्रार्थना करू लागली.

आता त्याला पुढे सोडण्यासाठी एखादी क्लृप्ती लढवणं भाग होतं. तिच्या गाडीनं पुन्हा वेगाची शंभरी ओलांडली. आता ती घामानं चिंब भिजली होती. ११० मैल! तिनं आरशात नजर टाकली. तो मागे होताच. आता तिची योजना अमलात आणायला अचूक टायमिंगची गरज होती. फाट्याला एक मैल शिल्लक असताना तिनं डावीकडे नजर टाकली. तो तिच्या मागे असणार, हे तिनं आता गृहीतच धरलं होतं.

तिला तिरप्या पांढऱ्या रेघा असलेली पाटी दिसली. मोटर-वे सोडायचा असेल तर डाव्या बाजूनं चालण्याबद्दल ती सूचना होती; पण डायना गाडीचा वेग कमी न करता उजव्याच लेनमध्ये राहिली. आता सुटकेची नामी संधी होती. ट्रॅफिकमध्ये मोकळी जागा दिसताक्षणी तिनं गाडी एकदम डावीकडे वळवली आणि महामार्ग सोडून बाजूच्या रस्त्यावर आणली. बाकी गाड्यांच्या चालकांनी चिडून जोरजोरात निषेधाचे हॉर्न वाजवले; पण तिला त्याची पर्वा नव्हती. आता ती सुरक्षितपणे

हमरस्ता सोडून कच्च्या रस्त्यावर आली होती. व्हॅन पुढे सरळ निघून जाणार होती.

सुटकेचा नि:श्वास टाकून ती हसली. उजवीकडे मोटर-वेवर ट्रॅफिकचा ओघ अव्याहतपणे सुरूच होता; पण क्षणभरातच तिचं हसू मावळून तोंडून किंकाळी बाहेर पडली कारण ती व्हॅनसुद्धा अचानक मुख्य रस्ता सोडून तिच्या मागे आली होती. अतिवेगानं वळण घेतल्यामुळे ती बाजूच्या खड्ड्यात जाता जाता वाचली. मागून पुन्हा तेच प्रखर हेडलाइट्स तिच्यावर रोखले गेले.

डायनानं फार्म हाउसच्या दिशेनं जाणारं वळण घेतलं. आता मात्र तिची भीतीनं पार गाळण उडाली होती. काय करावं, हा प्रश्न पडला होता. तिथून सर्वांत जवळचं गाव १२ मैलांवर होतं, तर फार्म हाउस ७ मैलांवर. त्यापैकी ५ मैल पूर्ण अंधारात प्रवास करावा लागणार होता. तिनं पेट्रोलच्या काट्यावर नजर टाकली. टाकी जवळजवळ रिकामी झाली होती; पण तरीही दोन्ही पर्यायांचा विचार करण्याइतकं पेट्रोल शिल्लक होतं. फार्म हाउसचं वळण आता एक मैलावर आलं होतं; त्यामुळे मिनिटभरात निर्णय घेणं भाग होतं.

१०० यार्ड शिल्लक असताना तिनं फार्म हाउसवर जाण्याचा निर्णय घेतला. काळोख असला, तरी तिला तो रस्ता पूर्ण परिचित होता. पाठलाग करणाऱ्याला तो पाठ असणं शक्य नव्हतं. शेतात पोहोचल्यावर त्यानं काही करण्यापूर्वीच तिला झटकन घरात शिरता आलं असतं. तसंही त्यानं फार्म हाउस दिसताक्षणी पळ काढण्याची शक्यता होती.

मिनिट सरलं. तिनं गाडी फार्म हाउसच्या दिशेनं वळवली. रस्त्यावर आता फक्त चंद्रप्रकाश होता.

डायनानं एकदम स्टिअरिंगवर मूठ आपटली. तिचा निर्णय चुकला तर नव्हता? तिनं आरशात बघितलं. त्यानं पाठलाग सोडला तर नव्हता? छे! तो मागे होताच. समोर तिला एक लँडरोव्हर गाडी पुढं जाताना दिसली. तिला वेग कमी करणं भाग पडलं; पण ती पुढच्या वळणापर्यंत थांबली. तिथे रस्ता काहीसा रुंद केला होता. मग तिनं श्वास रोखला आणि वेगानं त्या लँडरोव्हरला ओव्हरटेक केलं. समोरून येणाऱ्या गाडीची धडक आणि चिरलेला गळा यांतलं काय निवडायचं? सुदैवानं पुढचा रस्ता रिकामा होता. आता ऑडी आणि पाठलाग करणारी काळी व्हॅन यांच्यातलं अंतर १०० यार्डांपर्यंत वाढलं होतं; पण काही क्षणांपुरतंच. पुन्हा त्या हेडलाइट्सचा झोत तिच्या गाडीत शिरला.

सवयीच्या प्रत्येक वळणावर डायना अंतर वाढवायची. व्हॅन मात्र त्या रस्त्याचा सराव नसल्यामुळे चांगलीच भरकटत होती; पण काही सेकंदांपुरतीच. फार्म हाउसकडे जाणारा फाटा पाच मैलांवर होता. त्यांतले दोन मैल तिनं पार केले. ती एकेक मैल मोजू लागली. कुठल्याही क्षणी त्या व्हॅननं तिची गाडी ओलांडून तिला

खड्ड्यात चेपलं असतं. तिनं गाडी ठामपणे रस्त्याच्या मध्यावर ठेवली.

आणखी एक मैल संपला. तो पाठीशी होताच. तेवढ्यात तिला समोरून येणारी गाडी दिसली. तिनं हेडलाइट्स मोठे करून जोरजोरात हॉर्न वाजवला. समोरच्या गाडीनं तिची सहीसही नक्कल केली. ती गाडी जवळून जाताना डायनाला तिची गाडी अगदी बाजूच्या झुडपाला चिकटून न्यावी लागली. आता दोन मैल बाकी होते.

प्रत्येक वळणावर डायना वेग वाढवत होती. मागच्या व्हॅनला बरोबरीनं येण्याची तिनं मुळीच संधी दिली नाही. फार्म हाउस आल्यावर काय करायचं, याचा तिनं विचार केला. रस्ता सोडल्यावर फार्म हाउस अर्ध्या मैलावर होतं. वाटेत भरपूर खड्डे आणि उंचवटे होते. ते दुरुस्त करणं डॅनियलला परवडणारं नव्हतं. समाधानाची बाब म्हणजे तो रस्ता एक गाडी जाऊ शकेल इतकाच रुंद होता.

फार्म हाउसचं फाटक डॅनियल तिच्यासाठी उघडून ठेवायचा. क्वचित विसरलाच तर डायनाला उतरून ते उघडावं लागायचं. आज तिला तो धोका पत्करायचा नव्हता. जर फाटक बंद असलं तर तिला पुढच्या गावापर्यंत जाणं भाग होतं. 'क्रिमसन किपर' शुक्रवारी रात्री नेहमी गजबजलेलं असायचं. पोलीस स्टेशन सापडलं नाही, तर गाडी थेट तिथेच नेता आली असती. तिनं पेट्रोल तपासलं. काटा आता लाल रेषेला टेकला होता. 'ओ माय गॉड! आता त्या गावापर्यंत तरी जाता येईल की नाही, या भीतीनं ती धास्तावली.

आता डॅनियलनं गेट उघडं ठेवलं असेल, ही प्रार्थना करणंच तिच्या हातात होतं.

पुढच्या वळणावरून तिनं गाडी वेगानं पुढे नेली; पण तो चिकटलेला असणार, याची तिला खात्री होती. आता तो इतका जवळ होता की, तिला ब्रेक दाबण्याचा धीर होईना.

एक मैल!

"देवा, गेट उघडं असू दे!" तिनं धावा करायला सुरुवात केली. एक वळण गेल्यावर फार्म हाउस नजरेच्या टप्प्यात आलं. तळमजल्यावरचे दिवे चालू असलेले पाहून ती आनंदानं चीत्कारली.

पण गेटची आठवण होताक्षणी पुन्हा धावा सुरू झाला, "देवा, एवढ्या खेपेला गेट उघडं असू दे. पुन्हा कधीही काही मागणार नाही." तिनं अखेरचं वळण घेतलं. प्लीज, प्लीज, प्लीज! गेट उघडं होतं.

आता घामानं तिचे कपडे अंगाला चिकटले होते. तिनं गाडी सेकंड गिअरमध्ये घेऊन एवढ्या वेगानं आत घेतली की, ती गेटच्या उजव्या खांबाला घासली. व्हॅन आता काही इंचांवर होती. तिनं हॉर्नवर हात दाबून धरला. खड्ड्यांची तमा न बाळगता

ती पुढे जात होती.

गाडीच्या वेगामुळे बाजूच्या झाडांवरचे कावळे फडफडत हवेत उडाले. आता ती डॅनियलच्या नावानं मोठमोठ्यानं हाका मारू लागली. समोर पोर्चमधला दिवा लागला.

तिच्या गाडीच्या हेड लाइटचा झोत घरावर पडला. तरीही तिनं हॉर्नवरचा हात काढला नाही. घरापासून १०० यार्डांवर असताना तिला डॅनियल घराबाहेर पडताना दिसला; पण तिचा आणि व्हॅनचा वेग कमी झाला नाही. ५० यार्डांवर पोहोचल्यावर तिला डॅनियलचा गोंधळलेला, चिंताग्रस्त चेहरा दिसला.

तीस यार्डांवर तिनं ब्रेक दाबला. गाडी भरकटत कशीबशी त्या वाळूवर आली आणि किचनसमोरच्या फुलांच्या ताटव्यात घुसली. मागेही ब्रेक दाबल्याचा आवाज आला; पण त्या ड्रायव्हरला रस्ता सरावाचा नसल्यामुळे त्यानं डायनाच्या गाडीला जोरदार धडक दिली. डायनाची गाडी समोरच्या भिंतीवर आदळली. किचनच्या खिडक्यांच्या काचांचा चुराडा झाला.

डायना उडी मारूनच बाहेर पडली, "डॅनियल, पिस्तूल घेऊन ये! लवकर!" ती व्हॅनकडे बोट दाखवत ओरडली, "तो हरामखोर गेले २० मैल माझा पाठलाग करतोय.''

एका तरुणानं व्हॅनमधून उडी मारली आणि लंगडत त्यांच्या दिशेनं जाऊ लागला. डायना घरात पळाली. डॅनियलनं कोपऱ्यातली बंदूक उचलली आणि त्या अनाहूत पाहुण्याचा समाचार घ्यायला बाहेर आला. तो डायनाच्या गाडीमागे थांबला होता.

डॅनियलनं त्याच्यावर बंदूक रोखली, "हललास तर गोळी घालीन,'' तो थंडपणे म्हणाला. अचानक त्याला बंदुकीत गोळ्या नसल्याचं आठवलं. डायना बाहेर येऊन त्याच्या मागे उभी राहिली.

तो गोंधळ ऐकून रॅचेलही बाहेर आली. "मी नाही, मी नाही!'' तो तरुण ओरडला.

"काय चाललंय?'' तिनं विचारलं.

"पोलिसांना फोन कर.'' रॅचेल आत पळाली.

डॅनियल त्या भेदरलेल्या तरुणाच्या दिशेनं गेला. बंदूक त्याच्या छातीवर रोखलेली होती.

"मी नाही!'' तो पुन्हा ओरडला. "तो त्या गाडीत आहे.'' मग तो डायनाकडे वळून म्हणाला, "तुम्ही रस्त्याच्या कडेला थांबलेल्या असताना मी त्याला तुमच्या गाडीत शिरताना पाहिलं. मी दुसरं काय करू शकत होतो? तुम्ही तर थांबायला मुळीच तयार नव्हता.''

डॅनियल सावधपणे ऑडीच्या मागच्या बाजूला गेला. त्यानं त्या तरुणाला गाडीचं मागचं दार उघडायला फर्मावलं; पण बंदूक त्याच्यावर रोखूनच.

त्या तरुणानं गाडीचं मागचं दार हळूच उघडलं आणि झटकन मागे सरकला. ते तिघंही थक्क होऊन पाहत राहिले. गाडीच्या मागच्या भागात खाली एक माणूस दबा धरून बसला होता. त्याच्या उजव्या हातात सुऱ्याचं लांबलचक पातं चमकत होतं. डॅनियलनं काही न बोलता त्याच्यावर बंदूक रोखली.

लांबवर पोलिसांचा सायरन वाजला.

विकणे नाही

सॅली समर्सनं वयाच्या चौदाव्या वर्षी शाळेत पहिलं कला-पारितोषिक पटकावलं. नंतरची चार वर्षं सेंट ब्राइड्समध्ये स्पर्धा असायची ती दुसऱ्या क्रमांकासाठी; त्यामुळे शाळेतल्या शेवटच्या वर्षी तिला स्लेड स्कूल ऑफ फाइन आर्ट्सची शिष्यवृत्ती मिळाल्याचं कुणालाच आश्चर्य वाटलं नाही. शाळेत 'स्पीच डे'च्या दिवशी मुख्याध्यापिकाबाईंनीही तिचं तोंडभरून कौतुक केलं. तिचं भवितव्य उज्ज्वल आहे आणि तिच्या चित्रांना लंडनच्या कलादालनांमध्ये स्थान मिळेल, असं त्यांनी आत्मविश्वासानं सांगितलं. या स्तुतीनं सॅली हरखून गेली; पण आपल्यात तेवढी गुणवत्ता आहे की नाही, याबद्दल ती स्वतःच साशंक होती.

स्लेडच्या पहिल्याच वर्षात सगळ्यांना तिची गुणवत्ता जाणवली. तिचं चित्रकलेचं तंत्र असामान्य होतं. प्रत्येक सत्रागणिक तिच्या कुंचल्याची ताकद वाढत होती. तिच्या चित्रातल्या कल्पकतेमुळे तर इतर सर्व विद्यार्थी थबकून तिची चित्रं पाहत असत.

शेवटच्या वर्षी तैलचित्रात तिनं 'मेरी रिशागिझ्' आणि चित्रकलेत 'हेन्री टॉक्स' अशी दोन बक्षिसं पटकावली. असं दुहेरी यश क्वचितच कुणाच्या वाट्याला येत असे. रॉयल ॲकॅडमीचे अध्यक्ष सर रॉजर डी ग्रे यांच्या हस्ते तिनं पारितोषिक स्वीकारलं. 'भविष्य' असणाऱ्या मोजक्या विद्यार्थ्यांमध्ये तिची गणना होऊ लागली. मात्र, तिनं तिच्या आई-वडिलांना स्पष्ट सांगितलं की, दरवर्षी पहिल्या येणाऱ्या विद्यार्थ्याचं असंच कौतुक होतं. नंतर मात्र बहुतेकजण एखाद्या जाहिरात कंपनीत नोकरी करताना किंवा दूरवरच्या एखाद्या शाळेत कंटाळलेल्या मुलांना चित्रकला शिकवताना दिसतात.

शिक्षण संपल्यावर सॅलीपुढे तीन पर्याय होते. एखाद्या जाहिरात एजन्सीमध्ये नोकरीसाठी अर्ज करणे, कलाशिक्षकाची नोकरी पत्करणे किंवा धोका पत्करून

स्वत:च्या कलाकृती निर्माण करून लंडनमधल्या कलादालनात स्थान मिळवण्याचा प्रयत्न करणे.

तिच्या आई-वडिलांना तिच्या गुणवत्तेबदल शंका नव्हती; पण सॅलीच्या मते प्रत्येक एकुलत्या एक मुलीच्या आई-वडिलांना असं वाटणं स्वाभाविक होतं. ते संगीत शिक्षक आणि अकाउंटंट होते आणि त्यांनी चित्रकलेतलं विशेष कळत नसल्याचं प्रांजळपणे कबूल केलं होतं; पण ती कसून प्रयत्न करणार असली, तर आणखी वर्षभर तिला आर्थिक पाठिंबा देण्याची त्यांची तयारी होती.

त्यांची आर्थिक स्थिती ठीकठाक असली, तरी तिला वर्षभरासाठी पोसणं त्यांना कठीणच जाणार होतं. बराच विचार करून ती त्यांना म्हणाली, ''मला फक्त एक वर्ष द्या. त्यानंतर जर माझी चित्रं योग्य त्या दर्जाची नसली किंवा कुणीही ती प्रदर्शनात मांडायला तयार झालं नाही, तर ते वास्तव स्वीकारून मी नोकरी पत्करीन.'' पुढचे सहा महिने सॅलीनं स्वत:ला दिवस-रात्र कामात झोकून दिलं. या काळात तिनं एक डझन कलाकृती निर्माण केल्या. त्या तिनं कुणालाही दाखवल्या नाहीत; कारण आई-वडील किंवा मित्रमंडळी प्रामाणिक मत देणार नाहीत, अशी तिला भीती होती. पूर्ण संच तयार करूनच कठोर परीक्षणाला सामोरं जायचं हा तिचा निश्चय होता. कठोर परीक्षण आधी कलादालनाच्या संचालकांचं आणि मग त्याहून कठीण, ती चित्रं विकत घेणाऱ्या मायबाप जनतेचं.

सॅली सुरुवातीपासनूच अधाशासारखं वाचायची. तिनं बेलिनीपासून ते हॉकनीपर्यंत सर्व कलावंतांनी लिहिलेल्या पुस्तकांचा फडशा पाडला. ती वाचून तिची खात्री पटली की, कितीही गुणवत्ता असली तरी अपयशी ठरणाऱ्या आणि यशस्वी होणाऱ्या मोजक्या कलावंतांमधला फरक म्हणजे कामावरची निष्ठा आणि अथक परिश्रम. या जाणिवेमुळे तिला अधिक कष्ट घेण्याची प्रेरणा मिळाली. पार्टीची, डान्सची आमंत्रणं, मित्रमंडळींबरोबर वीकएन्डची धमाल या सर्व गोष्टींना तिनं पूर्ण फाटा दिला. हाती येणारा प्रत्येक क्षण ती कलादालनांना भेटी देण्यात आणि महान कलावंतांची भाषणं ऐकण्यात घालवू लागली.

अकराव्या महिन्यापर्यंत तिनं २७ चित्रं पूर्ण केली होती. त्यांतल्या गुणवत्तेबद्दल ती स्वत:च साशंक होती; पण आता मात्र त्रयस्थाचा अभिप्राय घेण्याची वेळ आली होती.

तिनं प्रत्येक चित्र काळजीपूर्वक पाहिलं. दुसऱ्या दिवशी सकाळी त्यांतली सहा चित्रं निवडून तिनं कॅनव्हासच्या फोल्डरमध्ये घातली आणि सेव्हन ओक्स ते लंडन ही ट्रेन पकडली.

तिनं कॉर्क स्ट्रीटपासून तिची मोहीम सुरू केली. तिथल्या गॅलरीजमध्ये बेकन, फ्रॉइड, हॉकनी, डन्स्टन, शॅडविक आदींच्या कलाकृती होत्या. तिथं तिची नवखी

चित्रं दाखवणं तर सोडाच, आत शिरण्याचीही तिची हिंमत झाली नाही. तिचा कॅनव्हॉस फोल्डर पाठीवर टाकून ती कॉंड्यू स्ट्रीटवर आली. तिथल्या खिडक्यांमध्ये तिला जोन्स, कॅम्पबेल, वरुझोन्स्की, फिंक आणि पावलोझी यांची चित्रं दिसली. तिचा धीर आणखी सुटला. अखेर कुठेही आत न शिरता ती परत फिरली.

रात्री थकूनभागून ती घरी पोहोचली. तिचा कॅनव्हास फोल्डर उघडलाही गेला नव्हता. एखाद्या लेखकाला त्याचं सगळं साहित्य 'साभार परत' आल्यावर काय वाटत असेल, हे तिला कळलं. रात्रभर तिचा डोळा लागला नाही; पण तिनं एक निर्णय घेतला. आपल्या चित्रांचं मूल्यमापन करून घ्यायचंच; मग अपमान झाला तरी बेहत्तर!

दुसऱ्या दिवशी सकाळी तिनं पुन्हा लोकल पकडली. या खेपेला ती ड्यूक स्ट्रीटवर गेली. डच कलाकारांची व्यक्तिचित्रं किंवा जॉनी फॉन हेफ्टन आणि राफाएल वॉल्श यांची चित्रं न पाहता ती सरळ सायमन बाउचियर गॅलरीच्या दाराशी आली. तिथं सिडनी हार्पलीच्या शिल्पकृती आणि म्यूरियल पेंबरटनची चित्रं यांचं प्रदर्शन भरलं होतं. दोन्ही कलावंतांचं नुकतंच निधन झालं होतं. म्यूरियल पेंबरटनवर आलेला मृत्युलेखही तिनं वाचला होता.

कदाचित मृत्यूच्या विचारानं असेल, पण सॅलीनं बाउचियर गॅलरीची निवड केली. कदाचित तोदेखील पूर्ण कारकीर्द समोर असलेल्या होतकरू कलाकाराच्या शोधात असेल.

प्रवेशद्वाराच्या आत एक मोठी रिकामी खोली होती. सगळ्या भिंतीवर म्यूरियल पेंबरटनच्या जलरंगातल्या कलाकृती होत्या. टेबलाशी एक तरुण स्त्री बसली होती. "काही मदत हवीय का?" तिनं विचारलं. "नाही," सॅली म्हणाली. "फक्त पाहत होते."

त्या मुलीनं सॅलीच्या कॅनव्हास बॅगेवर नजर टाकली; पण काही बोलली नाही. गॅलरीत एक चक्कर टाकून काढता पाय घ्यावा, असा सॅलीचा विचार होता. खोलीत फिरून ती एकेक पेंटिंग निरखून पाहू लागली. चित्रं उत्कृष्ट होती; पण कालांतरानं आपणही हा दर्जा गाठू शकू, अशी सॅलीची खात्री होती. म्यूरियल तिच्या वयाची असताना तिनं काढलेली चित्रं पाहायला सॅलीला आवडलं असतं.

चित्रं पाहत सॅली गॅलरीच्या टोकाला पोहोचली. तिथे तिला एकजण एक चित्र बारकाईनं न्याहाळताना दिसला. माणूस ठेंगणासा होता. केस विरळ होत चालले होते. अंगात कॉड्रॉय पँट आणि ट्वीडचा जीर्ण कोट असा वेष होता. तिच्या वडिलांच्या वयाचा असावा. तेच चित्र पाहत आणखी एक माणूस उभा होता. त्याला पाहून सॅली थबकली. सहा फुटांहून अधिक उंची, सावळा वर्ण आणि इटालियन देखणेपण; अशा पुरुषांचे फोटो मासिकांच्या मुखपृष्ठावर झळकतात. तो मात्र तिच्या

भावाच्या वयाचा वाटत होता.

हाच बाउचियर असेल का? असावा, अशी तिला आशा वाटली. म्हणजे धीर एकवटून तिनं स्वत:ची ओळख करून दिली असती. फक्त तो चुरगळलेल्या कोटातला माणूस जाण्याचा अवकाश होता. त्याच क्षणी त्या तरुणाचं तिच्याकडे लक्ष गेलं. तो मोकळेपणानं हसला. ती पटकन नजर फिरवून चित्र बघू लागली.

आता थांबावं की निघावं, या विचारात असतानाच ते दोघं दाराच्या दिशेनं चालू लागले.

ती जागीच थिजली आणि भिंतीवरचं एक पोर्ट्रेट पाहत असल्याचा बहाणा करू लागली. "त्यात काय आहे?" मागून मिस्कील आवाज आला. सॅलीनं वळून पाहिलं. मागे तेच दोघे उभे होते. त्यांतला लहानखोर माणूस तिच्या कॅनव्हास बॅगेकडे बोट दाखवत होता.

"काही चित्रं आहेत," सॅली चाचरत म्हणाली. "मी एक कलाकार आहे."

"मग पाहू दे मला," तो म्हणाला. "म्हणजे तू कलाकार आहेस की नाहीस, हे मला ठरवता येईल."

ती क्षणभर घुटमळली.

"चल लवकर," तो थट्टेच्या सुरात म्हणाला. "मी काही दिवसभर मोकळा नाही. मला एका महत्त्वाच्या अशिलाला लंचला घेऊन जायचंय. दिसतंय ना?" तो त्या उंच रुबाबदार माणसाकडे बोट दाखवत म्हणाला.

"ओ, आपण मि. बाउचियर का?" तिला निराशा लपवता आली नाही.

"हो. आतातरी तुझी पेंटिंग्ज पाहायची परवानगी मिळेल का?"

सॅलीनं चटकन ती सहाही चित्रं काढून जमिनीवर मांडली. दोघंही ती चित्रं निरखून पाहू लागले.

अखेर बाउचियर म्हणाला, "नॉट बॅड. काही दिवस राहू देत माझ्याकडे. पुढच्या आठवड्यात भेटू या. सोमवारी सकाळी साडेअकराला जमेल? आणि अलीकडे काढलेली आणखी काही चित्रं असतील, तर तीही घेऊन ये."

सॅलीची वाचाच बसली.

तो पुढे म्हणाला, "सोमवारच्या आधी भेटणं कठीण आहे. रॉयल ॲकॅडमीचं प्रदर्शन उद्या सुरू होतंय; त्यामुळे पुढचे काही दिवस मला क्षणाचीही उसंत मिळणार नाही. बरंय..."

तो तरुण अजूनही सॅलीची चित्रं पाहण्यात गर्क होता. अखेर मान वर करून त्यानं तिच्याकडे पाहिलं. "यांतलं खिडकीत बसलेल्या मांजरीचं चित्र विकत घ्यायला मला आवडेल. काय किंमत आहे त्याची?"

"अं..." सॅली म्हणाली. "तसं सांगता येणार नाही."

"ते विकायचं नाही," बाउचियर ठामपणे म्हणाला आणि त्यानं त्या तरुणाला दाराकडे नेलं.

तेवढ्यात तो तरुण म्हणाला, "माझं नाव अंतोनियो फ्लॅव्हेली. मित्रांसाठी टोनी." बाउचियरनं त्याला जवळजवळ ढकलूनच दुकानाबाहेर काढलं.

घरी परतताना सॅलीची कॅनव्हॉस बॅग रिकामी होती. लंडनच्या एका दलालानं तिच्या चित्रात रस दाखवल्याचं तिनं आई-वडिलांच्या कानावर घातलं.

दुसऱ्या दिवशी सकाळी सॅलीनं रॉयल ॲकॅडमीच्या उन्हाळी प्रदर्शनाला भेट द्यायचं ठरवलं. तिला तिच्या प्रतिस्पर्ध्यांच्या दर्जाचा अंदाज घ्यायचा होता. तिला तासभर रांगेत उभं राहावं लागलं. दारापासून सुरू झालेली रांग कारपार्क ओलांडून थेट फुटपाथपर्यंत लांब गेली होती. आपली उंची साडेसहा फूट असायला हवी होती, असं सॅलीला वाटलं कारण तिला फक्त डोक्यांचीच गर्दी दिसत होती. पुढचे दोन तास अनेक गॅलरीज पाहिल्यावर तिची एक-दोन चित्रं पुढच्या प्रदर्शनात स्थान मिळवू शकतील, याची तिला खात्री पटली.

ती क्रेगी एचिसनचं 'क्रूसावरील येशू' हे चित्र पाहण्यात गढून गेली होती. तिच्याजवळच्या कॅटलॉगमध्ये तिनं किंमत तपासली : १० हजार पौंड! तिच्या सर्व चित्रांना मिळून तरी एवढी किंमत येईल का, असं तिला वाटून गेलं. अगदी एकाग्रतेनं ते चित्र पाहत असतानाच मागून एक मृदू इटालियन आवाज आला. "हॅलो, सॅली!" वळून पाहते तो मागे टोनी फ्लॅव्हेली हसतमुखानं उभा होता.

"मि. फ्लॅव्हेली."

"मला टोनी म्हण प्लीज. तुला क्रेगी एचिसन आवडतो?"

"उत्कृष्टच आहे," सॅली म्हणाली. "स्लेडमध्ये त्याच्याकडे शिकण्याचं भाग्य मला लाभलंय. त्याची शैली मला चांगलीच परिचित आहे."

"एचिसनची चित्रं पूर्वी दोन-तीनशे पौंडांना मिळत असत. त्याला फार दिवस झालेले नाहीत. तुलाही असंच यश मिळणार आहे. इथे आणखी बघण्यासारखं काय आहे?"

कलाकृतीच्या संग्राहकाकडून सल्ला विचारला जाणं हा सॅलीच्या दृष्टीनं बहुमानच होता. ती म्हणाली, "ज्यूली मेजरचं 'बुक्स ऑन ए चेअर' हे शिल्प नजरेत भरण्यासारखं आहे. तिच्याकडे गुणवत्ता तर आहेच आणि उज्ज्वल भविष्यही!"

"तुलाही," टोनी म्हणाला.

"तुला खरंच तसं वाटतं?" सॅलीनं विचारलं.

"मला काय वाटतं ते महत्त्वाचं नाही," टोनी म्हणाला. "पण सायमन बाउचियरची मात्र तशी खात्री आहे."

"माझी चेष्टा करतोस?"

“छे! पण सोमवारी त्याला भेटल्यावर तुला कळेलच. लंचच्या वेळी त्याला बोलायला दुसरा विषयच नव्हता. ब्रशचा बेधडक वापर, अनोखी रंगसंगती, नवीन कल्पना. तो थांबायला तयारच नव्हता. तरीही ‘झोपलेली मांजर’ या चित्राची किंमत तुम्ही दोघांनी नक्की केल्यावर मला विकायचं त्यानं वचन दिलंय.”

सॅली अवाक् झाली.

“गुडलक!” टोनी तिचा निरोप घेत म्हणाला. “अर्थात, तुला त्याची गरजच नाही म्हणा.” क्षणभर थांबून तो म्हणाला, “तू हॉकनीच्या प्रदर्शनाला जाणार आहेस?”

“ते असल्याचंच मला ठाऊक नव्हतं,” सॅली म्हणाली.

“आज सहा ते आठ फक्त निमंत्रितांसाठीच ते प्रदर्शन ठेवलंय,” तो तिच्या डोळ्यांत पाहत म्हणाला. “येशील माझ्याबरोबर?”

“हो, आवडेल मला,” क्षणभर थांबून सॅली म्हणाली.

“छान! मग संध्याकाळी साडेसहाला रिट्झ पाम कोर्टमध्ये भेटू या.” सॅलीला पामकोर्ट सोडाच, रिट्झ कुठे आहे हेही ठाऊक नव्हतं; पण ते त्याला सांगायच्या आधीच तो गर्दीत दिसेनासा झाला.

सॅलीला आपला अवतार अगदीच गबाळा आणि अजागळ असल्याचं जाणवलं; पण सकाळी निघताना तिनं काही रिट्झसाठी कपडे घातले नव्हते. तिनं घड्याळात पाहिलं १२.४५. घरी जाऊन, कपडे बदलून ६॥ वाजता रिट्झमध्ये पोहोचता येईल, असा तिनं मनाशी हिशेब केला; पण त्याला पर्याय नव्हता. कारण जीन्स आणि टी-शर्ट या वेषात तिला रिट्झमध्ये प्रवेश मिळण्याची शक्यता कमी होती. ती धावतच पिकॅडली भागात आली आणि तिनं जवळचं ट्यूब स्टेशन गाठलं.

ती तिच्या आईच्या अपेक्षेपेक्षा लवकरच घरी पोहोचली आणि लगेच जायचंय असं सांगून लगबगीनं किचनकडे गेली.

“कसं होतं प्रदर्शन?” आईनं विचारलं.

“ठीक होतं,” ती वर जात म्हणाली. मग स्वत:शीच म्हणाली, “निदान मला काळजी वाटावी असं तरी नव्हतं.”

“रात्री जेवायला येणार आहेस?” आईनं किचनबाहेर डोकावत विचारलं.

“जमेलसं वाटत नाही,” असं म्हणून ती घाईघाईनं बाथरूममध्ये शिरली.

तासाभरानं ती खाली आली; पण त्याआधी तिनं अनेक ड्रेस घालून पाहिले होते. तिनं आरशात नजर टाकली. तिचा ड्रेस जरा तोकडाच होता; पण त्यामुळे तिचे सुडौल पाय नजरेत भरत होते. वर्गातही मुलांचं लक्ष समोरच्या मॉडेलपेक्षा तिच्या पायांकडे जास्त असायचं. टोनीवरही छाप पडेल, अशी तिची आशा होती.

“बाय मॉम!” ती आईला तिचा ड्रेस दिसण्याआधीच घराबाहेर पडली.

ट्रेननं ती चेरिंग क्रॉसला आली. तिथे कुणालाच रिट्झचा पत्ता विचारायचा तिचं धाडस होईना. तिनं सरळ टॅक्सी केली. चार पौंडांत रिट्झपर्यंत पोहोचता येईल असा तिचा अंदाज होता. तिच्याजवळ तेवढेच पैसे होते. टॅक्सीचा मीटर जरा वेगानंच फिरत असल्याचा तिला भास झाला. २ पौंड. ३, ३.२०, ४०, ६०, ८०. आता टॅक्सी थांबवावी लागणार, असं तिला वाटलं; पण तेवढ्यात ड्रायव्हरनं बाजूच्या फुटपाथजवळ गाडी उभी केली.

लांब निळा कोट घातलेल्या दरवानानं तत्परतेनं टॅक्सीचं दार उघडलं. ते ४ पौंड टॅक्सीवाल्याला देताना इतकी कमी टिप दिल्याबद्दल तिला अपराधी वाटलं. लाउंजमध्ये जाईपर्यंत सहा वाजून दहा मिनिटं झाली होती. बाहेर एखादी चक्कर मारून यावं, असं तिला वाटलं. ती बाहेर पडणार तेवढ्यात एक लांब काळा कोट घातलेला माणूस तिच्याजवळ येऊन म्हणाला, "मॅडम, मी काही मदत करू शकतो का?"

"मी टोनी फ्लॅव्हेलींना भेटायला आलेय," ती चाचरत म्हणाली.

"मि. फ्लॅव्हेली! जरूर मॅडम. या, मी तुम्हाला पामकोर्टमधलं त्यांचं टेबल दाखवतो."

ती त्याच्या मागोमाग गेली. कॉरिडॉरमध्ये जाड गालिचा होता. टोकाला चार पायऱ्या चढल्यावर ती एका मोठ्या, मोकळ्या जागेत आली. तिथे अनेक लहान, गोल टेबलं मांडली होती. त्यांतली बहुतेक भरलेली होती. त्या कोटवाल्या माणसानं सॅलीला बाजूचं एक टेबल दाखवलं. ती स्थानापन्न झाल्यावर एक वेटर आला.

"शँपेन आणू मॅडम?"

"नको, फक्त एक कोक."

वेटर गेल्यावर सॅलीनं भोवताली नजर टाकली. रूम आलिशान फर्निचरनं सजली होती. तिथले उच्चभ्रू लोक त्या वातावरणात सहजपणे वावरत होते. थोड्या वेळानं वेटर एका सुंदर ग्लासमध्ये कोकाकोला घेऊन आला. जोडीला बर्फ आणि लिंबू होतं. ती सावकाश कोक पिऊ लागली. तिची नजर वारंवार घड्याळाकडे जात होती. तिनं तिचा ड्रेस शक्य तेवढ्या खाली ओढला. आता ती जरा धास्तावली होती. कारण टोनी आला नसता, तर कोकचं बिल द्यायलाही तिच्याकडे पैसे नव्हते. मग अचानक तो तिला दिसला. त्याच्या अंगात मोतिया शर्ट आणि जरासा सैल डबल ब्रेस्टेड सूट होता. वाटेत काही क्षण थांबून तो एका देखण्या, तरुण स्त्रीशी बोलला. मग त्यानं तिच्या गालांचं चुंबन घेतलं आणि सॅलीच्या दिशेनं आला.

"सॉरी!" तो म्हणाला. "तुला ताटकळत ठेवायची माझी इच्छा नव्हती. फार उशीर नाही झाला ना मला?"

“छे! मीच जरा लवकर आले.” त्यानं हलकेच तिच्या हाताचं चुंबन घेतलं. काय करावं ते तिला सुचेना.

“प्रदर्शन कसं वाटलं?” त्यानं विचारलं. तेवढ्यात एक वेटर जवळ येऊन म्हणाला, “सर, तुमचं नेहमीचं?”

“हो. थँक्स, मायकेल.”

“आवडलं मला,” सॅली म्हणाली. “पण...”

“पण तूही त्याच तोडीचं काम करू शकतेस असं तुला वाटलं, हो ना?”

“तसं नव्हतं म्हणायचं मला,” सॅली म्हणाली. तो चेष्टा करतोय की काय, असं तिला वाटलं; पण तिचा चेहरा गंभीर होता. “पण मला हॉकनी जास्त आवडेल.”

वेटरनं टोनीसमोर शँपेनचा ग्लास ठेवला.

“आता मला खरं सांगावंच लागेल,” टोनी म्हणाला.

सॅलीनं तिचा ग्लास खाली ठेवला. त्याचं नेमकं म्हणणं तिला कळेना.

“हॉकनीचं प्रदर्शन आज नाहीच,” तो म्हणाला. “त्यासाठी तुला ग्लासगोला जावं लागेल.”

सॅली गोंधळली, “पण तू तर म्हणालास...”

“ते तुला भेटण्याचं निमित्त होतं.”

सॅली कोड्यात पडली; पण सुखावलीही. तिला उत्तर सुचेना.

“आता निर्णय तुझा आहे,” तो म्हणाला. “आपण बरोबर डिनर घ्यायचं किंवा मी तुला स्टेशनवर सोडायचं. म्हणजे तुला सेव्हन ओक्सची गाडी पकडता येईल.”

“मी सेव्हन ओक्सला राहते हे तुला कसं कळलं?”

“तुझ्या कॅनव्हास बॅगवर ते ठळक अक्षरांत लिहिलं होतं,” तो हसत म्हणाला.

सॅलीही मोकळेपणानं हसली. “डिनर चालेल,” ती म्हणाली.

टोनीनं बिल दिलं आणि तिला घेऊन आर्लिंग्टन रोडवरच्या रेस्टॉरंटमध्ये आला.

या वेळी सॅलीनं ग्लासभर शँपेन घेतली. जेवणाची निवड मात्र तिनं टोनीवर सोपवली. तो सर्वतोपरी तिची काळजी घेत होता. बोलण्यावरूनही तो बहुश्रुत असल्याचं जाणवत होतं. तरी तो स्वत: नेमकं काय करतो, याचा तिला शेवटपर्यंत पत्ता लागला नाही.

बिल दिल्यावर त्यानं विचारलं, “माझ्या घरी कॉफी घेऊ या?”

“आता नको,” ती घड्याळाकडे पाहत म्हणाली. “नाहीतर माझी शेवटची ट्रेन चुकेल.”

“मग मी तुला स्टेशनवर सोडतो. तुझी शेवटची गाडी चुकायला नको,” तो

बिलावर सही करत म्हणाला.

या वेळी मात्र तो थट्टा करत असल्याचं ओळखून ती लाजली.

चेरिंग क्रॉस स्टेशनवर तिला सोडताना तो म्हणाला, "आपण पुन्हा केव्हा भेटू शकू?"

"सोमवारी माझी बाउचियरबरोबर साडेअकराला भेट ठरलीय. बरोबर? मग त्यानं तुझ्याबरोबर करार केला की, तो आपण साजरा करू. मी साडेबाराच्या सुमाराला गॅलरीत येतो. गुडबाय!" जाताना त्यानं तिच्या ओठांचं ओझरतं चुंबन घेतलं.

ट्रेनच्या कोंदट डब्यात प्रवास करताना सॅलीच्या मनात एकच विचार होता– टोनीच्या घरची 'कॉफी' नेमकी कशी झाली असती?

पुढच्या सोमवारी सकाळी साडेअकरा वाजता सॅली गॅलरीत हजर झाली. समोर सायमन गुडघे टेकून कार्पेटवर पसरलेली चित्रं पाहण्यात गर्क होता. ती तिची चित्रं नव्हती; पण त्या चित्रांबद्दल तिचं आणि सायमनचं मत तंतोतंत जुळलं असतं.

सायमननं मान वर करून तिच्याकडे पाहिलं, "गुड मॉर्निंग, सॅली. काय भयानक पेंटिंग्ज आहेत ना? खरी गुणवत्ता सापडण्यासाठी अशी बरीच रद्दी नजरेखालून घालावी लागते." तो उभा राहिला. "पण लक्षात ठेव. एका बाबतीत मात्र नताशा क्रॅस्नोसेल्योडकिना तुझ्या वरचढ ठरेल."

"कोणत्या?"सॅलीनं विचारलं.

"उद्घाटनाच्या वेळी गर्दी खेचण्याची क्षमता."

"ती कशी?"

"कारण ती स्वत: एक रशियन सरदारकन्या असल्याचा दावा करते आणि रशियाच्या शेवटच्या सम्राटाची – झारची – थेट वंशज असल्याचं सांगते. मला ती थाप वाटते; पण काय करणार? सध्या तिचाच बोलबाला आहे. अँडी वॉरहॉलनं म्हटलंच आहे, 'प्रत्येकजण १५ मिनिटांपुरती प्रसिद्धी मिळवू शकतो.' नताशाच्या बाबतीत ३० मिनिटे म्हणू या. सकाळच्या खमंग वृत्तपत्रांनी ती प्रिन्स अँड्र्यूची प्रेयसी असल्याचं म्हटलंय. त्यांची कधीच भेट झालेली नसणार, हे मी पैजेवर सांगतो; पण जर तो उद्घाटनाला आला, तर तोबा गर्दी उसळेल. मात्र, एकही चित्र विकलं जाणार नाही."

"असं का वाटतं तुम्हाला?" सॅली म्हणाली.

"कारण चित्रं खरेदी करणारे लोक एवढे मूर्ख नसतात. बहुतेकांच्या दृष्टीनं ती एक मोठी गुंतवणूक असते आणि आपल्याला कलेची उत्तम पारख आहे तसेच ही गुंतवणूक शहाणपणाची आहे अशी समजूत करून घ्यायला त्यांना आवडतं; पण

नताशाची चित्रं या दोन्ही कसोट्यांवर नापास होतील. तुझी मात्र दोन्ही कसोट्यांवर खरी उतरतील; पण आधी मला तुझी बाकीची पेंटिंग्ज दाखव.''

सॅलीनं तिचा गच्च भरलेला कॅनव्हास फोल्डर उघडला आणि त्यातली चित्रं काढून कार्पेटवर ठेवली.

सायमन पुन्हा गुडघ्यांवर बसला. बराच वेळ तो काही बोलला नाही. शेवटी त्यानं एकाच शब्दात मत मांडलं, ''सातत्यपूर्ण.''

''पण मला याच दर्जाची आणखी चित्रं हवी आहेत,'' तो उभा राहत म्हणाला. ''कमीतकमी एक डझन आणि तीही ऑक्टोबरपर्यंत. घराच्या आतल्या विषयांवर जास्त लक्ष दे. कारण त्यात तुला उत्तम गती आहे. मी तुझ्यात माझा वेळ, ज्ञान आणि भरपूर पैसा यांची गुंतवणूक करावी असं तुला वाटत असेल, तर चित्रं फक्त चांगली असून भागणार नाही. उत्कृष्ट हवीत. मिस समर्स, ऑक्टोबरपर्यंत आणखी एक डझन चित्रं काढू शकाल?''

ऑक्टोबरला पाचच महिने शिल्लक असल्याचा विचार न करता सॅली म्हणाली, ''अर्थातच.''

''छान! ही चित्रं जर तू दिलीस तर ती आपल्याला गाफील पब्लिकसमोर मांडता येतील!'' ऑफिसमध्ये जाऊन त्यानं डायरी चाळली. मग म्हणाला, ''नेमकं सांगायचं तर १७ ऑक्टोबर.''

सॅली अवाक् झाली

''ऑक्टोबरपर्यंत तुझं आणि राजपुत्र चार्ल्सचं प्रेमप्रकरण रंगलं, तर नताशा बातम्यांमधून हद्दपार होईल आणि उद्घाटनाच्या वेळी गर्दीही भरपूर होईल.''

''जर तोपर्यंत १२ चित्रं काढायची असतील, तर प्रेमप्रकरण वगैरे शक्य नाही.''

''अरेरे!'' सायमन म्हणाला. ''उद्घाटनाला जर कुणी दलाल आलेच, तर ते तुझी पेटिंग्ज नक्कीच विकत घेतील. अप्रसिद्ध कलाकारांची चित्रं पाहायला त्यांना बोलावणं हेच मुळी अवघड असतं.'' त्यानं एकदम तिच्या खांद्यापलीकडे नजर टाकली. ''हॅलो, टोनी! तू आज येशील असं वाटलं नव्हतं.''

''कारण तुला मी यायला नको होतो,'' टोनीनं प्रत्युत्तर केलं. ''सॅलीचा करार साजरा करायला तिला लंचला न्यावं म्हणतो.''

''समर्स प्रदर्शन!'' सायमन स्वत:च्याच कोटीवर खूश होत म्हणाला. ''हे प्रदर्शन जूनमध्ये रॉयल अॅकॅडमीत नव्हे तर ऑक्टोबरमध्ये बाउचियर गॅलरीत सुरू होईल. १७ ऑक्टोबर हा सॅलीचं भवितव्य ठरवणारा दिवस असेल.''

''अभिनंदन!'' टोनी म्हणाला. ''मी माझ्या सर्व मित्रांना घेऊन येईन.''

''पण मला त्यांतल्या फक्त श्रीमंत मित्रांमध्येच रस आहे हं!'' सायमन म्हणाला.

तेवढ्यात कुणीतरी गॅलरीत आलं.

"नताशा," सायमन म्हणाला. एक सडपातळ, काळ्या केसांची तरुणी आत आली. सॅलीच्या मते ती कलाकार वाटण्याऐवजी कलाकारांचं मॉडेल म्हणून जास्त शोभली असती.

"लवकर आल्याबद्दल थँक्स, नताशा. आता तुम्ही दोघं छान लंच घ्या," सायमन टोनीकडे पाहून म्हणाला. टोनीची नजर मात्र नताशावर खिळली होती.

नताशाचं त्याच्याकडे लक्षही नव्हतं. ती सॅलीची चित्रं पाहण्यात रंगून गेली होती. टोनी आणि सॅली बाहेर पडताना तिच्या चेहऱ्यावर हेवा दिसत होता.

"किती सुंदर आहे ना ती?" सॅली म्हणाली.

"हो?" टोनी म्हणाला. "माझं लक्षच नव्हतं."

"राजपुत्र अँड्र्यूचं तिच्याशी खरंच प्रेमप्रकरण असेल, तर त्याला दोष देता येणार नाही."

"छे!" टोनी खिशात हात घालत म्हणाला. "सायमनला हा चेक द्यायलाच विसरलो. थांब इथे, मी एक मिनिटात आलोच."

टोनी धावत गॅलरीकडे गेला. सॅली कोपऱ्यावर थांबली. त्याचं एक मिनिट चांगलंच लांबलं. अखेर तो परतला.

"सॉरी! सायमनचा फोन चालू होता." त्यानं सबब सांगितली. सॅलीचा हात हातात घेऊन तो तिला जवळच्याच एका लहानशा इटालियन रेस्टॉरंटमध्ये घेऊन गेला. तिथेही त्याच्यासाठी राखून ठेवलेलं टेबल होतंच.

त्यानं शँपेन मागवली. "तुझा विजय साजरा करण्यासाठी," तो म्हणाला. सॅलीनेही ग्लास उंचावला; पण त्याच वेळी, तिनं सायमनला दिलेला शब्द पाळायचा असेल तर किती काम करावं लागेल, याचीही तिला जाणीव झाली.

टोनीनं दुसरा ग्लास भरल्यावर सॅली मंद हसली. "आजचा दिवस खूपच संस्मरणीय होता. मला आई-बाबांना फोन करून हे सांगायला हवं; पण त्यांचा विश्वास बसणार नाही."

तिसरा ग्लास भरला जाईपर्यंत सॅलीचं सॅलडही संपलं नव्हतं. टोनीनं तिचा हात हातात घेऊन त्याचं चुंबन घेतलं. "तुझ्याइतक्या सुंदर आणि इतकी गुणवत्ता असलेल्या मुलीला मी यापूर्वी कधीच भेटलो नव्हतो," तो म्हणाला. सॅली संकोचली. तिनं शँपेनचा घोट घेतला. त्याच्या बोलण्यावर विश्वास ठेवावा की नाही, या संभ्रमात ती होती; पण आणखी एक ग्लास व्हाइट वाइन आणि दोन ग्लास रेड वाइन संपल्यावर तिनं विश्वास ठेवण्याचा निर्णय घेतला.

बिल दिल्यावर टोनीनं पुन्हा एकदा तिला त्याच्या घरी कॉफीसाठी आमंत्रण दिलं. आज यानंतर काम करता येणं शक्य नाही, हे सॅलीनं ओळखलं होतं; त्यामुळे

तिनं होकार दिला. नाहीतरी एक दुपार सुट्टी घेण्याचा तिचा अधिकार होताच.

टॅक्सीनं चेल्सीला जाताना तिनं टोनीच्या खांद्यावर डोकं ठेवलं. त्यानं हळूच तिचं चुंबन घेतलं. त्याच्या घरी पोहोचल्यावर तो तिला आधार देत घरात घेऊन गेला. ड्रॉइंग रूममध्ये ती एका सोफ्यावर मुटकुळं करून बसली. तो आतल्या खोलीत नाहीसा झाला. सर्व फर्निचर, भिंतीवरची चित्रं, आता तिला धूसर दिसू लागली. तेवढ्यात टोनी शँपेनची बाटली आणि दोन ग्लास घेऊन बाहेर आला. त्यानं कोट, टाय आणि बूट काढल्याचं सॅलीच्या लक्षात आलं नाही.

त्यानं पुन्हा तिचा ग्लास भरला. तिनं एक घोट घेतल्यावर त्यानं हळूच तिच्या खांद्याभोवती हात टाकून तिला जवळ घेतलं आणि तिचं चुंबन घेतलं. तिनं शँपेनचा ग्लास उंचावला. त्यानं तो बाजूच्या टेबलावर ठेवला आणि आवेगानं तिच्यावर चुंबनांचा वर्षाव केला. ती मागे कलली. त्याचा हात तिच्या मांडीवर फिरू लागला.

तिनं प्रत्येक वेळी त्याला थांबवण्याचा प्रयत्न केल्यावर काय करायचं, हे त्याला पक्कं ठाऊक होतं. पूर्वी एखाद्या सहकाऱ्यानं सिनेमा पाहताना हेच केलं, तर सॅलीचं परिस्थितीवर पूर्ण नियंत्रण असे; पण टोनीइतका चतुर, हुशार आणि अनुभवी कुणीच नव्हता. तिचा ड्रेस अंगावरून कधी गळून पडला, हे तिला कळलंच नाही.

ते क्षणभर वेगळे झाले. फार उशीर होण्यापूर्वी निघायला हवं, हे सॅलीला कळत होतं. तेवढ्यात टोनीनं शर्ट काढला आणि पुन्हा तिला मिठीत घेतलं. त्याच्या छातीची ऊब तिला जाणवली. त्यानंतर मात्र तिनं प्रत्येक क्षणाचा आनंद कधी नव्हे इतका मनमुराद उपभोगला.

अखेर पाठीवर वळत टोनी म्हणाला, "खरंच, आजचा दिवस खूपच लक्षात राहण्यासारखा होता; पण मी मात्र माझ्या आई-वडिलांना फोन करणार नाही हं!" तो हसला. सॅली काहीशी शरमली. तिच्याशी शरीरसंबंध आलेला तो चौथाच पुरुष होता. पण याआधीच्या तिघांना ती पूर्वी अनेक महिने ओळखत होती – एकाला तर काही वर्षं.

पुढचा तासभर ते अनेक विषयांवर बोलले. त्याला तिच्याबद्दल नेमकं काय वाटतं, हे सॅलीला जाणून घ्यायचं होतं. पण त्यानं थांगपत्ता लागू दिला नाही.

काही वेळानं त्याच गोष्टीची पुनरावृत्ती झाली. सॅलीच्या दृष्टीनं तो अनोखा अनुभव होता.

तिनं शेवटची गाडी पकडली खरी; पण चुकली असती तर बरं झालं असतं, असं तिला वाटलं.

पुढचे काही महिने सॅलीनं स्वतःला कामात पूर्णपणे झोकून दिलं. नवनव्या कल्पना कॅनव्हासवर उतरवल्या. प्रत्येक पेंटिंग पूर्ण झाल्यावर ते ती सायमनला दाखवून त्याचं मत घेत असे. दर चित्रागणिक सायमनच्या चेहऱ्यावरचं हसू रुंदावत होतं.

'ओरिजिनल' हाच त्याचा शेरा असे. सॅली त्याला तिच्या पुढच्या चित्राबद्दल सांगायची, तर तो तिला ऑक्टोबरच्या उद्‌घाटनाच्या तयारीबद्दल माहिती द्यायचा.

अनेकदा ती टोनीबरोबर लंच घेत असे आणि नंतर टोनीच्या घरी त्यांचा प्रणय रंगत असे. अगदी तिच्या शेवटच्या ट्रेनची वेळ होईपर्यंत.

सॅलीला टोनीच्या सहवासात जास्त वेळ घालवावासा वाटे; पण तिला सायमननं घालून दिलेल्या वेळेच्या मर्यादेचं पूर्ण भान होतं. तिकडे कॅटलॉगचं प्रूफरीडिंग सुरू होतं. आमंत्रणपत्रिका छापून तयार होत्या. टोनीदेखील तिच्यासारखाच व्यग्र असल्याचं जाणवत होतं. अलीकडे लंडनमध्येही त्यांची भेट होणं दुर्मीळ झालं होतं. आता सॅली रात्रही त्याच्या घरी काढू लागली होती. तिनं आता त्याच्या घरीच मुक्काम हलवावा, असं टोनीनं सुचवलं. तिच्या लक्षात आलं की, त्याच्या घरी माळ्यावर तिला तिचा स्टुडिओ सहज थाटता येईल; पण ते करण्यापूर्वी हे प्रदर्शन यशस्वी होणं गरजेचं होतं. मग त्यानं स्पष्ट विचारल्यावर ती उत्तर देऊ शकली असती.

प्रदर्शन सुरू होण्याच्या दोनच दिवस आधी तिनं तिचं शेवटचं चित्र सायमनच्या हाती दिलं. ते पाहून तर त्यानं आनंदानं उडीच मारली. "ओ हो! तुझं आतापर्यंतचं हे सर्वोत्कृष्ट पेंटिंग! आपण जर किमतीबद्दल तारतम्य बाळगलं तर प्रदर्शन संपण्याच्या आत यांतली निम्मी चित्रं सहज खपतील."

"फक्त निम्मीच?" सॅलीला निराशा लपवता आली नाही.

"तरुण मुली," सायमन म्हणाला. "हा तुझा पहिलाच प्रयत्न आहे हे विसरू नकोस. पहिल्या प्रदर्शनात लेस्ली ॲनचं एकच चित्र विकलं गेलं होतं आणि आता तिची सर्व चित्रं एका आठवड्यात खपतात."

तरीही सॅलीचा चेहरा पडलेलाच होता. आपण ही गोष्ट जरा खुबीनं सांगायला हवी होती, असं सायमनला वाटलं.

"काळजी करू नकोस. विकली न गेलेली चित्रं आपण सांभाळून ठेवणारच आहोत. तुझ्या चित्रांना चांगले अभिप्राय मिळू लागले की, तीही झटकन विकली जातील."

तरीही सॅली उदासच होती.

"याच्या फ्रेम्स आणि स्टँड कसे वाटतात?" सायमननं विषय बदलला.

त्या सोनेरी फ्रेम्स आणि फिक्कट करड्या रंगाचे स्टँड पाहून सॅलीच्या चेहऱ्यावर पुन्हा हसू फुललं.

"छान आहेत ना?" सायमन म्हणाला. "त्यामुळे चित्रांमधले रंग अगदी खुलून दिसतात."

सॅलीनं मान डोलवली खरी; पण त्याचबरोबर या चौकटीची किंमत काय असेल आणि हे प्रदर्शन जर अपयशी ठरलं तर पुन्हा संधी मिळेल का, ही काळजी तिला

भेडसावू लागली.

सायमन म्हणाला, ''पी ए मध्ये माईक सॅलिस नावाचा माझा मित्र आहे.''

''पी ए?''

''प्रेस असोसिएशन. माईक फोटोग्राफर आहे. सतत नवीन बातमीच्या शोधात असतो. तो तुझ्या पेंटिंग्जबरोबर तुझा फोटो काढून फ्लीट स्ट्रीटवर वाटेल. आता फक्त नताशानं त्या दिवशी सुट्टी काढावी, अशी प्रार्थना करू या. फार अपेक्षा धरू नकोस; पण एखादा मासा गळाला लागेलही. स्लेडमधून बाहेर पडल्यावरचं तुझं पहिलं प्रदर्शन– एवढीच जाहिरात करता येईल. पहिल्या पानावर मोठी बातमी वगैरे येणार नाही.''

सॅलीचा धीर पुन्हा सुटला.

''पण अजूनही प्रिन्स चार्ल्सला पटवायचा प्रयत्न करता येईल. आपल्या सर्व अडचणी सुटतील.''

सॅली हसून म्हणाली, ''पण ते टोनीला आवडणार नाही.''

यावर शेरेबाजी करण्याचा मोह सायमननं आवरला.

ती संध्याकाळ सॅलीनं टोनीबरोबर काढली; त्याचं लक्ष भरकटल्याचं तिला जाणवलं; पण त्याबद्दल तिनं स्वत:लाच दोष दिला. कदाचित सायमनच्या अंदाजामुळे झालेली निराशा तिला लपवता आली नसावी. प्रदर्शन संपल्यावर त्यांच्या नात्याचं काय होणार, या प्रश्नाला टोनीनं शिताफीनं बगल दिली.

त्या रात्री सॅलीनं चेरिंग क्रॉसवरून रात्रीचीच ट्रेन पकडली.

दुसऱ्या दिवशी सकाळी सगळाच फज्जा उडणार या भीतीनं तिला घेरलं. तिच्या खोलीत आता एकही चित्र शिल्लक नव्हतं. टोनी प्रदर्शनाच्या दिवसापर्यंत कामानिमित्त लंडनच्या बाहेरच असणार होता; त्यामुळेही ती नाराज होती. बाथटबमध्ये पडल्यापडल्याही ती त्याचाच विचार करत होती.

''पण प्रदर्शनाच्या रात्री मात्र मी तुझा पहिला ग्राहक असेन,'' त्यानं वचन दिलं. ''मला झोपलेल्या मांजरीचं चित्र विकत घ्यायचंय.''

तेवढ्यात फोन वाजला; पण तो खाली तिच्या आईनं घेतला.

''तुझा फोन आहे,'' ती खालच्या पायरीवरून ओरडली.

फोन टोनीचा असेल म्हणून तिनं घाईघाईनं तो घेतला; पण फोनवर सायमन होता.

''हाय सॅली! सायमन बोलतोय. चांगली बातमी आहे. पीएचा माईक सॅलिस दुपारी गॅलरीत येतोय. तोपर्यंत सर्व चित्रांना फ्रेम्स लावून झालेल्या असतील आणि ती चित्रं पाहणारा तो पहिला पत्रकार असेल. त्या लोकांना पहिल्या नंबराची फार हौस

असते. हे खूप दुर्मीळ प्रदर्शन असल्याचं मी त्याला पटवून देणार आहे आणि हो, कॅटलॉगही छापून झालाय. अप्रतिम!''

सॅलीनं त्याचे आभार मानले. तिनं टोनीला फोन करायचा विचार केला. आजची रात्र एकत्र काढून उद्या बरोबरच प्रदर्शनाला जाऊ या, असं तिला सुचवायचं होतं; पण तो परगावी असल्याचं तिला आठवलं. दिवसभर ती घरीच येरझारा घालत राहिली. संभाषण होतं फक्त तिच्या मांजरीशी.

दुसऱ्या दिवशी सकाळी सॅलीनं लवकरच घर सोडलं. कॅटलॉगमधल्या चित्रांच्या नोंदी तिला तपासायच्या होत्या. गॅलरीत येताक्षणी तिचे डोळे चमकले. पाच-सहा चित्रं आधीच भिंतीवर लागली होती आणि चित्रं चांगली असल्याचं तिला प्रथमच जाणवलं. तिनं ऑफिसवर नजर टाकली. सायमन फोनवर बोलत होता. त्यानं हसून हात हलवला आणि 'आलोच' अशी खूण केली.

तिनं पुन्हा एकदा पेंटिंग्जवरून नजर फिरवली. तेवढ्यात तिचं लक्ष टेबलावर पडलेल्या कॅटलॉगकडे गेलं. कव्हरवर 'समर्स प्रदर्शन' अशी अक्षरं होती. खाली तिनं आई-वडिलांच्या ड्रॉइंग रूममध्ये बसून काढलेलं चित्र होतं. खिडकीत एक काळी मांजर पावसाची पर्वा न करता झोपली होती. खिडकीपलीकडे गवत माजलेलं दिसत होतं.

तिनं कॅटलॉग उघडून पहिल्या पानावरची प्रस्तावना वाचली.

अनेकदा परीक्षकांचं एक ठरावीक वाक्य असतं : या वर्षीचा विजेता निवडणं खूपच कठीण होतं; पण सॅली समर्सची कला पाहताच हे काम सोपं झालं. त्यातली गुणवत्ता लगेच जाणवते. सॅलीनं स्लेडमध्ये एकाच वर्षी ऑइलपेंट आणि ड्रॉइंग ही दोन्ही महत्त्वाची पारितोषिकं पटकावली आहेत. तिची कारकीर्द फुललेली पाहण्याची मला उत्सुकता आहे.

सॅलीला मेरी रिशगिझ् आणि हेन्री टॉंक्स पारितोषिकं देताना सर रॉजर डी ग्रे यांनी काढलेले हे उद्गार होते.

तिनं कॅटलॉगची पानं उलटली. सायमननं या छपाईत सर्व गोष्टींचा बारकाईनं विचार केल्याचं जाणवत होतं.

फोनवर सायमनचं संभाषण चालूच होतं. तेवढ्यात खाली जाऊन इतर चित्रंही पाहावीत असं तिला वाटलं. खालच्या गॅलरीत रंगांची एकच उधळण झालेली दिसत होती. ती चित्रं एवढ्या खुबीनं भिंतीवर टांगलेली होती की, ती आज तिला वेगळीच भासली.

चित्रं पाहून वर जाताना तिच्या चेहऱ्यावर समाधानाचं हसू होतं. गॅलरीच्या

मधोमध ठेवलेल्या टेबलावर एक पुस्तिका होती. वर एन. के. अशी अक्षरं होती. सॅलीनं पान उलटलं. आत सुमार दर्जाची वॉटरकलर चित्रं होती.

तिनं आणखी काही पानं उलटली. तिच्या प्रतिस्पर्ध्याच्या चित्रांचं कधीकाळी प्रदर्शन भरण्याची मुळीच शक्यता दिसत नव्हती. त्यात तिचं स्वत:चं विवस्त्रावस्थेत काढलेलं चित्रही होतं; पण तेही तिच्या सौंदर्याला पुरेसा न्याय देत नव्हतं. तो फोल्डर बंद करून निघणार एवढ्यात ती जागच्या जागी थिजली.

एका चित्रात अर्धवट कपड्यातली नताशा एका पुरुषाच्या मिठीत उभी होती. त्या चित्राचा दर्जाही सुमारच होता; पण तो पुरुष कोण याबद्दल सॅलीच्या मनात तिळमात्र शंका उरली नाही.

तिला शिसारी आली. तिनं फटकन ते पुस्तक बंद केलं आणि जिना चढून तळमजल्यावर आली. सायमन कुणाशी तरी बोलत होता. त्या माणसाच्या खांद्यावर अनेक कॅमेरे लटकत होते.

"सॅली," सायमन तिच्याकडे येत म्हणाला. "हा माईक..."

सॅली दोघांकडेही दुर्लक्ष करून दरवाजाच्या दिशेनं धावत सुटली. तिच्या गालांवरून अश्रू वाहत होते. बाहेर आल्यावर ती सेंटजेम्सच्या दिशेनं वळली. तिला गॅलरीपासून शक्य तितकं लांब जायचं होतं. वाटेत अचानक ती थबकली. समोरून टोनी आणि नताशा हातात हात घालून तिच्याच दिशेनं येत होते.

ती फुटपाथ उतरून रस्ता ओलांडू लागली. त्यांचं लक्ष तिच्याकडे जायच्या आत तिला पलीकडं पोहोचायचं होतं.

तेवढ्यात एका गाडीचा करकचून ब्रेक दाबल्याचा आवाज आला आणि एक जोरदार धक्का बसून ती रस्त्याच्या मधोमध फेकली गेली.

शुद्धीवर येताना तिला खूप थकवा जाणवत होता. तिनं डोळ्यांची उघडझाप केली. कुणीतरी बोलत असल्याचे आवाज येत होते. काही क्षणांतच तिची नजर स्थिरावली.

ती एका पलंगावर होती. एक पाय प्लॅस्टर लावून टांगलेला दिसत होता. दुसऱ्या पायावर पांघरूण होतं. तिनं बोटं हलवून तो पाय ठीक असल्याची खात्री करून घेतली. हळूहळू हातही हलवून पाहिले. तेवढ्यात एक नर्स कॉटजवळ आली.

"या जगात तुझं स्वागत, सॅली."

"मी किती वेळ बेशुद्ध होते?"

"दोन दिवस," ती नर्स म्हणाली. "पण तू झपाट्यानं बरी होत आहेस आणि तू विचारायच्या आधीच सांगते. तुझा पाय मोडलाय. चेहरा काळानिळा झालाय. पण तू इथून जायच्या आत ठीक होईल." मग पुढच्या रुग्णाकडे जात ती म्हणाली,

''तुझा पेपरमध्ये आलेला फोटो मात्र झकास होता. तुझ्या मैत्रिणींनीही तुझं तोंडभरून कौतुक केलं. मग, एवढी प्रसिद्धी मिळाल्यावर कसं वाटतंय?''

सॅलीला काही बोध होईना; पण तिनं काही विचारण्यापूर्वीच ती नर्स पुढच्या रुग्णाकडे गेली.

सॅली तिला परत बोलावणार होती; पण तेवढ्यात दुसरी एक नर्स ज्यूस घेऊन आली.

''यानं सुरुवात करू या,'' ती म्हणाली. सॅलीनं ज्यूसचा घोट घेतला.

ज्यूस संपल्यावर नर्स म्हणाली, ''तुला भेटायला एकजण बराच वेळ थांबले आहेत. त्यांना भेटू शकशील?''

''नक्कीच,'' सॅली म्हणाली. तिला टोनीला भेटायची फारशी इच्छा नव्हती; पण नेमकं काय घडलं हे जाणून घ्यायचं होतं.

तिनं दाराकडे नजर टाकली. काही क्षणांत सायमन नाचतच आत आला. त्याच्या हातात फुलांचा गुच्छ होता. आल्याआल्या त्यानं तिच्या पायाच्या प्लॅस्टरचा मुका घेतला.

तो काही बोलायच्या आत सॅली म्हणाली, ''सॉरी, सायमन! माझ्यामुळे तुला किती त्रास आणि खर्च झालाय याची मला कल्पना आहे आणि आता माझ्यामुळे तुझा अपेक्षाभंग झालाय.''

''नक्कीच!'' सायमन म्हणाला. ''पहिल्या रात्रीच सगळी चित्रं विकली जाणं याला अपेक्षाभंग नाहीतर काय म्हणायचं? आणि मग जुन्या रसिकांच्या वाट्याला काहीच न आल्यामुळे त्यांची कुरकुर सुरू होते.''

सॅलीचा आ वासला गेला.

''पेपरमध्ये नताशाचा फोटो छान आलाय; तुझा मात्र भयानक आहे.''

''काय बोलतोस सायमन?''

''माईक सॅलिसला त्याची 'ब्रेकिंग न्यूज' मिळाली आणि तुला तुझी संधी,'' सायमन तिच्या प्लॅस्टरवरून हात फिरवत म्हणाला. ''रस्त्यावर नताशा तुझ्याकडे वाकून पाहत होती, तेव्हा माईकनं फोटो काढायचा एकच सपाटा लावला आणि नताशाचे शब्द तर मलाही सुचले नसते. 'आमच्या पिढीची सर्वोत्कृष्ट कलाकार. अशी गुणवत्ता कमावणं...' ''

नताशाच्या रशियन स्टाइलची सायमननं केलेली नक्कल ऐकून सॅलीला हसू आवरेना.

''बहुतेक पेपर्समध्ये पहिल्याच पानावर तुझ्याविषयी बातमी आहे आणि मथळेही पाहा– 'मृत्यूशी सलगी'– मेल. 'सेंट जेम्सचं स्थिरचित्र'– एक्स्प्रेस. सगळ्या दलालांनी गॅलरीत एकच गर्दी केली होती. नताशानं काळा पारदर्शक ड्रेस घातला

होता. ती प्रत्येक पत्रकाराला मुलाखत देताना तुझ्या गुणवत्तेचं कौतुक करत होती. अर्थात त्यानं फारसा फरक पडणार नव्हताच. त्यांची दुसरी आवृत्ती निघेपर्यंत तुझी सर्व चित्रं विकली गेली होती. त्याहून महत्त्वाचं म्हणजे दर्दी टीकाकारांनीही तुझ्यातल्या गुणवत्तेची दखल घेतली.''

सॅली हसली, ''चला, प्रिन्स चार्ल्सबरोबर प्रेमप्रकरण नाही तर निदान हे तरी जमलं.''

''तसंच काही नाही,'' सायमन म्हणाला.

''म्हणजे? सगळी चित्रं विकली गेली असं तूच म्हणालास.''

''हो, पण हा अपघात तू काही दिवस आधी घडवला असतास, तर मला चित्रांची किंमत दीडपट करता आली असती. असो. पुढच्या वेळी.''

''टोनीनं त्या मांजरीचं चित्र विकत घेतलं?'' सॅलीनं शांतपणे विचारलं.

''छे! तो नेहमीप्रमाणे उशिरा आला. त्याधीच एका रसिकानं ते घेतलं.''

तेवढ्यात सॅलीचे आई-वडील आत आले.

सायमन म्हणाला, ''पुढच्या उन्हाळ्यात प्रदर्शन भरवायचं असेल तर मला आणखी चाळीस चित्रं लागतील; त्यामुळे तू लगेच कामाला लागलेलं बरं.''

सॅली हसत म्हणाली, ''अरे वेड्या माणसा, माझ्या पायाकडे बघ. मला कसं जमणार?''

''एवढी दुबळी होऊ नकोस,'' सायमन तिच्या प्लॅस्टरवर हात ठेवत म्हणाला. ''तुझा पाय मोडलाय; हात नाही.''

सॅलीनं हसून तिच्या आई-वडिलांकडे पाहिलं.

''हाच टोनी का?'' तिच्या आईनं विचारलं.

''छे!'' ती हसत म्हणाली. ''हा सायमन आणि हाच जास्त महत्त्वाचा आहे. पहिल्या भेटीच्या वेळी मीही हीच चूक केली.''

ग्रीकांची भेट

आर्नल्ड बेकननं त्याच्या वडिलांचा सल्ला ऐकला नसता, तर गडगंज संपत्ती कमावली असती.

त्याच्या पासपोर्टवर 'बँक व्यावसायिक' असा त्याचा उल्लेख होता. नेमकं सांगायचं झालं तर तो बार्कले बँकेच्या सेंट आल्बन्स, हर्टफोर्डशायर, या शाखेचा मॅनेजर होता. हे काही फारसं मोठं पद नव्हतं.

पासपोर्टवर आणखी काही नोंदी होत्या : जन्मवर्ष १९३७. उंची ५ फूट ९ इंच. पिंगट केस, ओळखण्यासाठी खुणा नाहीत. अर्थात त्याच्या कपाळावर अनेक रेषा होत्या; पण त्यामुळे एकच गोष्ट सिद्ध होत होती, ती म्हणजे त्याच्या कपाळावर सतत एक आठी असे.

तो आणखीही काही पदं भूषवत होता. रोटरी क्लबचा खजिनदार, हुजूर पार्टीच्या स्थानिक शाखेचा उपाध्यक्ष आणि सेंट आल्बन्स उत्सवाचा माजी सचिव. १९६० आणि ७० च्या दशकांत तो गावच्या क्रिकेट आणि रग्बी संघांत होता; पण गेल्या वीस वर्षांत क्वचित गोल्फ खेळणे याव्यतिरिक्त त्याचा व्यायामाशी संबंध नव्हता. तिथेही त्याच्या खेळाचा दर्जा सुमारच होता.

गोल्फच्या मैदानावर प्रतिस्पर्ध्याला तो एक गोष्ट ठासून सांगायचा की, त्याने बँकिग क्षेत्रात यायलाच नको होतं. वर्षानुवर्षं त्यानं अनेक होतकरू उद्योजकांना कर्जवाटप केलं होतं; त्यामुळे त्याची ठाम समजूत झाली होती की, तो एक नैसर्गिक उद्योजक आहे. तो जर त्याच्या वडिलांच्या सल्ल्यानं त्यांच्या पावलावर पाऊल ठेवून या क्षेत्रात आला नसता, तर आज कुठल्या कुठे पोहोचला असता!

त्याच्या सहकाऱ्यानं कंटाळून मान डोलवली आणि एक सफाईदार फटका मारून चेंडू खळग्यात धाडला. निदान आता त्याला ड्रिंकचं बिलतरी द्यावं लागणार नव्हतं.

"डिर्ड्रे कशी आहे?" क्लब हाउसकडे जाताना त्यानं विचारलं.

"तिला नवीन डिनरसेट घ्यायचाय," आर्नल्ड म्हणाला. "पण आमच्या जुन्या कोरोनेशन सेटमध्ये काय वाईट आहे, हे मला समजत नाही."

बारमध्ये त्यानं स्वत:साठी बिअर आणि त्याच्या विजयी सहकाऱ्यासाठी जिन मागवली. आणखी तासभर तरी डिर्ड्रे त्याची वाट पाहणार नव्हती. त्याचं बोलणं असंच तोऱ्यात चालू राहिलं असतं; पण तेवढ्यात दुसऱ्या एका मेंबरनं क्लब कॅप्टनच्या बायकोविषयी खमंग चर्चा सुरू केल्यावर त्याला आवरतं घ्यावं लागलं.

डिर्ड्रे बेकन म्हणजे आर्नल्डची पत्नी. आर्नल्डबरोबर संसार करून ती पार मेटाकुटीला आली होती आणि तो सुधारण्यापलीकडे गेलाय, हे वास्तव तिनं मनोमन स्वीकारलं होतं. आर्नल्डनं वडिलांचा सल्ला धुडकावला असता तर काय घडलं असतं, याबद्दल तिचं मत वेगळं होतं; पण हल्ली ती तेही व्यक्त करायच्या भानगडीत पडत नसे. त्यांच्या साखरपुड्याच्या वेळी तिला चांगला मासा गळाला लागल्यासारखं वाटलं होतं; पण नंतर हळूहळू तिला वास्तवाची जाण आली. एक मुलगा आणि एक मुलगी झाल्यावर ती आई आणि गृहिणीच्या भूमिकेत शिरली. अर्थात तिनंही अन्य पर्यायांचा कधी विचार केलाच नव्हता.

आता मुलंही मोठी झाली होती. मुलगा जस्टिन चेम्सफर्डमध्ये एका वकिलाकडे कारकुनाची नोकरी करत होता. व्हर्जिनियानं गावातल्या एका मुलाशी लग्न केलं. तो रेल्वे कर्मचारी असल्याचं आर्नल्ड सर्वांना सांगत असे. डिर्ड्रे मात्र तो रेल्वेत ड्रायव्हर असल्याचं स्पष्ट सांगायची.

बेकन दांपत्य त्यांच्या आई-वडिलांप्रमाणेच बार्नमाउथला सुट्टीसाठी जात असे. पुढे त्यांनी कोस्टाडेल सोलपर्यंत प्रगती केली. कारण सर्व बँक मॅनेजर सुट्टीला तिथे जातात, असं आर्नल्डनं कुठेसं वाचलं होतं.

लग्नाचा रौप्यमहोत्सव खास पद्धतीनं साजरा करण्याचं आर्नल्डनं बायकोला वचन दिलं होतं. अर्थात ही खास पद्धत कोणती, हे त्यानं कधीच स्पष्ट केलं नाही.

एकदा बँकेच्या त्रैमासिकात त्यानं वाचलं की, त्यांच्या बार्कले बँकेचे चेअरमन अँड्र्यू बक्स्टन त्यांच्या खासगी यॉटनं ग्रीक बेटांची समुद्रसफर करणार आहेत, तेव्हा मात्र आर्नल्डनं वेगवेगळ्या प्रवासी कंपन्यांची माहितीपत्रकं मागवण्याचा सपाटा लावला. ती वाचल्यावर त्यानं एका सहलीची निवड केली. 'प्रिन्सेस कोरिना' या जहाजातून ग्रीक बेटांची एका आठवड्याची ही सहल होती. मायकोनॉस हा तिचा शेवटचा टप्पा होता. या चर्चेदरम्यान डिर्ड्रेनं पुन्हा सुचवून पाहिलं की, त्यांनी पुन्हा कोस्टाडेल सोलला जावं आणि वाचलेल्या पैशातून नवा डिनर सेट घ्यावा; पण ग्रीसमध्ये उत्तम चिनी मातीची भांडी मिळतात, हे ऐकल्यावर मात्र ती खूश झाली.

अखेर ते हिथ्रो विमानतळावर जाणाऱ्या बसमध्ये चढले; पण तोपर्यंत आर्नल्ड

त्याची उन्हाळ्याची सुट्टी कशी घालवणार याचं वर्णन ऐकून त्याच्या बँकेतले कर्मचारी, रोटरी क्लबचे सहकारी आणि नेहमीचे ग्राहक यांचे कान किटले होते. 'मी जहाजानं ग्रीक बेटांच्या सफरीवर निघालोय,' आर्नल्ड सांगायचा. 'म्हणजे काहीसं आपल्या चेअरमनसाहेबांसाखंच;' पण त्याबद्दल कुणी डिर्ड्रेला विचारलं तर तिचं उत्तर ठरलेलं असे – 'आम्ही एक आठवड्याची पॅकेज टूर घेतलीय आणि येताना नवा डिनर सेट घेऊन येणार आहोत.'

त्यांच्याजवळचा जुना कॉरोनेशन सेट डिर्ड्रेच्या आई-वडिलांनी त्यांच्या लग्नात भेट म्हणून दिला होता. एव्हाना त्याची पार दुर्दशा झाली होती. काही बशा फुटल्या होत्या, काहींचे टवके उडाले होते आणि ज्या वापरात होत्या, त्यांवरची चित्रं आणि शिक्के पार पुसले गेले होते.

हिथ्रोवर डिर्ड्रेनं पुन्हा हा विषय काढला; त्यावर आर्नल्ड म्हणाला, "पण या सेटमध्ये काय वाईट आहे, हे मला समजत नाही." पुन्हा ती त्यातल्या दोषांची यादी देण्याच्या भानगडीत पडली नाही.

अथेन्सपर्यंतच्या विमानप्रवासात आर्नल्डची सतत कुरकुर चालू होती की, विमानात सगळे ग्रीक लोक भरलेत; पण ऑलिम्पिक एअरवेजमध्ये असंच असणार, हे डिर्ड्रेनं त्याला सांगायचं टाळलं कारण त्यावरचं त्याचं उत्तरही तिला ठाऊक होतं – "पण त्यामुळे आपले २४ पौंड वाचलेत."

हेलेनिकॉन विमानतळावर उतरल्यावर ते एका जुनाट बसनं अथेन्स शहरात आले. तिथे आर्नल्डनं एका 'टू स्टार' हॉटेलमध्ये आरक्षण केलं होतं. (दोन ग्रीक स्टार!). आर्नल्डनं जवळच्या बँकेत जाऊन एक ट्रॅव्हलर्स चेक वटवला. त्याच्या मते आधी सगळे पैसे भरल्यामुळे एकच चेक पुरेसा होता आणि उद्योजक असंच करतात, हे त्याला ठाऊक होतं.

ती दोघं सकाळी लवकर उठली; पण झोप न लागणं हे त्यामागचं खरं कारण होतं. तिथल्या गादीला गुठळ्या आल्या होत्या आणि मधोमध खळगा असल्यामुळे ते सारखे मध्ये घरंगळत होते. त्यात तिथल्या विटांसारख्या कडक उशा वापरून त्यांचे कानही ठणकू लागले होते. सूर्योदयाच्या आधीच आर्नल्डनं खिडकी उघडून बाहेर नजर टाकली. त्यानं हात ताणून आळस दिला आणि आयुष्यात इतकं प्रसन्न कधीच वाटलं नव्हतं, असं जाहीर केलं. यावर डिर्ड्रे काहीच बोलली नाही कारण ती आधीच सामान आवरण्यात गुंतली होती.

ब्रेकफास्टही यथातथाच होता. शिळा ब्रेड, विचित्र वासाचं चीज; शिवाय चहा मिळाला नाही तो नाहीच!

आज जहाज गाठायला बस घ्यावी की टॅक्सी, यावर त्यांचा बराच खल झाला. अखेर टॅक्सीनं जायचं ठरलं; पण दोघांची कारणं वेगळी होती. डिर्ड्रेला त्या

उकाड्यात घामट अथेन्सवासीयांबरोबर बसमध्ये कोंबून बसायचं नव्हतं आणि आर्नल्डला सर्वांनी त्याला गाडीनं आलेलं पाहायला हवं होतं.

बिल देतानाही आर्नल्डनं ते बारकाईनं तपासलं आणि मगच आणखी एक ट्रॅव्हलर्स चेक दिला. एसी नसलेली टॅक्सी आणि बंदरावर पोहोचायला लागलेला जास्तीचा वेळ यांमुळे तो पुन्हा वैतागला.

अखेर श्री. व सौ. बेकन जहाजावर दाखल झाले. त्यांना मिळालेली केबिन पाहून आर्नल्डला निराशा लपवता आली नाही. आत दोन पलंग, बेसिन आणि बाथरूम होती. भिंतीला एकच गोल खिडकी. दोन पलंगांमधली जागा एवढी चिंचोळी होती की, दोघांना एका वेळी कपडेही बदलता येऊ नयेत. अशी केबिन माहितीपत्रकात नव्हतीच, असं आर्नल्डचं मत पडलं; पण तिचं वर्णन मात्र 'डिलक्स' असं केलं होतं. एखाद्या निरुपयोगी इस्टेट एजंटाने ते तयार केलं असावं, असा त्यानं निष्कर्ष काढला.

आर्नल्डनं जहाजाच्या डेकवर एक चक्कर टाकायचं ठरवलं. डेकवर फिरताना चेस्टरमध्ये राहणाऱ्या एका वकिलाशी त्याची गाठ पडली. माल्कम जॅक्सन त्याच्याच फर्ममध्ये ज्येष्ठ भागीदार होता आणि त्याची पत्नी मॅजिस्ट्रेट होती. ते ऐकल्यावर मात्र आर्नल्डनं एकत्र लंच घेण्याची कल्पना मांडली.

जेवतानाही आर्नल्डचं पुराण थांबेना. आपण जन्मजात उद्योजक असल्याचं त्यानं त्याच्या नव्या मित्रांनाही सांगितलं आणि प्रिन्सेस कोरिना जहाजावर कोणत्या सुधारणा करण्याची गरज आहे, याची लांबलचक यादीच सांगितली. (या लघुकथेत ती सामावून घेणं अशक्य आहे.)

वकीलसाहेबांना यापूर्वी आर्नल्डच्या मतांना तोंड द्यावं लागलेलं नसल्यामुळे त्यांनी सर्व शांतपणे ऐकून घेतलं. तेवढ्यात डिर्ड्रेनं नवा डिनर सेट घेणार असल्याचं जोनला सांगितलं. 'ग्रीक लोक चिनी मातीच्या कलेसाठी प्रसिद्ध आहेत,' हे तिचं पालुपद चालूच होतं.

डिनरच्या वेळचं संभाषणही याहून फारसं वेगळं नव्हतं. जहाजावरचा पहिला दिवस मावळेपर्यंत बेकन दांपत्य पार थकून गेलं होतं. तरीही त्या रात्री त्यांना काही क्षणच झोप मिळाली. रात्रभर ते एजियन समुद्राच्या लाटांवर हेलकावे खात होते; पण या लाटांवर नाचतानाही त्यांच्या टू स्टार (ग्रीक स्टार) हॉटेलमधल्या गुठळ्या आलेल्या गाद्या आणि दगडासारख्या विटा बऱ्या, हे मान्य करायला आर्नल्ड राजी नव्हता.

दोन दिवसांच्या सागरी प्रवासानंतर त्यांचं जहाज ऱ्होड्स आयलंडला लागलं. एव्हाना आर्नल्डचंही त्या जहाजाबद्दलचं मत बदललं होतं. निदान काही तास तरी जमिनीवर काढायला मिळणार, म्हणून सर्व प्रवासी खूश झाले.

आर्नल्ड आणि माल्कम यांनी बार्कले बँकेच्या जवळच्याच शाखेत जाऊन प्रत्येकी एक ट्रॅव्हलर्स चेक वटवला तर त्यांच्या बायकांनी डिनर सेटसाठी बाजाराकडे मोर्चा वळवला. तेवढ्यात आर्नल्डनं बँकेच्या मॅनेजरला स्वत:ची ओळख सांगून विनिमय दरातील लहानसा फायदा पदरात पाडून घेतला.

बँकेतून बाहेर पडताना आर्नल्ड खुशीत होता. बाहेर कडक ऊन आणि धुळीचं साम्राज्य होतं. उताराच्या दिशेनं जातानाही आर्नल्ड बोललाच, "मी फ्यूचर्स ट्रेडिंगचा व्यवसाय करायला हवा होता. बक्कळ पैसा कमावला असता."

डिर्ड्रेचा डिनर सेटचा शोध मात्र तितकासा सोपा नव्हता. तिथे अनेक प्रकारची दुकानं होती; त्यामुळे ऱ्होड्स गावातला चिनी मातीच्या वस्तूंचा सर्वोत्तम उत्पादक कोण आणि त्याचा माल कोणत्या दुकानात मिळतो, याची माहिती तिला तिथल्याच रहिवाशांकडून मिळवावी लागली. तिथे कोपऱ्याकोपऱ्यावर काळ्या वेशातल्या वृद्ध स्त्रिया बसल्या होत्या. त्यांपैकी काहीजणींनाच मोडकंतोडकं इंग्लिश येत होतं. त्यांच्याकडून तिला ही माहिती मिळाली.

ते चौघेजण लंचला एकत्र आले. जेवताना आर्नल्डनं तिला पटवून द्यायचा प्रयत्न केला की, अजून पाच बेटांना भेटी द्यायच्या आहेत; त्यामुळे अगदी शेवटच्या टप्प्यात हा डिनर सेट घेणं योग्य ठरेल. एखाद्या उद्योजकाच्या रुबाबात तो म्हणाला, "आपण जसजसं अथेन्सच्या जवळ जाऊ, तशा किमती कमी होतील."

वास्तविक ३२ पीसचा एक सेट डिर्ड्रेच्या मनात खूपच भरला होता. किंमतही त्यांच्या आवाक्यात होता; पण अखेर तिनं जरा नाराजीनंच आर्नल्डची सूचना मान्य केली. त्याचं एक कारण म्हणजे आर्नल्ड हा त्यांचा खजिनदार होता.

त्यांचं जहाज क्रीट बेटावरच्या हेराक्लिऑनला पोहोचेपर्यंत आर्नल्डनं बोटीवरच्या प्रत्येक इंग्रजाची इत्थंभूत माहिती मिळवली होती. अखेर त्यानं त्यांपैकी एका मेजरला सपत्नीक लंचचं आमंत्रण दिलं – अर्थात तो बार्कले बँकेचा खातेदार असल्याची खात्री केल्यावरच! आणि तो मेजर अधूनमधून आर्नल्डच्या एरिया मॅनेजरबरोबर ब्रिज खेळत असल्याचं कळल्यावर त्याला डिनरचंही निमंत्रण मिळालं. तेव्हापासून तर आर्नल्डनं त्यांना एक गोष्ट सांगायचा सपाटा लावला की, त्यानं वडिलांचं ऐकून बँकेत नोकरी करायला नको होती. कारण तो एक जन्मजात उद्योजक होता. एव्हाना त्या दोघांनीही त्याचं बोलणं ऐकायचं सोडून दिलं होतं.

बोटीनं सांतोदिनी सोडेपर्यंत कोणत्या उत्पादकाचा माल घ्यायचा, हे डिर्ड्रेनं ठरवलं होतं; पण अथेन्सजवळची एवढी मोठी बाजारपेठ मिळेपर्यंत थांबावं, असं आर्नल्डचं मत पडलं. 'जेवढी स्पर्धा जास्त, तेवढी किंमत कमी' – तो किमान शंभरदा म्हणाला; पण जसजसं अथेन्स जवळ येत होतं तसतशा किमती वाढत होत्या, हे त्याला सांगायच्या भानगडीत ती पडली नाही.

पारोसला डिर्ड्रेच्या अंदाजावर शिक्कामोर्तब झालं कारण तिथे किमती सांतोदिनीपेक्षा खूपच जास्त होत्या. प्रिन्सेस कोरिना मायकोनॉसच्या दिशेनं निघाली. डिर्ड्रेच्या लक्षात आलं की, प्रवासाच्या अखेरच्या टप्प्यात मनासारखा डिनर सेट मिळाला तरी किमती त्यांच्या आवाक्याबाहेर असणार होत्या.

आर्नल्ड तिला सतत सगळं ठीक होईल असा धीर देत होता. मेजर आणि माल्कम आता फक्त माना डोलवण्याचं काम करत होते.

शुक्रवारी सकाळी मायकोनॉसला डिर्ड्रे सर्वांत आधी बोटीवरून उतरली. तिनं नवऱ्याला सांगितलं की, तिनं दुकानांची पाहणी करेपर्यंत त्यानं बँकेत जाऊन यावं. जोन आणि मेजरपत्नी तिच्यासोबत निघाल्या कारण आता ती ग्रीक कलाकुसरीची तज्ज्ञ झाली होती.

त्या तिघींनी गावाच्या उत्तर भागात त्यांचा शोध सुरू केला. आधीच्या गावापेक्षा खूपच जास्त दुकानं असल्याचं पाहून डिर्ड्रे खूश झाली. कृष्णवस्त्रधारी स्त्रियांकडून तिला कळलं की, गावातल्या सर्वांत प्रसिद्ध कारागिराचा माल एकाच दुकानात मिळतो – हाउस ऑफ पेट्रॉस.

दुकान सापडल्यावर डिर्ड्रेने तिथले सर्व डिनर सेट नजरेखालून घातले. दोन तासांत तिचा निर्णय झाला. दुकानाच्या मधोमध ठेवलेला 'डेल्फी' सेट सेंट आल्बन्सच्या कोणत्याही गृहिणीची शान ठरेल, याची तिला खात्री पटली; पण त्याची किंमत मात्र आधीच्या कोणत्याही सेटपेक्षा दुप्पट होती; त्यामुळे किमतीची सबब सांगून आर्नल्ड नकार देणार, हे तिला ठाऊक होतं.

अखेर त्या तिघी नवऱ्यांबरोबर लंच घेण्यासाठी दुकानाबाहेर पडल्या. तेवढ्यात एक देखणा तरुण त्यांच्या पुढ्यात उभा ठाकला. त्याचा अवतार यथातथाच होता. चुरगळलेला टी-शर्ट, फाटकी जीन्स आणि दोन दिवसांची वाढलेली दाढी. त्यानं विचारलं, "तुम्ही इंग्लिश आहात का?"

डिर्ड्रेनं त्याच्या निळ्या डोळ्यांत रोखून पाहिलं. तिच्या मैत्रिणी आपण त्या गावचेच नसल्याचं भासवून पुढे सटकल्या. डिर्ड्रे त्याच्याकडे पाहून हसली. त्यानं बाजूला सरकून तिला वाट करून दिली. स्थानिक लोकांशी उगीच बोलायचं नाही, असं आर्नल्डनं तिला बजावलं होतं.

त्या तिघी ठरलेल्या रेस्टॉरंटमध्ये पोहोचल्या. त्यांचे नवरे बिअर घेत होते. आर्नल्ड त्या दोघांना सांगत होता, "या वेळी मी हुजूर पक्षाला एक छदामही देणार नाही. त्यांना त्यांची घडीही नीट बसवता येत नाही." पण डिर्ड्रेला अंदरकी बात ठाऊक होती. तो नुकताच स्थानिक शाखेच्या चेअमनपदाची निवडणूक हरला होता.

पुढचा तासभर तो संरक्षण खर्चातली कपात, आधुनिक प्रवासी, विभक्त झालेल्या जोडप्यांची मुलं या विषयांवर ठणकावून मतं मांडत होता. या सगळ्या

गोष्टींना त्याचा विरोध होता. जेवणाचं बिल आल्यावर, कुणी काय खाल्लं हे बारकाईनं तपासून त्यानं प्रत्येकाचा वाटा ठरवला.

आता डिर्ड्रेच्या मनात भरलेला डिनर सेट घ्यावा लागणार, हे त्याला कळून चुकलं होतं; त्यामुळे ती दुपार त्याला तिच्या वतीनं घासाघीस करण्यात घालवावी लागणार होती. बाकीचेही या जन्मजात उद्योजकाची कामगिरी पाहायला निघाले.

हाउस ऑफ पेट्रॉस पाहिल्यावर मात्र डिर्ड्रेनं योग्य ठिकाण निवडल्याचं आर्नल्डला मान्य करावंच लागलं. हा महत्त्वाचा निर्णय घेण्यासाठी प्रवासाच्या अखेरच्या टप्प्यापर्यंत थांबावं हे त्याचं म्हणणं योग्य असल्याचं त्याला सिद्ध करायचं होतं. पण दर बेटागणिक किंमत वाढत होती, याचा त्याला पत्ता नव्हता. डिर्ड्रेही त्याला हे सांगण्याच्या फंदात पडली नाही. ती शांतपणे त्याला दुकानाच्या मध्यभागी मांडलेल्या 'डेल्फी' सेटकडे घेऊन गेली. तो अप्रतिम असल्याबद्दल सर्वांचं एकमत झालं; पण त्याची किंमत ऐकल्यावर मात्र आर्नल्डनं खेदानं मान हलवली. डिर्ड्रे तक्रार करणार होती, पण त्याचा एकूण आविर्भाव पाहिल्यावर 'फेरोस' नावाच्या दुसऱ्या सेटवर समाधान मानावं लागणार, हे तिनं ओळखलं. हा सेटदेखील उत्कृष्ट होता; तरीसुद्धा दुसऱ्या क्रमांकावर आणि आधीच्या बेटांवर पाहिलेल्या संचापेक्षा खूपच महाग!

तिघीही त्यांना आवडलेल्या वस्तू निवडू लागल्या आणि त्यांचे नवरे आपल्याला काय परवडेल, याची त्यांना जाणीव करून देऊ लागले. सर्वांची निवड करून झाल्यावर आर्नल्डनं दुकानदाराशी भरपूर घासाघीस करून २० टक्के सवलत मिळवली. किंमत निश्चित झाल्यावर सर्वांचे पासपोर्ट आणि ट्रॅव्हलर्स चेक घेऊन आर्नल्ड एका इंग्लिश बँकेच्या शोधात निघाला.

पण बाहेर पडताच डिर्ड्रेला भेटलेला तरुण उडी मारून त्याच्यासमोर आला. "तुम्ही इंग्लिश आहात का?" त्यानं विचारलं. "अर्थात," असं म्हणून तो पुढे निघाला. त्या गबाळ्या माणसाबरोबर संभाषण करण्याची त्याची इच्छा नव्हती. 'ग्रीकांवर विश्वास ठेवू नये' असं त्यानं जेवतानाच मेजरला सांगितलं होतं. बँक सापडल्यावर तो थेट मॅनेजरच्या केबिनमध्ये गेला आणि बाहेर लिहिलेल्या विनिमयाच्या दरापेक्षा किंचितशा फायद्यात त्यानं चेक वटवले. ५० ड्रॅक्मा वाचल्यामुळे तो खूश झाला.

पण दुकानाच्या दारात तोच गबाळा तरुण रेंगाळत असल्याचं पाहून तो जरा त्रासला. तो त्याच्याकडे दुर्लक्ष करणार तेवढ्यात त्याचे शब्द आर्नल्डच्या कानावर पडले, "तुम्हाला पैसे वाचवायचे आहेत?"

एखाद्या जन्मजात उद्योजकासारखा आर्नल्ड जागच्या जागी थबकला. त्यानं त्या आडमुठ्या तरुणाकडे बारकाईनं पाहिलं. तो पुढे जाणार एवढ्यात तो तरुण

म्हणाला, "हे सामान तुम्हाला अर्ध्या किमतीत मिळेल, असं ठिकाण सांगतो."

आर्नल्डची क्षणभर चलबिचल झाली. त्यानं दुकानाकडे नजर टाकली. आत सर्वजण त्याचीच वाट पाहत होते. काउंटरवर व्यवस्थित पॅक केलेली सहा खोकी होती.

आर्नल्डनं पुन्हा त्या तरुणाकडे निरखून पाहिलं. तो म्हणाला, "कॅलाफातिस नावाचं एक खेडं आहे. फक्त अर्ध्या तासाच्या अंतरावर. तिथे हा माल अर्ध्या किमतीत मिळेल." आर्नल्ड यावर विचार करत असतानाच त्या तरुणानं हात पुढे केला. आर्नल्डनं त्याच्या हातावर बँकेत वाचलेले ५० ड्रॅक्मा ठेवले. त्याच्या मते हा फायद्याचा सौदा होता. एखाद्या उद्योजकाच्या रुबाबात तो दुकानात शिरला.

त्यानं सर्वांना एका कोपऱ्यात गोळा करून त्याला मिळालेली खास माहिती सांगितली.

डिर्ड्रेला हे मुळीच पटत नव्हतं; पण आर्नल्ड म्हणाला, "तिथे कदाचित तुला आवडलेला डेल्फी सेटसुद्धा आपल्याला घेता येईल; तोही अर्ध्या किमतीत. फक्त अर्धा तास बसनं प्रवास करावा लागेल एवढंच!" तेव्हा ती तयार झाली.

एखाद्या अनुभवी वकिलाचा सुज्ञ सल्ला ऐकावा तसा माल्कम लगेच तयार झाला. मेजरनं कुरकुरत का होईना, पण यायचं कबूल केलं. मेजर म्हणाला, "बोट संध्याकाळी अथेन्सकडे जायला निघणार आहे. तेव्हा लगेच निघालेलं बरं." आर्नल्डनं मान डोलवली आणि ते सगळे काउंटरवर ठेवलेल्या खोक्यांकडे दुर्लक्ष करून दुकानाबाहेर पडले.

रस्त्यावर तो तरुण नसल्याचं पाहून आर्नल्डला हायसं वाटलं. बस स्टॉपवर त्यांच्याच बोटीतले अनेकजण उभे असल्याचं पाहून आर्नल्डची निराशा झाली; पण त्यांना कदाचित दुसरीकडे जायचं असेल, अशी त्यानं स्वत:ची समजूत घातली. अखेर ४० मिनिटं उन्हात ताटकळत उभं राहिल्यावर एकदाची बस आली. ती बस पाहून आर्नल्ड चांगलाच हबकला. त्याच्या साथीदारांचे चेहरेही पडले. तो त्यांची समजूत काढत म्हणाला, "आपले किती पैसे वाचणार आहेत याचा विचार करा."

हा प्रवास एखाद्या वेगवान गाडीनं कदाचित अर्ध्या तासात संपला असता; पण हा ड्रायव्हर मात्र अधिकृत स्टॉप सोडून वाटेत कुणालाही बसमध्ये घेत होता. अखेर एक तास आणि वीस मिनिटांनी ते कॅलाफातिसला पोहोचले. त्या जुनाट बसमधून उतरताना डिर्ड्रे पार थकून गेली होती, जोनही कावली होती आणि मेजरपत्नीला तर अर्धशिशी सुरू झाली होती.

"बस यापुढे जाणार नाही," ड्रायव्हरनं जाहीर केलं. "परतीचा प्रवास एक तासानं. ही आजची शेवटची बस."

एक अरुंद चढणीचा रस्ता त्या दुकानाकडे जात होता. 'फक्त या देखाव्यासाठी

आलो असतो तरी चाललं असतं,' आर्नल्ड एजियन समुद्राकडे पाहत म्हणाला. इतरांनी मतं देण्याचं सोडा, तिकडे पाहण्याचेही कष्ट घेतले नाहीत. आणखी दहा मिनिटं पायपीट केल्यावर ते इष्ट स्थळी पोहोचले. तोपर्यंत आर्नल्डही बोलेनासा झाला होता.

पण त्या चिनीमातीच्या वस्तूंच्या दुकानात शिरताच ते मंत्रमुग्ध होऊन पाहत राहिले. एकाहून एक सुंदर वस्तूंचं जणू प्रदर्शन भरलं होतं. आर्नल्ड खूश झाला.

डिर्ड्रेनं झटकन डेल्फी सेट शोधून काढला. इथे तो जास्तच सुंदर भासत होता, पण सूपच्या भांड्यांवरचं किमतीचं लेबल पाहून डिर्ड्रे हादरली. 'हाऊस ऑफ पेट्रॉस'पेक्षा इथे किमती थोड्याशाच कमी होत्या.

अखेर डिर्ड्रेनं निर्णय घेतला, आर्नल्डचा एका पाइप स्टँडशी चाळा चालू होता. डिर्ड्रे सर्वांना ऐकू जाईल अशा खणखणीत आवाजात म्हणाली, "आर्नल्ड, इथे सगळं निम्म्या किमतीत मिळतंय; त्यामुळे 'डेल्फी' खरेदी करायचा मार्ग मोकळा आहे."

आता या महान उद्योजकाची प्रतिक्रिया पाहण्यासाठी सर्वांच्या नजरा त्याच्याकडे वळल्या. पाइप स्टँड जागच्या जागी ठेवत आर्नल्ड म्हणाला, "अर्थात डियर, आपण त्यासाठीच एवढं लांब आलोय ना?"

मग त्या तिघींनी नव्या जोमानं वस्तू निवडायला सुरुवात केली. त्या तिघींनी मिळून एक डिनर सेट, दोन टी सेट, एक कॉफी सेट, तीन फ्लॉवरपॉट, पाच ॲशट्रे, दोन पाण्याचे जग आणि एक टोस्ट स्टँड एवढा ऐवज गोळा केला. आर्नल्डनं पाइप स्टँडचा नाद सोडला.

डिर्ड्रेच्या खरेदीचं बिल पाहून आर्नल्डची पुन्हा चलबिचल झाली; पण सर्वजण त्याच्याकडे रागानं पाहत असल्याचं त्याला जाणवलं. अखेर त्यानं नाखुशीनं उरलेले ट्रॅव्हलर्स चेक वटवले. इथे मात्र त्याला कमी दर मिळाला. डिर्ड्रे काहीच बोलली नाही; पण माल्कम आणि मेजर यांच्या चेहऱ्यांवर विजयी भाव होते.

दुकानातून ते त्यांची ओझी घेऊन बाहेर पडले. ते उतारावर चालू लागताच दुकान बंद झालं.

"बस चुकवायची नसेल तर आपल्याला घाई करायला हवी," आर्नल्ड ओरडला. दुकानाबाहेर एक भलीमोठी पांढरी मर्सिडीज उभी होती. त्यात आर्नल्डनं शेरा मारलाच, "पण प्रवास कारणी लागला. मी तुमचे किती पैसे वाचवले ते पाहा."

डिर्ड्रे तिच्याजवळच्या सगळ्या पिशव्या सांभाळत सर्वांत शेवटी बाहेर पडली. बाजूच्या टेबलाजवळ कारखान्यातल्या कारागिरांची रांग पाहून तिला आश्चर्य वाटलं. चुरगळलेला टी-शर्ट आणि फाटकी जीन्स घातलेला एक देखणा तरुण प्रत्येकाच्या

हातात एक ब्राउन पाकीट देत होता.

डिर्ड्रेची नजर त्या तरुणावर खिळून राहिली. याला कुठं बरं पाहिलंय? तेवढ्यात त्यानं मान वर केली. क्षणभर त्याच्या निळ्या डोळ्यांत पाहिल्यावर तिच्या डोक्यात प्रकाश पडला. तो तिच्याकडे पाहून खांदे उडवून हसला. तिनेही परतीचं स्मित केलं आणि तिच्या पिशव्या घेऊन इतरांच्या मागोमाग निघाली.

बसमध्ये चढताना तिच्या कानावर आर्नल्डचे शब्द पडले, "मेजर, मी उगीच वडिलांचा सल्ला ऐकून बँकिंग क्षेत्रात आलो. शेवटी मी एक जन्मजात उद्यो..."

डिर्ड्रेनं हसून खिडकीबाहेर पाहिलं. तो देखणा तरुण त्याच्या लांबलचक मर्सिडीजमधून तिथून जात होता.

त्यानं हसून तिला हात केला आणि त्यांची बस कूर्मगतीनं मायकोनॉसच्या दिशेनं निघाली.

डोळ्याच्या बदल्यात...

बॅरिस्टर सर मॅथ्यू रॉबर्ट्सनी फाइल बंद करून टेबलावर ठेवली. ते जरा नाखूशच होते. मेरी बँक्सच्या वतीनं खटला लढवायला त्यांची ना नव्हती; पण तिच्या निर्दोष असण्याबद्दल मात्र त्यांना खात्री नव्हती.

सर मॅथ्यू त्यांच्या लेदरच्या खुर्चीत रेलून बसले. या केसविषयी त्यांना माहिती देणारे सॉलिसिटर आणि त्यांनी नेमलेला कनिष्ठ वकील त्यांच्या भेटीला येणार होते. त्यांनी खिडकीबाहेर नजर टाकली. आपला निर्णय योग्य असावा, अशी ते मनोमन आशा करत होते.

रेगिना विरुद्ध बँक्स ही वरवर पाहता साधीसरळ खुनाची केस होती; पण ब्रूस बँक्सनं गेली ११ वर्षं पत्नीचा केलेला छळ लक्षात घेता सर मॅथ्यूंना विश्वास होता की, ते खुनाच्या आरोपाची तीव्रता कमी करून सदोष मनुष्यवधाचा दावा करू शकतील आणि ज्यूरींमध्ये महिलांची संख्या जास्त असेल, तर सुटकेची आशा बाळगायलाही हरकत नव्हती; पण एक गुंतागुंत मात्र होती.

सर मॅथ्यूंनी सिगारेट पेटवली. या सवयीबद्दल त्यांची बायको त्यांना नेहमी रागावत असे. टेबलावर ठेवलेल्या व्हिक्टोरियाच्या फोटोकडे लक्ष गेल्यावर त्यांना त्यांचे तारुण्याचे दिवस आठवले. ती मात्र कायम तरुणच राहणार होती; कारण ऐन तारुण्यात तिचा मृत्यू ओढवला होता.

जरा नाराजीनंच त्यांनी तिच्या खटला सौम्य करण्याच्या अर्जावर लक्ष केंद्रित केलं. मेरी बँक्सचं म्हणणं होतं की, तिच्या नवऱ्याच्या मृत्यूच्या वेळी ती रुग्णालयात उपचार घेत होती. एवढंच नव्हे तर ती त्या वेळी दृष्टिहीन होती. मग ती नवऱ्याचा कुऱ्हाडीचे घाव घालून खून कसा करणार? तेवढ्यात दारावर थाप पडली.

"कम इन." त्यांच्या ऑफिसचं दार जाड असल्यामुळे त्यांना ओरडावे लागे.

त्यांच्या कारकुनानं दार उघडलं. बर्नार्ड कॅसन आणि ह्यूज विदरिंग्टन आत आले. त्यांची व्यक्तिमत्त्वं पूर्णपणे वेगळी होती; पण या केसमध्ये त्यांच्यावर टाकलेली जबाबदारी ते चोखपणे पार पाडणार होते.

बर्नार्ड कॅसन हा जुन्या पठडीतला सॉलिसिटर होता– वागण्या-बोलण्यात औपचारिक, वक्तशीर आणि काटेकोर. त्याच्या अंगावर नेहमी एकाच प्रकारचा पारंपरिक सूट असे. हा माणूस एखाद्या सेलमध्ये अशा सुटांची घाऊक खरेदी करतो की काय, अशी सर मॅथ्यूंना नेहमी शंका यायची. त्यांनी चष्म्याच्या फ्रेमवरून कॅसनकडे पाहिलं. बारीक कोरलेली मिशी आणि व्यवस्थित भांग यांमुळे तो जुन्या वळणाचा वाटत असे. याच रूपामुळे अनेक विरोधकांनी त्याची बुद्धीही दुय्यम दर्जाची समजण्याची घोडचूक केली होती; पण तो उत्तम वक्ता नसल्याबद्दल मॅथ्यू नेहमी देवाचे आभार मानायचे कारण बर्नार्ड जर बॅरिस्टर असता तर कोर्टात त्याचा सामना करणं त्यांना जड गेलं असतं.

कॅसनच्या मागे त्याचा कनिष्ठ वकील ह्यूज विदरिंग्टन उभा होता. देवानं त्याला घडवताना खूपच कंजुषी केल्याचं जाणवत होतं. ना विशेष रूप ना तल्लख बुद्धी. त्याच्यात जर काही गुण असतीलच, तर अजून तरी ते दिसले नव्हते. अनेकदा प्रयत्न केल्यानंतर त्याला वकिलीची सनद मिळाली होती. त्यानंतरही त्याच्या वाट्याला इतकं कमी काम यायचं की, त्यापेक्षा त्यानं सरकारी अनुदानांवर जगणं शहाणपणाचं ठरलं असतं. कनिष्ठ वकील म्हणून या केसमध्ये त्याची निवड झालेली पाहून सर मॅथ्यूंच्या कारकुनाच्या भुवया उंचावल्या होत्या. सर मॅथ्यू मात्र कुठलंच स्पष्टीकरण न देता हसले होते.

सर मॅथ्यूंनी सिगारेट पेटवली आणि त्या दोघांना बसण्याची खूण केली.

''मि. कॅसन, चेंबरमध्ये आल्याबद्दल आभार!'' मॅथ्यू म्हणाले; पण ते फक्त रीत पाळत असल्याचं दोघांनाही पक्कं ठाऊक होतं.

''माय प्लेझर,'' कॅसन मान झुकवून म्हणाला. त्याला जुने रीतिरिवाज पाळायला आवडत.

''हा ह्यूज विदरिंग्टन. या केसमधला माझा मदतनीस. तुमची त्याच्याशी पूर्वी भेट झाली नसावी,'' ते सुमार व्यक्तिमत्त्वाच्या विदरिंग्टनकडे बोट दाखवत म्हणाले.

''नाही, आताच आम्ही कॉरिडॉरमध्ये भेटलो,'' कॅसन म्हणाला. ''सर मॅथ्यू, तुम्ही ही केस घेण्याचं मान्य केल्यामुळे मला खरोखर खूप आनंद झालाय.''

हे औपचारिक बोलणं ऐकून सर मॅथ्यूंच्या चेहऱ्यावर मंद स्मित उमटलं. या कनिष्ठ वकिलासमोर कॅसन त्यांना पहिल्या नावानं संबोधणं शक्य नव्हतं. ते म्हणाले, ''मि. कॅसन, मलाही तुमच्याबरोबर काम करताना खूप आनंद होतोय. ही केस चांगलीच आव्हानात्मक आहे.''

हे औपचारिक संभाषण आटोपल्यावर त्या वयस्कर सॉलिसिटरनं त्याच्या जीर्ण झालेल्या बॅगेतून एक फाइल बाहेर काढली. फाइल उघडत तो म्हणाला, "गेल्या खेपेला आपली भेट झाल्यावर मी माझ्या अशिलाशी चर्चा केली; पण सौ. बँक्स ती निर्दोष असल्याचा दावा सोडायला तयार नाही."

"म्हणजे तिच्या म्हणण्यानुसार तिनं गुन्हा केलाच नाही?"

"हो, सर मॅथ्यू. ती ठाम आहे. तिच्या म्हणण्यानुसार तिच्या नवऱ्यानं मृत्यूपूर्वी काही दिवस तिचे डोळे निकामी केले होते आणि त्याच्या मृत्यूच्या वेळी एका स्थानिक रुग्णालयात रुग्ण म्हणून तिची नोंद आहे."

"मृत्यूच्या वेळेसंदर्भात पॅथॉलॉजी रिपोर्ट फारच मोघम आहे," सर मॅथ्यू म्हणाले. "कारण मृतदेहच मुळी दोन आठवड्यांनंतर सापडला; पण पोलिसांच्या मते खून सौ. बँक्सला हॉस्पिटलमध्ये नेण्यापूर्वी १-२ दिवस आधीही झालेला असू शकतो."

"ते रिपोर्ट मीही वाचलेत," कॅसन म्हणाला. "आणि त्याचा तपशील सौ. बँक्सला सांगितलाय; पण ती आपण निर्दोष असल्याचा हेका सोडायला तयार नाही. ज्यूरींचंही मन वळवता येईल, असं तिला वाटतंय. 'सर मॅथ्यू माझा बचाव करणार असतील तर नक्कीच!' हे तिचे शब्द होते."

"तिच्या या बोलण्यानं मी भुलणार नाही," सर मॅथ्यू सिगारेट पेटवत म्हणाले.

"पण तू व्हिक्टोरियाला कबूल केलं होतंस..." कॅसन अनवधानानं बोलून गेला. त्याकडे दुर्लक्ष करून सर मॅथ्यू म्हणाले, "हं, म्हणजे तिला पटवून देण्याची ही माझी शेवटची संधी आहे."

"आणि तुम्हाला पटवण्याची तिची," कॅसन म्हणाला.

"बरोबर." सर मॅथ्यूंनी कॅसनच्या हजरजबाबीपणाला दाद दिली. त्यांनी सिगारेट विझवली. त्यांच्या मित्रांबरोबरचं द्वंद्व ते हरताहेत, हे त्यांना जाणवलं. त्यांनी आक्रमण करायचं ठरवलं.

त्यांनी टेबलावरची फाइल उचलली. कॅसन साक्षीदाराच्या पिंजऱ्यात उभा असल्यासारखं रोखून पाहत ते म्हणाले, "पहिली गोष्ट म्हणजे तो मृतदेह उकरून काढल्यावर त्याच्या कॉलरवर तुमच्या अशिलाच्या रक्ताचे डाग आढळले."

"तेही आम्ही नाकारत नाही," कॅसन म्हणाला.

"आपल्याला पर्याय तरी कुठाय?" सर मॅथ्यू उठून येरझारा घालू लागले. "आणि दुसरं म्हणजे ज्या फावड्यानं तो खड्डा खणला गेला, त्याच्यावर तुमच्या अशिलाच्या बोटांचे भरपूर ठसे सापडले."

"आम्ही त्याचंही स्पष्टीकरण देऊ शकतो," कॅसन म्हणाला.

"पण या स्पष्टीकरणानं ज्यूरींचं समाधान होईल की नाही, हा प्रश्नच आहे," सर मॅथ्यूंचा आवाज चढला. "आणि खून झालेला माणूस हिंसक होता. तुमच्या अशिलाला त्या खेड्यातल्या अनेकांनी काळनिळं झालेलं शरीर आणि चेहरा, डोक्यावरच्या जखमा आणि एकदा तर मोडलेला हात या अवस्थेत पाहिलं होतं. ते कळल्यावर त्यांना पटणं अवघड आहे."

"तिचा नवरा ज्या शेतावर मॅनेजर होता, तिथे काम करताना या इजा झाल्याचं तिचं म्हणणं आहे."

सर मॅथ्यू येरझारा थांबवून खुर्चीवर बसले; "पण त्यामुळे माझ्या विश्वासार्हतेला तडा जाईल. त्या शेतावर नियमितपणे जाणारा एकमेव माणूस म्हणजे पोस्टमन. त्याचाही विशेष उपयोग नाही आणि खेड्यातले इतर लोक तर फाटकाच्या आत पाऊल टाकायलाही धजावत नसत."

"पण त्यामुळेच एखाद्याला आत जाऊन बँक्सला ठार करणं सोपं झालं असेल," विदरिंग्टननं सुचवलं.

सर मॅथ्यूंनी चमकून त्याच्याकडे पाहिलं. त्याचं अस्तित्वही कुणाच्या खिजगणतीत नव्हतं; पण एवढ्यात त्याला खोडून काढण्याची गरज नव्हती.

"मुद्दा विचार करण्यासारखा आहे," सर मॅथ्यू म्हणाले. "आणखी एक अडचण म्हणजे तुमच्या अशिलाच्या म्हणण्यानुसार तिच्या नवऱ्यानं गरम कढई तिच्या डोक्यात घातल्यामुळे ती आंधळी झाली. किती सोईस्कर, हो ना?"

कॅसन म्हणाला, "पण माझ्या अशिलाच्या चेहऱ्यावर अजूनही तो व्रण आहे आणि ती खरोखर आंधळी असल्याची डॉक्टरांची खात्री पटलीय."

"सरकारी वकील आणि मुरलेले न्यायाधीश यांच्यापेक्षा डॉक्टरांना पटवणं सोपं असतं," सर मॅथ्यू पान उलटत म्हणाले. "आणि त्या मृतदेहाचे नुमने तपासल्यावर – हे काम करायला कोण तयार झालं देव जाणे – रक्तात स्ट्रिकनिनचं प्रमाण एवढं जास्त आढळलं की, त्यानं एखादा महाकाय हत्तीही आडवा झाला असता."

"पण हे झालं सरकारी पॅथॉलॉजिस्टचं म्हणणं," कॅसन म्हणाला.

"आणि कोर्टात त्याचा प्रतिवाद करणं मला जड जाईल," सर मॅथ्यू म्हणाले. "कारण सौ. बँक्सनं तिच्या नवऱ्याच्या मृत्यूपूर्वी काही दिवस आधी एका शेतीमालाच्या दुकानातून चार ग्रॅम स्ट्रिकनिन खरेदी केलं होतं. याचं स्पष्टीकरण सरकारी वकील नक्कीच मागतील. मी सरकारी वकील असतो, तर हा प्रश्न वारंवार विचारला असता."

"शक्य आहे," कॅसन त्याच्या नोंदी तपासत म्हणाला. "पण त्यांना उंदरांचा खूप उपद्रव होत होता. ते पिकांची नासाडी करत. कोंबड्यांना मारत आणि तिला तिच्या नऊ वर्षांच्या मुलाचीही काळजी होती."

"हो, रुपर्ट त्याचं नाव; पण तो त्या वेळी बोर्डिंग स्कूलमध्ये होता," सर मॅथ्यू

म्हणाले. "मि. कॅसन, माझी अडचण एकच आहे. माझा तिच्यावर विश्वास बसत नाहीये."

कॅसननं भुवया उंचावल्या.

"सौ. बँक्स तिच्या नवऱ्यापेक्षा खूपच हुशार आहे. ही रचलेली गोष्ट तिनं अनेकांच्या गळी उतरवली आहे; पण ती मला मूर्ख बनवू शकणार नाही."

कॅसन म्हणाला, "पण सर मॅथ्यू, हीच वस्तुस्थिती असल्याचं ती आग्रहानं सांगतेय आणि याच मुद्द्यांवर आपण तिचा बचाव करावा, असं तिचं म्हणणं आहे. त्याला आपण काय करणार?"

सर मॅथ्यू त्याच्यासमोर उभे राहिले, "विशेष काही करता येणार नाही हे कबूल," ते म्हणाले. "पण कोर्टात निदान सदोष मनुष्यवधाची कबुली द्यावी, हे तिला पटवून द्यायला हवं. तिनं जे काही भोगलंय त्यामुळे तिला ज्यूरींची सहानुभूती नक्कीच मिळेल. अनेक महिला संघटनाही कोर्टाबाहेर निदर्शनं करतील; त्यामुळे एखाद्या न्यायाधीशांनी तिला कठोर शिक्षा दिलीच, तर सगळी वृत्तपत्रं त्यांच्यावर पुरुषी अहंकार बाळगणारे आणि लिंगभेद करणारे असा शिक्का मारतील. मी काही आठवड्यांतच तिला तुरुंगाबाहेर काढू शकेन. नाही मि. कॅसन, तिला जबानी बदलायला भाग पाडलंच पाहिजे."

"पण ती तिचा हेका सोडायला तयार नसली तर काय करणार?" कॅसननं विचारलं.

सर मॅथ्यूंच्या चेहऱ्यावर मंद हसू उमटलं. "मि. विदरिंग्टननी आणि मी एक योजना आखलीय. बरोबर, ह्यूज?"

"हो, सर मॅथ्यू," विदरिंग्टन म्हणाला. लहानशा गोष्टीत का होईना, त्याचं मत विचारलं गेल्यामुळे तो सुखावला होता; पण मॅथ्यू त्या योजनेबद्दल पुढे काही न बोलल्यामुळे कॅसननंही जास्त चौकशी करणं टाळलं.

"मी आपल्या अशिलाला प्रत्यक्ष केव्हा भेटू शकेन?" सर मॅथ्यूंनी विचारलं.

"सोमवारी सकाळी अकराला जमेल?" कॅसननं विचारलं.

"सध्या ती कुठे आहे?" सर मॅथ्यूंनी डायरी चाळत विचारलं.

"हॉलोवे."

"ठरलं तर मग," सर मॅथ्यू म्हणाले. "आम्ही सोमवारी सकाळी ११ वाजता हॉलोवेला येतो. आता मात्र मलाही सौ. बँक्सना कधी भेटतो असं झालंय. तिच्यात चांगलीच कल्पनाशक्ती आणि धमक असली पाहिजे. एक लक्षात ठेवा मि. कॅसन, कोणत्याही वकिलासाठी ती तगडी प्रतिस्पर्धी ठरेल."

हॉलोवे तुरुंगाच्या 'इंटरव्ह्यू रूम'मध्ये सौ. बँक्सना पाहिल्यावर सर मॅथ्यू

चमकलेच. फाइलमध्ये तिचं वय ३७ असल्याची नोंद होती; पण समोरची कृश, करड्या केसांची स्त्री पन्नाशीची वाटत होती; पण तिचा नाजूक चेहरा आणि सडपातळ देहयष्टी पाहून ती एके काळी सुंदर असावी, असं जाणवत होतं.

मधोमध ठेवलेलं एक फॉरमायका टेबल आणि खुर्च्या वगळता ती खोली रिकामीच होती. एका भिंतीत गज लावलेली एक खिडकी होती. त्यातून येणारा प्रकाश सौ. बँक्सवर पडत होता. सर मॅथ्यूंनी कॅसनला तिच्यासमोर बसण्याची खूण केली. ते स्वत: आणि विदरिंग्टन कॅसनच्या दोन्ही बाजूंना बसले. कॅसननं कपात कॉफी ओतली.

''गुड मॉर्निंग मिसेस बँक्स,'' कॅसन म्हणाला.

''गुड मॉर्निंग मि. कॅसन,'' ती आवाजाच्या दिशेनं वळून म्हणाली. ''तुमच्या बरोबर कुणीतरी आलंय.''

''हो. सर मॅथ्यू रॉबर्ट्स. ते तुमचा बचाव करणार आहेत.''

तिनं किंचित मान झुकवली. सर मॅथ्यूंनी उठून तिच्या दिशेनं एक पाऊल टाकलं. ''गुड मॉर्निंग मिसेस बँक्स!'' असं म्हणून त्यांनी एकदम शेकहॅन्डसाठी हात पुढे केला.

''गुड मॉर्निंग सर मॅथ्यू,'' ती मुळीच हालचाल न करता म्हणाली. अजूनही ती कॅसनच्या दिशेनं पाहत होती. ''तुम्ही माझा बचाव करणार आहात, हे ऐकून खूप आनंद झाला.''

कॅसन म्हणाला, ''मिसेस बँक्स, सर मॅथ्यू तुम्हाला काही विचारू इच्छितात; त्यामुळे तुमची केस कशी हाताळायची, हे त्यांना ठरवता येईल. आता ते सरकारी वकिलाच्या भूमिकेतून प्रश्न विचारतील. म्हणजे कोर्टात कशा प्रकारच्या तपासणीला सामोरं जायचंय, याचा तुम्हाला अंदाज येईल.''

''आलं लक्षात,'' सौ. बँक्स म्हणाली. ''मी त्यांच्या प्रश्नांना आनंदानं उत्तर देईन. एक अशक्त, आंधळी बाई सव्वादोनशे पौंडांच्या एका हिंसक माणसाचे तुकडे करणं अशक्य आहे हे सिद्ध करणं यांच्यासारख्या नावाजलेल्या वकिलाला अवघड जाऊ नये.''

''पण त्या सव्वादोनशे पौंडी हिंसक माणसाला आधी विष घातलं गेलं असेल, तर ते अशक्य नाही,'' सर मॅथ्यू शांतपणे म्हणाले.

''पण एखादी व्यक्ती जर गुन्हा घडतेवेळी पाच मैलांवरच्या एका हॉस्पिटलच्या खाटेवर पडली असेल, तर ती कामगिरी विलक्षण म्हणावी लागेल,'' ती म्हणाली.

''जर गुन्हा त्या वेळी घडला असेल तरच,'' सर मॅथ्यूंनी प्रत्युत्तर दिलं. ''तुमच्या म्हणण्यानुसार तुमच्या डोक्यावर एका बाजूनं आघात झाल्यानं तुम्हाला अंधत्व आलं.''

''हो, सर मॅथ्यू. मी नाश्ता बनवत होते तेव्हा माझ्या नवऱ्यानं स्टोव्हवरची

कढई उचलून माझ्या डोक्यात घातली. मी खाली वाकले, पण तरी त्या कढईची कड माझ्या डोक्याच्या डाव्या बाजूला लागली.'' तिनं डोक्याच्या डाव्या बाजूला असलेल्या व्रणाला स्पर्श केला. तो कधीकाळी दिसेनासा होईल, असं वाटत नव्हतं.

''मग काय झालं?''

''मी बेशुद्ध होऊन कोसळले. शुद्धीवर आल्यानंतर मला खोलीत कुणीतरी असल्याचं जाणवलं. आवाजावरून तो आमचा पोस्टमन जॅक पेंब्रिज असल्याचं लक्षात आलं. त्यानं मला त्याच्या व्हॅनमधून जवळच्या हॉस्पिटलमध्ये नेलं.''

''आणि तुम्ही हॉस्पिटलमध्ये असताना पोलिसांना तुमच्या नवऱ्याचा मृतदेह सापडला?''

''बरोबर, सर मॅथ्यू. 'पार्कमीड'मध्ये मी दोन आठवडे होते. आमचे पाद्री मला रोज भेटायला येत. मी नसताना ब्रूसचं कसं चाललंय, हे मी त्यांना विचारलं.''

''पण या दोन आठवड्यांत तुमचा नवरा तुम्हाला एकदाही भेटायला आला नाही, याचं तुम्हाला आश्चर्य वाटलं नाही?'' सर मॅथ्यूनी विचारलं. त्यांनी कॉफीचा कप हळूच टेबलाच्या कडेला सरकवायला सुरुवात केली.

''नाही. मी त्याला सोडून निघून जाईन अशी अनेकदा धमकी दिली होती. पण...''

तो कप खाली पडून फुटल्याचा आवाज झाला.

सर मॅथ्यूंची नजर सौ. बँक्सवर खिळली होती.

ती दचकली; पण तिनं त्या फुटलेल्या कपाकडे पाहिलं नाही.

''मि. कॅसन, ठीक आहात ना?'' तिनं विचारलं.

''नाही, चूक माझी आहे,'' सर मॅथ्यू म्हणाले.

कॅसननं हसू आवरलं. विदरिंग्टन जागचा हलला नाही.

सर मॅथ्यू वाकून त्या कपाचे तुकडे उचलत होते. ''हं. बोला पुढे,'' ते म्हणाले.

''हो,'' सौ. बँक्स म्हणाली. ''मी शेतावर परत गेले काय किंवा न गेले काय, याची ब्रूसला फिकीर नसावी.''

''बरोबर,'' सर मॅथ्यू ते तुकडे टेबलावर ठेवत म्हणाले. ''पण ज्या कुऱ्हाडीनं तुमच्या नवऱ्याच्या शरीराचे तुकडे केले गेले, तिच्या दांड्यावर पोलिसांना तुमचा केस चिकटलेला दिसला. त्याचं स्पष्टीकरण देऊ शकाल?''

''नक्कीच, सर मॅथ्यू. मी नाश्ता बनवण्याआधी चुलीसाठी लाकडं फोडत होते.''

''मग त्या दांड्यावर तुमच्या बोटांचे ठसे का नव्हते? हा प्रश्न उरतोच.''

''कारण मी ग्लोव्हज घातले होते, सर मॅथ्यू. ऑक्टोबरच्या मध्यावर किती थंडी असते, हे तुम्हाला ठाऊक आहेच.''

आता कॅसननं मंद स्मित केलं.

''तुमच्या नवऱ्याच्या कॉलरवर आढळलेल्या रक्ताचं काय? सरकारी तज्ज्ञांच्या

मते ते तुमच्या रक्ताशी जुळतं.''

''सर मॅथ्यू, आपण नीट पाहण्याचे कष्ट घेतलेत तर त्या घरातल्या अनेक वस्तूंवर माझं रक्त सापडेल.''

''तिथल्या फावड्यावर तुमच्या बोटांचे ठसे होते. ब्रेकफास्टपूर्वी तुम्ही काही खोदकाम करत होता का?''

''नाही, पण त्याआधी आठवडाभर मी ते फावडं वापरत होते.''

''अस्सं!'' सर मॅथ्यू म्हणाले. ''मग आपण आता तुम्ही रोज करत नसलेली गोष्ट विचारात घेऊ. स्ट्रिकनिनची खरेदी. पहिली गोष्ट, तुम्हाला एवढ्या मोठ्या प्रमाणात स्ट्रिकनिनची गरज का भासली? आणि दुसरी म्हणजे ते खरेदी करायला तुम्ही २७ मैलांवर असलेल्या रीडिंगला का गेलात?''

''मी दर दुसऱ्या गुरुवारी रीडिंगला खरेदीसाठी जाते,'' ती म्हणाली. ''त्याहून जवळ शेतीमालाचं दुसरं दुकान नाही.''

सर मॅथ्यूंच्या कपाळाला आठी पडली. ते उठून सौ. बँक्सच्या भोवती प्रदक्षिणा घालू लागले. कॅसन तिच्या डोळ्यांवर लक्ष ठेवून होता. त्यांची थोडीही हालचाल झाली नाही.

तिच्या मागे उभे राहिल्यावर सर मॅथ्यूंनी घड्याळ पाहिलं. ११.१७ वेळ अचूक साधायला हवी. एका हुशार आणि धूर्त बाईशी गाठ आहे हे त्यांना कळून चुकलं होतं, पण ब्रूस बँक्ससारख्या माणसाबरोबर ११ वर्षं काढायची म्हणजे तेवढा धूर्तपणा गरजेचा होताच.

त्यांनी मागूनच तिला विचारलं, ''पण इतक्या मोठ्या प्रमाणावर स्ट्रिकनिनची काय गरज होती, हे तुम्ही सांगितलं नाहीच.''

तिचं मस्तक अजूनही स्थिर होतं. ''आमच्या अनेक कोंबड्या मरत होत्या. माझ्या नवऱ्याला ते उंदरांमुळे घडत असावं, असं वाटत होतं; त्यामुळे त्या उंदरांचा कायमचा नायनाट करायला हवा, असं तो म्हणाला.''

''पण प्रत्यक्षात त्याचाच नायनाट झाला आणि त्याच विषामुळे,'' सर मॅथ्यू शांतपणे म्हणाले.

त्यातल्या उपरोधाकडे दुर्लक्ष करून सौ. बँक्स म्हणाली, ''मला रुपर्टची काळजी वाटत होती.''

''पण तुमचा मुलगा तर त्या वेळी शाळेत होता.''

''खरंय, सर मॅथ्यू; पण वीकएन्डला तो घरी येणार होता.''

''त्या दुकानातून तुम्ही पूर्वी खरेदी केलीय?''

सर मॅथ्यू त्यांची प्रदक्षिणा पूर्ण करून तिच्यासमोर उभे राहिले.

''अगदी नियमितपणे,'' सौ. बँक्स म्हणाली. ''मी महिन्यातून एकदा तरी त्या

दुकानात जाते. तिथला मॅनेजर याची ग्वाही देईल.''

तिनं मान वळवली. आता ती सर मॅथ्यूंच्या फूटभर उजव्या बाजूला पाहत होती.

सर मॅथ्यू काहीच बोलले नाहीत. त्यांनी घड्याळाकडे पाहण्याचा मोह आवरला. आता काही सेकंदच उरले होते. काही क्षणांतच खोलीचं दार उघडून एक नऊ वर्षांचा मुलगा आत आला. ते तिघंही त्यांच्या अशिलाकडे बारकाईनं पाहत होते. रुपर्ट बँक्स त्याच्या आईसमोर उभा राहिला आणि तिच्याकडे पाहून हसला. तिच्याकडून काहीच प्रतिसाद आला नाही. तो १० सेकंद थांबला आणि वळून खोलीबाहेर निघून गेला. हे सगळं त्यानं त्याला मिळालेल्या सूचनांबरहुकूम पार पाडलं. सौ. बँक्सची नजर सर मॅथ्यू आणि कॅसन यांच्यामध्ये स्थिरावली होती.

कॅसनच्या चेहऱ्यावर विजयी हास्य उमटलं.

''खोलीत आणखी कुणी आलंय का?'' सौ. बँक्सनं विचारलं, ''मला दार उघडल्याचा आवाज आला.''

''नाही,'' सर मॅथ्यू म्हणाले, ''फक्त मी आणि मि. कॅसन.''

विदरिंग्टन अजूनही निश्चलपणे उभा होता.

सर मॅथ्यूंनी तिच्याभोवती अखेरची प्रदक्षिणा मारायला सुरुवात केली. आपण हिला ओळखण्यात चूक केली की काय, असं त्यांना वाटून गेलं. विदरिंग्टन तिच्या समोर बसला. सर मॅथ्यूंनी तिच्या मागे उभं राहून त्याला मानेनं खूण केली.

विदरिंग्टननं कोटाच्या खिशातून त्याचा रेशमी रुमाल काढला आणि सावकाशपणे उलगडून समोरच्या टेबलावर पसरला.

सौ. बँक्सकडून कोणतीच प्रतिक्रिया आली नाही. त्यानं मान खाली घातली आणि उजवा हात डाव्या डोळ्याच्या दिशेनं नेला. मग अचानक त्यानं त्याचा डावा डोळा उचकटून काढला आणि समोरच्या रुमालावर ठेवला. तीस सेकंद त्यानं तो तसाच राहू दिला. मग त्यानं तो सावकाश घासायला सुरुवात केली. सर मॅथ्यू आता तिच्यासमोर येऊन बसले होते. तिच्या कपाळावर घर्मबिंदू चमकू लागले. विदरिंग्टननं तो काचेचा डोळा घासूनपुसून स्वच्छ केला आणि मान वर करून तिच्याकडे पाहिलं. मग त्यानं तो डोळा पुन्हा शांतपणे त्याच्या खोबणीत बसवला. सौ. बँक्सनं क्षणभर नजर वळवली. तिनं लगेच स्वतःला सावरण्याचा प्रयत्न केला, पण तोपर्यंत फार उशीर झाला होता.

सर मॅथ्यू तिच्याकडे पाहून हसले. प्रत्युत्तरादाखल तीही हसली.

ते म्हणाले, ''मिसेस बँक्स, एक गोष्ट मान्य करतो की, सदोष मनुष्यवधाची कबुली दिली तर मला बचाव करणं जास्त सोयीचं होईल.''

एकाची मेजवानी...

कुणी एवढं सुंदर असू शकतं?

मी माझ्या गाडीतून, आल्डिचमधून, कामावर निघालो होतो. ती थिएटरच्या पायऱ्या चढत होती. आणखी क्षणभर जरी तिच्यावर नजर रेंगाळली असती, तर पुढच्या गाडीला धडकलोच असतो; पण ओझरत्या दर्शनानं झालेल्या समजुतीची खात्री करण्यापूर्वीच ती प्रेक्षकांच्या गर्दीत हरवून गेली.

मला डाव्या बाजूला पार्किंगसाठी रिकामी जागा दिसली. मी कुठलाही इशारा न देता झटकन गाडी त्या जागेत घुसवली. मागच्या वाहनातून निषेधाचा हॉर्न ऐकू आला. मी गाडीतून उडी मारली आणि थिएटरच्या दिशेनं धावत सुटलो. या भाऊगर्दीत ती सापडणं कठीण आहे, हे मला कळत होतं. तिला भेटायला तिचा बॉयफ्रेंड किंवा नवरा आलेला असण्याची शक्यता होती आणि भरीस भर म्हणजे तो हॅरिसन फोर्डसारखा उंचापुरा आणि देखणा निघाला असता.

बाहेरच्या हॉलमध्ये जमलेल्या प्रेक्षकांचा एकच गलका चालू होता. मी सर्वत्र नजर फिरवली; पण तिचा पत्ता नव्हता. तिकिट काढावं का? पण तिची सीट कुठेही असू शकली असती. स्टॉल, ड्रेस सर्कल, कदाचित अपर सर्कलसुद्धा! मग? खुर्च्यांच्या मधून ती दिसेपर्यंत हिंडावं? पण मुळात आत जाण्यासाठी तिकिट काढणं गरजेचं होतं.

मग अचानक मला ती दिसली. 'आजचा प्रयोग' अशी पाटी असलेल्या खिडकीसमोरच्या रांगेत ती उभी होती. तिच्यापुढे एकचजण होता, तर मागे एक तरुण स्त्री आणि एक मध्यमवयीन गृहस्थ असे दोघेजण होते. मी पटकन रांग धरली. तोपर्यंत ती खिडकीजवळ पोहोचली होती. मी पुढे वाकून तिचं बोलणं ऐकायचा प्रयत्न केला; पण फक्त त्या खिडकीमागच्या माणसाचे शब्दच कानावर

पडले. "मॅडम, आणखी काही मिनिटांतच पडदा वर जाईल," तो म्हणाला. "पण तुम्ही जर ते इथे ठेवलं तर कसं जमतं ते पाहतो."

ती त्याचे आभार मानून स्टॉलच्या दिशेनं निघून गेली. एव्हाना माझं पहिलं मत आता पक्कं झालं होतं. ती म्हणजे नखशिखांत परिपूर्ण सौंदर्याचा नमुना होती. माझी नजर तिच्यावरून हटेना. त्या हॉलमधल्या अनेक पुरुषांचीही अशीच अवस्था होती. तिचा नाद सोडा, असं मला त्यांना सांगावंसं वाटलं. ती माझ्याबरोबर आहे हे दिसतंय ना? किंबहुना संध्याकाळ संपेपर्यंत असणार होती.

ती दिसेनाशी झाल्यावर मी मान उंचावून खिडकीकडे नजर टाकली. तिचं तिकिट एका बाजूला ठेवलं होतं. पुढच्या तरुणीनं क्रेडिट कार्ड दाखवून ड्रेस सर्कलची चार तिकिटं काढलेली पाहून मला हायसं वाटलं. आता माझ्यापुढे एकच माणूस होता. त्यानं ते तिकिट घेऊ नये, अशी मी मनोमन प्रार्थना करू लागलो.

"आजच्या नाटकाचं एक तिकिट मिळेल?" त्यानं आशेनं विचारलं.

तेवढ्यात दुसरी घंटा झाली. आतला माणूस हसला. मी वैतागलो. आता काय करावं? त्याच्या पाठीत खंजीर खुपसावा, पेकटात लाथ घालावी की नुसत्याच जोरजोरात शिव्या द्याव्यात?

"स्टॉल की ड्रेस सर्कल, सर?"

"स्टॉल म्हणू नकोस," मी मनोमन इच्छा केली, "सर्कल... सर्कल... सर्कल."

"स्टॉल," तो म्हणाला.

"एच रांगेतलं कडेचं तिकिट आहे," खिडकीमागचा माणूस म्हणाला.

मी मनातल्या मनात जल्लोष केला. थिएटरचे लोक तरी त्यांची तिकिटं विकायचं सोडून परत केलेली तिकिटं कशाला खपवतील? हे माझ्या लक्षात यायला हवं होतं; पण माझीही तीच अडचण होती.

त्या माणसानं एच रांगेतलं तिकिट घेईपर्यंत मी माझं संभाषण मनात तयार केलं होतं. विसरून चालणार नव्हतं.

"नशीब पोहोचलो. जमेलसं वाटत नव्हतं," मी खोट्या धापा टाकत म्हणालो. त्यानं मान वर करून माझ्याकडे पाहिलं. माझ्या अभिनयाचा त्याच्यावर फारसा परिणाम झाल्याचं दिसलं नाही. "ट्रॅफिकमध्ये अडकलो. त्यात पार्किंगला जागा मिळेना. माझ्या गर्लफ्रेंडनं माझा नाद सोडला असेल. माझं तिकिट तिनं इथे विकायला ठेवलंय का?"

तो साशंक दिसला. माझ्या संभाषणात त्याला रस नव्हता. "तिचं वर्णन करू शकाल?" त्यानं संशयानं विचारलं.

"काळे आखूड केस, पिंगट डोळे, लाल सिल्कचा ड्रेस..."

"हो, आठवलं," तो नि:श्वास टाकत म्हणाला. त्यानं ते तिकिट मला दिलं.

"थँक यू," मी ठरवलेला संवाद त्यानंच पूर्ण केला. मी घाईघाईनं स्टॉलच्या दिशेनं निघालो. वाटेत तिथे ठेवलेल्या पाकिटाच्या गठ्ठ्यातलं एक पाकिट उचललं.

तिकिटाची किंमत २० पौंड होती. मी १० पौंडांच्या दोन नोटा पाकिटात घालून ते बंद केलं.

स्टॉलच्या दाराशी उभ्या असलेल्या मुलीनं माझं तिकिट तपासलं, "एफ-११. सहावी रांग, उजव्या बाजूला."

तिथे मला ती दिसली. ती रांगेच्या मधोमध बसली होती. रांगेतली पावलं ओलांडत मी तिथपर्यंत गेलो. ती माझ्याकडे पाहून हसली. तिचं जास्तीचं तिकिट विकलं गेल्याचं पाहून खूश झाली असावी.

मी माझ्याजवळचं २० पौंड असलेलं पाकिट तिला दिलं, "बॉक्स ऑफिसमधल्या माणसानं हे तुम्हाला द्यायला सांगितलंय."

"थँक यू!" ती ते पाकिट बॅगेत टाकत म्हणाली.

मी माझ्या दुसऱ्या प्रवेशाचा संवाद सुरू करणार तेवढ्यात थिएटरचे दिवे मंदावले. पडदा वर गेला. पहिल्या अंकाला सुरुवात झाली. माझ्या एकदम लक्षात आलं की, आपल्याला नाटकाचं नावच ठाऊक नाहीये. तिच्या मांडीवर ठेवलेल्या कार्यक्रमपत्रिकेत मी नाव वाचलं. 'ॲन इन्स्पेक्टर कॉल्स' – लेखक जे. बी. प्रिस्टले.

हे नाटक रंगमंचावर येताच समीक्षकांनी त्याचं भरभरून कौतुक केलं होतं. त्यातही केनेथ क्रॅनहॅमच्या भूमिकेवर तर खूपच स्तुतिसुमनं उधळली होती. मी नाटकाकडे लक्ष द्यायचा प्रयत्न करू लागलो.

त्यातला इन्स्पेक्टर एका घराच्या आत पाहत होता. तिथे एका एडवर्डकालीन कुटुंबातल्या मुलीच्या साखरपुड्याची तयारी चालू होती. "मी नवी गाडी घ्यावी म्हणतोय," तिचे वडील भावी जावयाला उद्देशून म्हणाले.

'गाडी' हा शब्द ऐकताच मला मी पार्क केलेल्या माझ्या गाडीची आठवण झाली. मी पिवळ्या दुहेरी रेघांवर गाडी पार्क केली होती का? की त्याहून वाईट? मरू दे! त्यापेक्षा माझ्या शेजारचं मॉडेल जास्त चांगलं होतं. तेवढ्यात प्रेक्षकांत हशा पिकला. नाटक पाहत असल्याचं भासवण्यासाठी मीही त्यात सामील झालो; पण आज संध्याकाळचा माझा जो बेत होता, त्याचं काय? मी एव्हाना का पोहोचलो नाही, हा प्रश्न सर्वांना पडलेला असणार; पण आता फोन करायला किंवा गाडी पाहायलासुद्धा मी बाहेर जाणार नव्हतो. नाहीतर माझी योजना पुढे रेटण्याची संधी हातची गेली असती.

नाटकानं प्रेक्षकांना खिळवून ठेवलं होतं. मी मात्र मनातल्या मनात माझ्या नाटकाचे संवाद घोकत होतो. पहिल्या अंकानंतरच्या मध्यंतरात १५ मिनिटंच

मिळणार होती आणि अशी रात्रही पुन्हा येणार नव्हती.

पडदा पडेपर्यंत मला आत्मविश्वास आला. टाळ्यांचा कडकडाट ओसरल्यावर मी तिच्याकडे पाहिलं.

"किती कल्पक आणि नावीन्यपूर्ण नाटक आहे ना?" मी म्हणालो. हेच शब्द एका समीक्षकानं वापरल्याचं मला आठवत होतं. "नशीब मला शेवटच्या क्षणी ते तिकिट मिळालं."

"माझंही नशीब म्हणायला हवं," ती म्हणाली. "शेवटच्या क्षणी ते तिकिट घेणारं कुणीतरी मिळालं."

"मी मायकल व्हिटेकर," मी म्हणालो.

"ॲना टाउनसेंड," ती प्रसन्नपणे म्हणाली.

"ड्रिंक घेणार?" मी विचारलं.

"थँक यू," ती म्हणाली. "आवडेल मला." मी गर्दीतून तिला बारकडे घेऊन गेलो. मध्येच मी ती माझ्या मागोमाग येत असल्याची खात्री करून घेत होतो. प्रत्येक वेळी ती प्रसन्नपणे हसत होती.

"काय घेणार?" बारजवळ पोहोचल्यावर मी विचारलं.

"ड्राय मार्टिनी."

"थांब इथे. मी आलोच," आता बारजवळ काही मौल्यवान मिनिटं वाया जाणार होती. मी पाच पौंडांची नोट बारमनच्या दिशेनं उंचावली. त्या आशेनं तरी त्यानं लवकर ड्रिंक दिलं असतं. तरीही माझ्यापुढे चारजण होते. अखेर मी तिची ड्राय मार्टिनी आणि स्वतःसाठी व्हिस्की घेऊन परतलो. एवढी भरघोस टिप देण्याची त्या बारमनची लायकी नव्हती; पण सुटे पैसे घेण्यात मला वेळ दवडायचा नव्हता.

मी ड्रिंक्स घेऊन बारच्या एका बाजूला आलो. ॲना हातातलं पत्रक तपासत होती. खिडकीच्या प्रकाशात तिची कमनीय आकृती उठून दिसत होती.

मी मार्टिनीचा ग्लास तिच्या हातात दिला. माझी मर्यादित वेळ आता संपत आली होती.

"थँक यू!" पुन्हा तेच मोहक हास्य.

"तुझ्याजवळ जास्तीचं तिकिट कसं होतं?" मी विचारलं.

"माझा जोडीदार एका इमर्जन्सी केसमध्ये अडकला," ती म्हणाली. "डॉक्टर असल्याचे तोटे."

"अरेरे! चांगलं नाटक चुकलं." हा जोडीदार पुरुष असेल की, स्त्री याचा मी अंदाज घेत होतो.

"हो ना," ती म्हणाली. "हे नॅशनल थिएटरमध्ये सुरू असतानाच मी तिकिटं काढणार होते, पण माझ्या सोयीच्या दिवशी नेमकं हाउसफुल असायचं; त्यामुळे

अखेरच्या क्षणी मिळालेली दोन तिकिटं मी झटकन घेतली. इथूनही हे काही आठवड्यांत जाणार आहे, तुझं काय?"

तेवढ्यात घंटा झाली.

मी ठरवलेल्या संभाषणात हे वाक्य नव्हतंच.

"माझं?"

"हो, मायकल," ती मिस्कीलपणे म्हणाली. "तू नेमका एकच तिकिट शोधत ऐन वेळी कसा आलास?"

"शॅरॉन स्टोनला वेळ नव्हता आणि राजकन्या डायनानं आयत्या वेळी येणं रद्द केलं; कारण तिला प्रसिद्धी नको होती," मी म्हणालो.

ॲना हसली.

"खरं म्हणजे मी या नाटकाचं परीक्षण वाचलं आणि एखादं तिकिट मिळतंय का, हे पाहण्याचं ठरवलं."

"आणि आयत्या वेळी एक बाईसुद्धा मिळवलीस," ती म्हणाली.

इतकं बिनधास्त वाक्य माझ्या संहितेत नव्हतं. तेवढ्यात पुन्हा घंटा झाली.

तिच्या पिंगट डोळ्यांत अजूनही मिस्कील भाव होते.

"हो. नक्कीच!" मी सहजपणे म्हणालो. "म्हणजे तूसुद्धा डॉक्टर आहेस?"

"मीसुद्धा?"

"म्हणजे तुझ्या जोडीदाराप्रमाणे." अजूनही ती मला चिडवतेय, असंच वाटत होतं.

"हो. मी फुलहॅममध्ये फॅमिली डॉक्टर आहे. आम्हा तिघांची मिळून प्रॅक्टिस आहे; पण आज फक्त माझीच सुटका होऊ शकली आणि तू? शॅरॉन स्टोन किंवा डायना बरोबर नसताना काय करतोस?"

"मी रेस्टॉरंटच्या व्यवसायात आहे," मी म्हणालो.

"आमच्यापेक्षा वाईट कामाचे तास आणि वातावरण असलेला हा एकमेव व्यवसाय आहे," ती म्हणाली. तिसरी घंटा झाली.

मला तिच्या पिंगट डोळ्यांत पाहून म्हणावंसं वाटलं, 'ॲना, विसर तो दुसरा अंक. नाटक छान आहे हे कबूल! पण आजची संध्याकाळ मला फक्त तुझ्याबरोबर घालवायची आहे. आठशेजणांच्या गर्दीत नाही.'

"तुला काय वाटतं?"

ती नेमकं काय म्हणाली, हे मी आठवायचा प्रयत्न केला. "हो, ग्राहकांच्या तक्रारी आमच्याकडे जास्त असतात," एवढंच मला सुचलं.

"छे!" ती तीक्ष्ण स्वरात म्हणाली. "एखाद्या महिला डॉक्टरचा रुग्ण दोन दिवसांत बरा झाला नाही, तर लगेच तिच्या शिक्षणाबद्दल शंका घेतली जाते."

मी हसून माझं ड्रिंक संपवलं. तेवढ्यात आवाज घुमला – 'दुसरा अंक लगेच सुरू होत आहे. प्रेक्षकांनी कृपया आसनस्थ व्हावं.'

"चल, आत जाऊ या," ॲना तिचा ग्लास खिडकीत ठेवत म्हणाली.

"हं..." मी जरा नाखुशीनंच तिच्या मागोमाग आत गेलो.

"ड्रिंकबद्दल आभार!" जागेवर बसताना ती म्हणाली.

"छोटासा मोबदला," मी म्हणालो. तिच्या चेहऱ्यावर प्रश्नचिन्ह उमटलं.

"एवढ्या छान तिकिटाबद्दल!"

ती हसली. तेवढ्यात दिवे मंदावून पडदा वर गेला.

दुसऱ्या अंकात प्रत्येक वेळी हशा पिकल्यावर मी तिच्याकडे हसून पाहत होतो. तीही तसाच प्रतिसाद देत होती. नाटकाच्या शेवटी मला माझं बक्षीस मिळालं. रंगमंचावर इन्स्पेक्टरनं त्या मुलीला मृत स्त्रीचा फोटो दाखवला. तिच्या तोंडून कर्कश किंकाळी बाहेर पडली. मंचावरचे दिवे अचानक मालवले गेले.

ॲनानं दचकून माझा हात गच्च पकडला, पण लगेच सोडून दिलगिरी व्यक्त केली.

"असू दे," मी हळूच म्हणालो. "मीही जवळजवळ तेच केलं होतं."

तिथल्या अंधारात मला तिच्या चेहऱ्यावरचे भाव दिसले नाहीत.

तेवढ्यात स्टेजवर फोन वाजला. पलीकडून तो डिटेक्टिव्ह बोलत असणार, याची प्रेक्षकांना कल्पना होती; पण काय बोलणार, याचा अंदाज येत नव्हता. अखेरच्या प्रसंगानं तर प्रेक्षकांना पूर्णपणे खिळवून ठेवलं.

अखेर दिवे मंद झाले आणि संपूर्ण नटसंच प्रेक्षकांना अभिवादन करण्यासाठी रंगमंचावर आला. प्रेक्षकांनीही उभे राहून टाळ्यांचा कडकडाट केला.

पडदा पडल्यावर ॲना म्हणाली, "भन्नाट नाटक होतं ना? बरं झालं मला एकटीला पाहावं लागलं नाही."

"मलाही." पण हे नाटक पाहण्याचा माझा बेत तरी कुठे होता?

आम्ही गर्दीच्या प्रवाहाबरोबर हळूहळू बाहेर आलो. काही क्षण मी नाटकावर चर्चा करण्यात वाया घालवले. नटांची कामं, दिग्दर्शकाचा ठसा वगैरे.

"गुडबाय मायकल!" ॲना म्हणाली. "माझी संध्याकाळ अधिक आनंदी केल्याबद्दल थँक्स!" ती शेकहॅन्डसाठी हात पुढे करत म्हणाली.

"गुडबाय!" मी तिच्या डोळ्यांत पाहत म्हणालो.

ती जाण्यासाठी वळली. ही मला पुन्हा कधी भेटणार होती का?

"ॲना," मी म्हणालो.

तिनं वळून माझ्याकडे पाहिलं.

"जर तू मोकळी असशील तर माझ्याबरोबर डिनरला येशील?"

लेखकाची टीप

कथेच्या या टप्प्यावर वाचकांसमोर चार पर्याय व चार शेवट आहेत. तुम्ही ते चारही वाचू शकता किंवा त्यांतला एक पर्याय निवडून तो शेवट समजू शकता; पण तुम्ही हे सर्व पर्याय वाचायचे ठरवले, तर ते ज्या क्रमाने लिहिले आहेत, त्याच क्रमाने वाचावेत.

१) सुग्रास

२) करपलेली

३) विचका

४) अर्धपोटी

सुग्रास

"थँक यू मायकल, आवडेल मला.''

मी अगदी मनापासून हसलो, ''छान! याच रस्त्यावर एक छानसं रेस्टॉरंट मला ठाऊक आहे. तुलाही आवडेल ते.''

''हो, मजा येईल,'' ॲना माझ्या हातात हात घालत म्हणाली. आम्ही गर्दीबरोबर बाहेर पडलो.

रेस्टॉरंटकडे जाताना ॲना नाटकाबद्दलच बोलत होती. तिच्या मते तिनं काही वर्षांपूर्वी 'हे मार्केट'मध्ये पाहिलेल्या नाटकापेक्षा आजचं नाटक सरस होतं.

स्ट्रँडला पोहोचल्यावर मी रस्त्याच्या पलीकडच्या एका मोठ्या करड्या रंगाच्या दरवाजाकडे बोट दाखवलं. ''तेच ते.'' सिग्नलजवळ आम्ही रस्ता ओलांडला. मी ॲनासाठी दरवाजा उघडून धरला. आम्ही आत शिरल्याबरोबर बाहेर पाऊस सुरू झाला. आम्ही जिना उतरून तळघरातल्या रेस्टॉरंटमध्ये आलो. तिथे एकच गलका चालू होता. वेगवेगळ्या थिएटर्सना जाऊन आलेल्या लोकांच्या गप्पा सुरू होत्या. वेटर्सची एकच धांदल उडाली होती.

''एवढ्या गर्दीत आपल्याला जागा मिळाली तर आश्चर्यच म्हणावं लागेल,'' ॲना म्हणाली. बारजवळ अनेकजण टेबल मिळण्याची वाट पाहत उभे होते.

मी आरक्षणाच्या काउंटरकडे गेलो. तिथला मुख्य वेटर एका ग्राहकाची ऑर्डर घेत होता. मला पाहताच तो लगबगीनं माझ्याकडे येऊन म्हणाला, ''गुड इव्हिनिंग मि. व्हिटेकर! कितीजण आहात?''

''आम्ही दोघंच.''

''या इकडे सर,'' असं म्हणून मारियो आम्हाला लांबच्या कोपऱ्यातल्या माझ्या नेहमीच्या टेबलाकडे घेऊन गेला.

"आणखी एक ड्राय मार्टिनी?" मी विचारलं.

"नको," ॲना म्हणाली. "पण जेवणाबरोबर एखादा ग्लास वाइन घेईन."

मारियोनं आमच्या हातात मेनूकार्ड दिलं. तिनं पदार्थांची यादी वाचली.

"एखादी विशेष डिश हवीय?" मी विचारलं.

"हो," ती माझ्याकडे पाहत म्हणाली. "पण तूर्त फेटुचिनी आणि एक ग्लास रेड वाइन."

"छान!" मी म्हणालो. "मीही तेच घेईन. एखादा स्टार्टर?"

"नको मायकल," ती म्हणाली. "आता मी वाटेल ते खाण्याइतकी तरुण राहिलेली नाही."

"माझंही तसंच आहे," मी म्हणालो. "फिट राहण्यासाठी मला आठवड्यातून तीन वेळा स्क्वॉश खेळावं लागतं." तेवढ्यात मारियो आला.

"दोन फेटुचिनी," मी म्हणालो. "आणि एक बाटली..."

"अर्धीच बाटली," ॲना म्हणाली. "मी एकच ग्लास घेणार आहे. उद्या सकाळी कामावर जायचंय, तेव्हा सांभाळलेलं बरं."

मी मान डोलवली.

मी ॲनाच्या डोळ्यांत पाहिलं. "मला महिला डॉक्टरांबद्दल नेहमीच कुतूहल वाटत आलंय," मी म्हणालो; पण या वाक्यात दम नसल्याचं माझं मलाच लगेच लक्षात आलं.

"म्हणजे आम्ही नॉर्मल असतो की नाही, अशी शंका आहे का?"

"हं. तसंच म्हण हवं तर."

"हो. आम्ही नॉर्मलच असतो. फक्त आम्ही अनेक पुरुषांना नग्नावस्थेत पाहतो. तुला सांगते, त्यांतले बहुतेकजण लठ्ठ आणि अनाकर्षक असतात."

माझंही वजन १०-१५ पौंडांनी कमी असावंसं मला वाटून गेलं.

"पण स्त्रीडॉक्टरकडे जाण्याचं धाडस कितीजणांकडे असतं?"

"बऱ्याच," ॲना म्हणाली. "माझ्याकडे मात्र बहुतेक रुग्ण बायकाच असतात; पण एक डॉक्टर बाई आपल्याला बरं करू शकेल असा विश्वास असणारे काही बुद्धिमान, समंजस आणि धीट पुरुष असतातच."

मी हसलो. मारियोनं आमच्या पुढ्यात फेटुचिनीचे बाउल ठेवले आणि बाटलीवरचं लेबल दाखवलं. ॲनासाठी त्यानं खास मुरलेली वाइन आणली होती.

"आता तुझ्याबद्दल सांग," ॲना म्हणाली. "तू 'रेस्टॉरंट व्यवसायात' आहेस म्हणजे नेमकं काय करतोस?"

"मी व्यवस्थापन पाहतो," मी वाइन चाखत म्हणालो. ती पसंत केल्यावर मारियोनं दोघांचे ग्लास भरले.

"निदान सध्यातरी. मी वेटर म्हणून कारकिर्दीची सुरुवात केली," मी म्हणालो.

"काय सुंदर वाइन आहे!" ॲना म्हणाली, "मला दुसरा ग्लास घ्यायचा मोह होतोय."

"आवडली तुला?" मी म्हणालो. "बोरोलो आहे."

"तू म्हणत होतास, तू वेटर म्हणून काम सुरू केलंस..."

"हो. नंतर पाच वर्षं किचनमध्ये काम केलं आणि मग व्यवस्थापनात शिरलो. फेटुचिनी कशी वाटली?"

"खूपच रुचकर. अगदी तोंडात विरघळते," ती म्हणाली. "म्हणजे तू आता वेटर नाहीस, स्वयंपाकीही नाहीस; मग नेमकं काय करतोस?"

"सध्या मी वेस्टएंड भागात तीन रेस्टॉरंट्स चालवतो. सतत इकडून तिकडे धावपळ चालू असते. जिथे अडचणी जास्त, तिथे जास्त वेळ द्यावा लागतो."

"म्हणजे काहीसं आमच्या वॉर्ड ड्यूटीसारखंच," ॲना म्हणाली. "मग, आज सर्वांत मोठी अडचण कुठे आली?"

"नशीब, आजचा दिवस नेहमीसारखा नव्हता," मी मनापासून म्हणालो.

"इतकी वाईट परिस्थिती असते?"

"हो. आजच सकाळी एका स्वयंपाक्याच्या बोटाचं पेर कापलं गेलं. आता तो १५ दिवस बाद. दुसऱ्या रेस्टॉरंटच्या मुख्य वेटरनं फ्लू झाल्यामुळे येणार नसल्याचं कळवलंय आणि तिसऱ्या रेस्टॉरंटमध्ये मला बारमनला हाकलून द्यावं लागलं, कारण तो हिशेबात घोटाळे करत होता. बरेच बारमन असं करतात. याचे उद्योग तर आता ग्राहकांच्याही लक्षात यायला लागले होते; पण तरीही मला दुसऱ्या कुठल्याच व्यवसायात जायला आवडणार नाही."

"तसं असेल तर तू आज संध्याकाळी वेळ काढू शकलास हे आश्चर्यच आहे."

"काढायला नको होता. काढलाही नसता. पण..." मी वाक्य अर्धवट सोडून ॲनाचा ग्लास भरला.

"पण काय?"

"खरं सांगू?"

"सांगून तर पाहा."

मी रिकामी बाटली बाजूला ठेवली. क्षणभर माझी चलबिचल झाली. मी म्हणालो, "मी माझ्याच एका रेस्टॉरंटकडे गाडीनं निघालो होतो. तेवढ्यात मला तू थिएटरमध्ये शिरताना दिसलीस. मी इतका वेळ तुझ्याकडे टक लावून पाहत राहिलो की, जवळजवळ पुढच्या गाडीवर धडकलोच. मी दिसेल त्या मोकळ्या जागेत गाडी घुसवली. तेवढ्यात मागच्या गाडीनं मला जवळजवळ ठोकलंच. मी धावतच थिएटरमध्ये शिरलो. तू तिकिटांच्या रांगेत उभी होतीस. मीही रांगेत उभा राहिलो.

तू जास्तीचं तिकिट त्या मॅनेजरकडे विकायला दिलेलं मी पाहिलं. तू लांब गेल्यावर मी त्याला थाप मारली की, बहुधा आता मी येणं शक्य नाही म्हणून माझं तिकिट तू विकायला परत दिलं असशील. मी तुझं सविस्तर वर्णन केल्यावर त्यानं काही खळखळ न करता ते तिकिट मला दिलं.''

ॲनानं तिचा ग्लास खाली ठेवून माझ्याकडे अविश्वासाच्या नजरेनं पाहिलं. ''त्यानं तुझ्या थापांवर विश्वास ठेवला हे ठीक; पण मी ठेवावा का?''

''नक्कीच,'' मी म्हणालो. ''कारण मी तुझ्याजवळ दिलेल्या पाकिटात तुला २० पौंड सापडतील. पुढचं सगळं तुला ठाऊक आहेच,'' मी तिच्या प्रतिक्रियेचा अंदाज घेतला.

ती काही वेळ शांत राहिली. ''हा तर माझा बहुमान आहे,'' तिनं माझ्या हाताला हळूच स्पर्श केला. ''आजच्या जगातही असे जुन्या वळणाचे प्रेमवीर असतील, असं वाटलं नव्हतं.'' तिनं माझी बोटं किंचित दाबत विचारलं, ''मग उरलेली संध्याकाळ कशी घालवायचा बेत आहे?''

''बेत काहीच नाही,'' मी म्हणालो. ''म्हणून तर इतकं ताजंतवानं वाटतंय.''

ती हसून म्हणाली, ''मला आता मी स्वत: मेंथॉलची गोळी असल्यासारखं वाटतंय.''

''यावर मी तीन वेगवेगळी उत्तरं देऊ शकेन,'' मी म्हणालो. तेवढ्यात मारियो तिथे आला. आमच्या प्लेटमधलं निम्मं अन्न तसंच पाहून त्याची निराशा झालेली दिसली.

''सर, सगळं ठीक आहे ना?'' त्यानं काळजीच्या सुरात विचारलं.

''उत्तम!'' ॲना म्हणाली. तिची नजर माझ्यावर खिळली होती.

''कॉफी?'' मी विचारलं.

''चालेल,'' ॲना म्हणाली. ''पण एखाद्या कमी गर्दीच्या ठिकाणी जाऊ.''

हे ऐकून मी इतका चकित झालो की, भानावर यायला मला काही क्षण लागले. आता परिस्थिती माझ्या हाताबाहेर जात असल्याचं मला जाणवलं.

''निघू या?'' ॲना म्हणाली. मारियो हसला.

बाहेर आल्यावर आम्ही दोघं हातात हात घालून आल्डिचच्या दिशेनं निघालो. आधी गाडी पार्क केलेल्या ठिकाणी आलो.

''माझी ही संध्याकाळ छान गेली,'' ॲना म्हणाली. ''माझाही दिवस तसा कंटाळवाणाच गेला होता, पण तुझ्यामुळे सगळं बदललं.''

''माझा दिवसही काही विशेष चांगला गेला नव्हता,'' मी म्हणालो. ''पण संध्याकाळ मात्र मी कधी नव्हे इतकी एन्जॉय केली. बरं, कॉफी कुठं घेणार? ॲनाबेल्स की डॉर्चेस्टर क्लब?''

“जर तुला बायको नसली तर तुझ्या घरी, असली तर...”

“मला बायको नाही.”

“मग ठरलं तर,” ती म्हणाली. मी तिच्यासाठी माझ्या बीएमडब्ल्यूचं दार उघडलं. ती बसल्यावर मी गाडीला वळसा घालून ड्रायव्हरच्या सीटवर बसलो. तेवढ्यात गाडीचे दिवे चालू राहिल्याचं माझ्या लक्षात आलं. मी किल्ली काढायलाही विसरलो होतो; पण मी किल्ली फिरवताक्षणी इंजिन सुरू झालं.

“आजचा दिवस माझा दिसतोय,” मी स्वत:शीच पुटपुटलो.

“काय म्हणालास?”

“पावसापासून थोडक्यात बचावलो,” मी म्हणालो. तेवढ्यात काचेवर काही थेंब पडले. मी वायपर सुरू केले.

पिम्लिकोच्या दिशेनं जाताना ॲना तिच्या बालपणाबद्दल सांगू लागली. तिचं बालपण दक्षिण फ्रान्समध्ये गेलं होतं. तिचे वडील मुलांच्या शाळेत इंग्रजी भाषा शिकवत. सुमारे २०० टीनएज मुलांमध्ये ती एकटीच मुलगी होती. त्याबद्दलचे गमतीदार किस्से ऐकताना माझी हसून हसून पुरेवाट झाली. तिची सोबत आता जास्तच हवीशी वाटू लागली.

“मग इंग्लंडला कशी आलीस?” मी विचारलं.

“कारण माझी इंग्लिश आई आणि फ्रेंच वडील यांचा घटस्फोट झाला आणि मला सेंट टॉमसमध्ये मेडिकलला ॲडमिशन मिळाली.”

“मग तुला फ्रान्सची आठवण येत नाही? विशेषत: अशा रात्री?” मी विचारलं.

तेवढ्यात आभाळातून वीज कडाडली.

“ठाऊक नाही; पण आता निदान इंग्रजांना स्वयंपाक करता येऊ लागलाय आणि ते जरा सुसंस्कृतही झालेत.”

मी हसलो. कदाचित ती थट्टा करत असावी.

“आणि हो,” ती म्हणाली, “आपण आज डिनर घेतलं ते तुझंच एक रेस्टॉरंट होतं ना?”

“अं? हो.” मी अपराधी चेहऱ्यानं म्हणालो.

“तरीच एवढी गर्दी असताना आपल्याला टेबल मिळालं आणि न मागवता वेटरनं बरोलो आणली. बिलही द्यावं लागलं नाही.”

ती सतत माझ्यापुढे एक पाऊल होती.

“तीनपैकी कोणतं? दांडी मारणारा वेटर, साडेचार बोटांचा स्वयंपाकी की लबाड बारमन?”

“लबाड बारमन,” मी हसून म्हणालो. “आज दुपारी मी त्याला हाकललं; पण त्याच्या मदतनिसाला काम नीट जमत नव्हतं.”

"आणि माझी समजूत झाली की, तुझं सगळं लक्ष माझ्याकडे होतं. प्रत्यक्षात मात्र तुझा डोळा सतत त्या मदतनिसावर होता.''

"सतत नाही हं,'' मी म्हणालो. तेवढ्यात मला माझ्या घराजवळच्या रस्त्यावर पार्किंगला जागा सापडली.

मी ॲनाला घेऊन घरात आलो. दार बंद करताक्षणी तिनं माझ्या गळ्याभोवती हात टाकले आणि माझ्या डोळ्यांत रोखून पाहिलं. मी वाकून तिचं चुंबन घेतलं.

ती हळूच दूर सरकून म्हणाली, "आता कॉफी राहू दे.''

मी अंगातला कोट काढला आणि तिला वरच्या मजल्यावर माझ्या बेडरूममध्ये घेऊन गेलो. सुदैवानं पलंगावरची चादर स्वच्छ होती आणि खोलीही व्यवस्थित आवरलेली होती.

"आलोच,'' असं म्हणून मी बाथरूममध्ये शिरलो. दात घासताना मला वाटलं, हे स्वप्न तर नाही ना? मी बेडरूममध्ये गेल्यावर ती अदृश्य तर झाली नसेल? मी ब्रश ठेवून बेडरूममध्ये गेलो. कुठे होती ती? तेवढ्यात मला पलंगावर विखुरलेले तिचे कपडे दिसले. ती उशीला टेकून आडवी झाली होती. आता तिच्या अंगावर फक्त पांघरूण होते.

मीही माझ्या अंगावरचे कपडे भिरकावून दिले आणि बेडलॅंप सोडून सगळे दिवे मालवून अंथरुणात शिरलो. क्षणभरातच आमचा धुंद प्रणय सुरू झाला. एखादी व्यक्ती आपल्याला असं स्वर्गीय सुख देऊ शकते, यावर माझा विश्वास बसेना. तिचा सहवास कायम लाभावा, अशी तीव्र इच्छा होऊ लागली.

काही काळ आम्ही मुग्धपणे एकमेकांच्या बाहूंत विसावलो. मग मी माझं मन तिच्यापुढे मोकळं केलं. माझ्या आशा, स्वप्नं, चिंता सगळं काही तिला सांगितलं. पूर्वी मी कुणासमोरही असं मन मोकळं केलं नव्हतं. संभाषण ओसरल्यावर आम्ही पुन्हा एकदा प्रणयात रंगून गेलो. अखेर मी दिवा मालवला, तेव्हा एक वाजला होता.

सकाळी मला जाग आली तेव्हा सूर्याचे कोवळे किरण पडद्यांमधून झिरपत होते. क्षणार्धात रात्रीच्या 'स्वर्गीय आठवणी' जाग्या झाल्या. मी तिच्या दिशेनं हात लांबवला, पण ती तिथे नव्हतीच.

मी ताडकन उठून बसलो. "ॲना'' मी हाक मारली; पण प्रतिसाद मिळाला नाही. मी घड्याळात पाहिलं, ७.२९. मी उठून तिच्या शोधात निघणार तेवढ्यात मला घड्याळाखाली ठेवलेली चिठ्ठी दिसली.

मी ती सावकाश वाचली आणि मंद हसलो.

"मीसुद्धा,'' मी स्वतःशीच म्हणालो आणि पुन्हा आडवा झालो. पुढे काय करावं, हा विचार मनात घोळत होता. मी तिला १२ गुलाबांचा गुच्छ पाठवायचं ठरवलं. अकरा पांढरे आणि एक लाल. त्यानंतर दर तासाला एक लाल गुलाब. ती

पुन्हा भेटेपर्यंत.

मी शॉवर घेऊन तयार झालो. आता माझ्याबरोबर राहायला येण्यासाठी ॲनाचं मन वळवायचं होतं. घरालाही स्त्रीच्या स्पर्शाची नितांत गरज होती.

ब्रेकफास्ट घेताना मी तिचा फोननंबर शोधून काढला. डॉ. टाउनसेंड, पार्सन्स ग्रीन लेन. वेळ सकाळी ९ ते संध्याकाळी ६. दुसराही एक नंबर होता; पण या क्रमांकावर फक्त इमर्जन्सीसाठीच फोन करावा, असं ठळक अक्षरांत छापलं होतं.

सध्याची माझी अवस्था इमर्जन्सी रुग्णासारखीच होती. तरीही मी पहिला नंबर फिरवला. मला एवढंच म्हणायचं होतं, ''गुडमॉर्निंग डार्लिंग. कालच्यासारख्या अनेक रात्री आपल्याला एकत्र काढता येतील?''

तेवढ्यात फोन उचलला गेला. आवाजावरून स्त्री जरा वयस्कर वाटत होती.

''गुड मॉर्निंग! डॉ. टाउनसेंड यांचा दवाखाना.''

''डॉ. टाउनसेंडना फोन द्या, प्लीज,'' मी म्हणालो.

''कोणते?'' पलीकडून प्रश्न आला. ''इथे तीन डॉ. टाउनसेंड आहेत. डॉ. जोनाथन, डॉ. ॲना आणि डॉ. एलिझाबेथ.''

''डॉ. ॲना.''

''ओ, मिसेस टाउनसेंड?'' ती म्हणाली. ''सॉरी! पण आता त्या इथे नाहीत. त्या मुलांना शाळेत सोडायला गेल्या आहेत. नंतर त्या एअरपोर्टवर त्यांच्या यजमानांना घ्यायला जाणार आहेत. डॉ. जोनाथन आज सकाळी मिनिया पोलीसच्या कॉन्फरन्सहून परतणार आहेत; त्यामुळे पुढचे दोन तास तरी त्या परतण्याची शक्यता नाही. काही निरोप आहे का?''

बराच वेळ माझ्या तोंडून शब्द फुटेना. ''हॅलो, फोनवर आहात ना?'' पलीकडून आवाज आला. मी काही न बोलता फोन ठेवला आणि खिन्नपणे तिनं लिहिलेल्या चिठ्ठीवर नजर टाकली.

प्रिय मायकल,
ही रात्र मी आयुष्यभर विसरणार नाही.
थँक यू!

ॲना.

करपलेली

''**थँ**क यू मायकल, आवडेल मला.''

मला माझा आनंद लपवता आला नाही.

''हाय ॲना! मला वाटलं, आपली चुकामूक होणार.''

मी वळून पाहिलं. मागे एक उंच, भुऱ्या केसांचा माणूस उभा होता. बाजूनं ये-जा करणाऱ्या गर्दीची त्याला पर्वा नव्हती.

ॲनाच्या चेहऱ्यावर मी आधी न पाहिलेलं हास्य उमटलं.

''हॅलो, डार्लिंग!'' ती म्हणाली. ''हा मायकल व्हिटेकर. नशीब यानं तुझं तिकिट विकत घेतलं. तू जर वेळेवर पोहोचला नसतास, तर मी याच्याबरोबर डिनरला जाणार होते. मायकल, हा माझा नवरा जोनाथन – हॉस्पिटलमध्ये अडकलेला. आता सुटका झाली, हे दिसतंच आहे.''

मला योग्य उत्तर सुचलं नाही.

जोनाथन माझ्याशी शेकहॅन्ड करत म्हणाला, ''माझ्या बायकोला कंपनी दिल्याबद्दल धन्यवाद! आमच्याबरोबर डिनरला येणार?''

मी म्हणालो, ''आवडलं असतं मला; पण आताच मला एक काम आठवलं. निघतो मी.''

''अरेरे!'' ॲना म्हणाली, ''मला तुझ्याकडून रेस्टॉरंटच्या धंद्याची माहिती ऐकायची होती. पुन्हा केव्हातरी भेटू – माझा नवरा असंच मला वाऱ्यावर सोडेल तेव्हा. गुडबाय, मायकल!''

''गुडबाय ॲना!''

ती दोघंजण टॅक्सीत बसली. जोनाथन बसल्या जागी मरून पडावा, असं मला वाटलं; पण अर्थातच तसं काही घडलं नाही. मी गाडी जिथे पार्क केली होती, त्या

दिशेला निघालो. "जोनाथन टाउनसेंड, नशिबवान आहेस लेका," मी स्वत:शीच म्हणालो; पण ते ऐकायला कुणीच नव्हतं.

पुढच्याच क्षणी माझ्या तोंडून एक शिवी बाहेर पडली. कारण मी जिथे गाडी पार्क केली होती, ती जागा आता रिकामी होती.

कदाचित मी जागा विसरलो असेन असं वाटून मी अख्खा रस्ता धुंडाळला. अखेर आणखी एक शिवी हासडून पब्लिक फोनच्या शोधार्थ निघालो. माझी गाडी चोरीला गेली होती की पोलिसांनी उचलून नेली होती, ते कळायला मार्ग नव्हता. किंग्जवेच्या कोपऱ्यावर एक फोन बूथ दिसला. मी फोन उचलून ९९९ नंबर फिरवला.

पलीकडून आवाज आला, "आपल्याला कोणती सेवा हवी आहे? अग्निशमन, पोलीस की रुग्णवाहिका?"

"पोलीस."

पलीकडून दुसरा आवाज आला, "चेरिंग क्रॉस पोलीस स्टेशन. आपल्याला कशाबद्दल माहिती हवी आहे?"

"मला वाटतं, माझी गाडी चोरीला गेलीय."

"गाडीच्या कंपनीचं नाव, रंग आणि नंबर सांगू शकाल?"

"लाल फोर्ड फिएस्टा. नंबर एच १०७ एसएचव्ही."

काही काळ शांतता पसरली. कोणीतरी आपसात बोलत असावं. मग पुन्हा तो ऑफिसर फोनवर आला. "सर! तुमची गाडी चोरीला गेलेली नाही. ती पिवळ्या दुहेरी रेघांवर बेकायदेशीरपणे पार्क केली होती. ती ओढून वॉक्झॉल ब्रिज पौंडमध्ये नेलीय."

"मला ती आता मिळू शकेल?" मी खिन्नपणे विचारलं.

"नक्कीच, सर. तुम्ही तिथे कसे येणार?"

"टॅक्सीशिवाय पर्याय दिसत नाही."

"टॅक्सीवाल्याला वॉक्झॉल ब्रिज पौंड हाच पत्ता सांगा. तिथे पोहोचल्यावर तुमच्याजवळ ओळखपत्र असणं आवश्यक आहे आणि तुमच्याजवळ रोख १०५ पौंड नसतील, तर चेक द्यावा लागेल."

"१०५ पौंड?" मी अविश्वासानं विचारलं.

"बरोबर, सर!"

मी वैतागून फोन आपटला. तेवढ्यात पाऊस सुरू झाला. मी धावतच टॅक्सीच्या शोधात आल्डिचच्या कोपऱ्याजवळ आलो; पण थिएटरबाहेरच्या गर्दीमुळे एकही रिकामी टॅक्सी दिसेना.

मी कॉलर वर करून धावत रस्ता ओलांडला आणि आडोशाला उभा राहिलो. थंडीनं मी शहारलो. दोन-चार शिंकाही आल्या. तेवढ्यात एक रिकामी टॅक्सी दिसली.

"वॉक्झॉल ब्रिज पौंड," मी टॅक्सी ड्रायव्हरला विचारलं.

"बॅड लक, मित्रा!" तो म्हणाला. "आजचा तू दुसरा."

माझ्या कपाळाला आठी पडली.

नाटक सुटल्यावर रस्ता माणसांनी फुलला होता. ओल्या रस्त्यावरून गर्दीतून मार्ग काढत टॅक्सी संथपणे वॉटर्लू ब्रिजच्या दिशेनं निघाली. त्यातून ड्रायव्हरदादांची टकळी सुरूच होती. जॉन मेजर, इंग्लंडचा क्रिकेट संघ, हवामान, परदेशी पर्यटक या सर्वांवर तो मतं ठोकून देत होता. मी 'हो', 'नाही' एवढीच उत्तरं देत होतो. प्रत्येक विषयाचं तो जास्तीच निराशावादी चित्र रंगवत होता.

जप्ती विभागात पोहोचल्यावर मी त्याचं बिल देऊन ऑफिसकडे धावलो. तिथे मी संध्याकाळी दुसऱ्यांदा रांगेत उभा राहिलो. ही रांग मात्र आधीच्या रांगेपेक्षा चांगलीच लांबलचक होती आणि काउंटरवर १०५ पौंड मोजल्यानंतर मला काही करमणुकीचा कार्यक्रम पाहायला मिळणार नव्हता. माझा नंबर आल्यावर एका तगड्या पोलिसानं काउंटरवरच्या फॉर्मकडे बोट दाखवलं.

मी त्याच्या सर्व सूचनांचं तंतोतंत पालन केलं आणि तो फॉर्म, माझं लायसन्स आणि महानगर पोलिसांच्या नावे लिहिलेला १०५ पौंडांचा चेक हा सगळा ऐवज पोलिसांच्या हाती दिला. तो जर एवढा धिप्पाड नसता, तर मी त्याला इथे वेळ घालवण्यापेक्षा अमली पदार्थांचे तस्कर किंवा गेला बाजार गाडीचोर पकडण्याचा सल्ला दिला असता.

"सर, तुमची गाडी पलीकडच्या कोपऱ्यात आहे," तो बोट दाखवत म्हणाला. मी पुन्हा पावसात धावलो आणि पाणी साचलेली डबकी चुकवत लांबच्या कोपऱ्याकडे गेलो. तिथे मला माझी फोर्ड फिएस्टा शोधून काढायला काही मिनिटं लागली. ब्रिटनमधली सर्वांत लोकप्रिय गाडी वापरण्याचा तोटा!

गाडीत बसल्यावर मला एक भलीमोठी शिंक आली. किल्ली फिरवल्यावर इंजिन सुरू होईना. नुसतीच खरखर झाली आणि ते पूर्ण बंद पडलं. मग मला आठवलं की, मी थिएटरमध्ये जायच्या घाईत साइडलाइट चालू ठेवले होते. माझ्या तोंडून शिव्यांची लाखोली बाहेर पडली.

तेवढ्यात मला एकजण समोर पार्क केलेल्या रेंजरोव्हरच्या दिशेनं धावत येताना दिसला. मी माझ्या गाडीची काच खाली केली; पण मी 'जंप लीड' हे शब्द उच्चारायच्या आत त्याची गाडी दिसेनाशी झाली होती. अखेर मी गाडीतून खाली उतरून डिकीमधून बॅटरी चार्ज करण्याचं सामान बाहेर काढलं आणि बॉनेट उघडून वायर्स बॅटरीला जोडल्या. थंडीमुळे मी पुन्हा शहारलो आणि पुढच्या माणसाची वाट पाहत थांबलो.

ॲनाची आठवण मनातून जात नव्हती; पण आज रात्री तरी मला फक्त 'फ्लू'ला सामोरं जावं लागणार, हे वास्तव स्वीकारणं भाग होतं.

पुढच्या ४० मिनिटांत तीनजण समोरून निघून गेले. अखेर एक आफ्रिकन वंशाचा माणूस जवळ येऊन म्हणाला, "काय अडचण आहे, मित्रा?" मी अडचण सांगितल्यावर त्यानं त्याची गाडी माझ्या गाडीला समांतर उभी केली आणि वायर्सची टोकं त्याच्या बॅटरीला जोडून गाडी सुरू केली. त्याबरोबर माझ्या गाडीचं इंजिन सुरू झालं.

"थँक्स," मी ओरडून म्हणालो.

"माय प्लेझर..." असं म्हणून तो अंधारात दिसेनासा झाला.

तिथून बाहेर पडताना मी गाडीतला रेडिओ सुरू केला. 'बिग बेन' घड्याळाचे १२ टोल ऐकू आले, तेव्हा मला आठवलं की, रात्री मी कामावर गेलोच नव्हतो. आता नोकरी टिकवायची तर एखादी चांगलीशी सबब शोधणं भाग होतं. मी पुन्हा शिंकलो. 'फ्लू' हे कारण सुचलं. एव्हाना रेस्टॉरंटमध्ये ऑर्डर घेणं थांबवलं असणार होतं; पण जेराल्ड एवढ्यात किचन बंद करणार नव्हता.

मी त्या अंधारात पब्लिक फोन शोधायचा प्रयत्न केला. अखेर एका पोस्ट ऑफिसबोहर तीन फोन्स दिसले. मी तिकडे गेलो, पण ते तिन्ही मोडके निघाले. मी पुन्हा गाडीत बसून शोध सुरू केला. २-३ प्रयत्नांनंतर अखेर वॉर्विक रोडवर मला एक चालू अवस्थेतला फोन सापडला.

मी रेस्टॉरंटला फोन लावला.

"लगूना फिफ्टी," एक इटालियन आवाज आला.

"जेनिस, मी माईक बोलतोय."

"माईक!" ती कुजबुजली. "एक सांगून ठेवते, आज संध्याकाळी दर वेळी तुझं नाव निघालं की जेराल्ड हिंसक होत होता."

"का?" मी विचारलं. "निक होता ना तुमच्या मदतीला."

"अरे, निकनं मघाशीच स्वतःच्या बोटाचं टोक उडवलं. जेराल्डला त्याला हॉस्पिटलमध्ये न्यावं लागलं. मी एकटीच इथे राहिले. चांगलाच पेटलाय तो."

"बापरे, पण मला..."

"डच्चू मिळालाय," पलीकडून दुसरा आवाज आला आणि हा आवाज काही कुजबुजत नव्हता.

"जेराल्ड, मी सांगतो..."

"संध्याकाळी कामावर का आला नाहीस?"

मी नाक चिमटीत पकडून म्हणालो, "अरे, मला फ्लू झालाय. आलो असतो तर आपल्या ग्राहकांना ही देणगी मिळाली असती."

"अस्सं?" जेराल्ड म्हणाला. "आणि थिएटरमध्ये तुझ्या शेजारी बसलेल्या मुलीला दिलीस त्याचं काय?"

"काय सांगतोस?" मी नाक सोडत विचारलं.

"खरं तेच. तुझ्या दुर्दैवानं आल्डीच थिएटरमध्ये आपले नेहमीचे दोन ग्राहक तुझ्यामागे दोन रांगा सोडून बसले होते. त्यांनाही ते नाटक तुझ्याइतकंच आवडलं. त्यांतल्या एकानं हेदेखील सांगितलं की, तुझी मैत्रीण एकदम फाकडू होती."

"ओळखण्यात त्यांची काहीतरी चूक झाली असेल," मी घबराट लपवत म्हणालो.

"माईक, त्यांची झाली असेल; पण माझी नाही. तुला कामावरून काढून टाकलंय आणि हो, पगार घ्यायला येण्याच्या भानगडीत पडू नकोस. कारण काम सोडून मैत्रिणीबरोबर नाटकाला जाण्याऱ्यानं ही अपेक्षा बाळगू नये."

फोन बंद झाला.

मी फोन ठेवून गाडीच्या दिशेनं चालू लागलो. तोंडावाटे शिव्यांचा भडिमार चालूच होता. मी गाडीपासून जेमतेम १०-१२ पावलांवर असताना माझ्या डोळ्यांदेखत एक तरुण मुलगा पटकन माझ्या गाडीत बसला. त्यानं गाडी सुरू केली आणि वेडीवाकडी चालवत रस्त्याच्या मधोमध आणली. आवाजावरून त्यानं तिसरा गिअर टाकल्याचं जाणवत होतं. मी गाडीच्या मागे धावलो. तेवढ्यात त्यानं वेग वाढवला. आता त्याला गाठणं अशक्य होतं.

मी पुन्हा त्या फोनवरून ९९९ नंबर फिरवला.

"अग्निशमन, पोलीस की रुग्णवाहिका?" त्या रात्री दुसऱ्यांदा हा प्रश्न ऐकला.

"पोलीस."

क्षणभरानं दुसरा आवाज आला, "बेलग्रेव्हिया पोलीस स्टेशन. आपल्याला काय माहिती हवीय?"

"आताच माझी गाडी चोरीला गेलीय."

"मॉडेल आणि नंबर?"

"लाल फोर्ड फिएस्टा. एच १०७ एसएचबी."

काही वेळ थांबल्यानंतर आवाज आला, "सर, ती चोरीला गेलेली नाही. ती बेकायदेशीरपणे..."

"नाही. मी वॉक्झॉल ब्रिज पौंडमधून १०५ पौंड मोजून ती सोडवून आणली. आणि आताच मी एक फोन करायला खाली उतरल्यावर एका उनाड तरुणानं ती पळवली."

"आपण कुठे आहात, सर?"

"वॉक्झॉल ब्रिज आणि वॉर्विक वे च्या कोपऱ्यावर."

"गाडी कोणत्या दिशेने गेली?"

"वॉक्झॉल ब्रिज रोडवरून उत्तरेकडे."

"तुमच्या घरचा टेलिफोन नंबर?"

"०८१२९०४८२०"

"आणि कामाच्या ठिकाणचा?"

"आताच गाडीसारखी माझी नोकरीही गेली."

"ठीक आहे, सर! आम्ही कामाला लागतो. काही माहिती मिळाली तर लगेच कळवतो."

आता काय करावं या विचारात मी पडलो. फारसे पर्यायच नव्हते. मी व्हिक्टोरिया स्टेशनकडे जायला टॅक्सी पकडली. हा ड्रायव्हर बडबड्या नव्हता म्हणून बरं! स्टेशनला पोचल्यावर मी त्याला माझ्याजवळची शेवटची नोट दिली आणि सुटे पैसे मोजून घेतले. टिप न मिळाल्यामुळे त्याच्याही तोंडून काही खास शब्द बाहेर पडले. मी ब्रॉमलीचं तिकिट काढून प्लॅटफॉर्मवर आलो.

"नशीबवान आहेस! मित्रा," तिकिट कलेक्टर म्हणाला. "शेवटची ट्रेन एवढ्यात येईलच."पण मला त्या थंडीत रिकाम्या प्लॅटफॉर्मवर २० मिनिटं कुडकुडत थांबावं लागलं. शिंका चालूच होत्या. अखेर ट्रेन आली. तोपर्यंत मला प्लॅटफॉर्मवरच्या सगळ्या जहिराती पाठ झाल्या होत्या.

मी इंजिनच्या मागच्याच डब्यात जागा धरली. दहा मिनिटांत ट्रेन सुटली आणि ४० मिनिटांत ब्रॉमली स्टेशनला आली.

मी त्या अंधारात बाहेर पडून माझ्या लहानशा घराच्या दिशेनं निघालो. २० मिनिटांनी मी दारात उभा होतो. खिशात हात घातल्याबरोबर माझ्या लक्षात आलं की, घराची किल्लीही त्याच जुडग्यात गाडीत राहिली होती. आता मात्र माझ्यात शिव्या घालण्याचंही त्राण नव्हतं. मी एक डुप्लिकेट किल्ली नेहमी एका दगडाखाली ठेवत असे; पण आता नेमका कोणता दगड, हेही आठवेना. अखेर कशीबशी ती किल्ली सापडली. मी घरात शिरताक्षणी हॉलमधला फोन खणखणला.

मी पटकन रिसीव्हर उचलला.

"मि. व्हिटेकर."

"हो, बोलतोय."

"बेलग्रेव्हिया पोलीस, सर! तुमची गाडी सापडलीय. आणि..."

"नशीब," मी त्याचं वाक्य मध्येच तोडत म्हणालो. "कुठे आहे ती?"

"सर, या क्षणी ती एका पिकअप लॉरीच्या मागे आहे. ज्या मुलानं ती पळवली त्यानं ती तिथून मैलभर अंतरावर ताशी ७० मैलाच्या वेगाने रस्त्याच्या बाजूला धडकवली. तिथून ती बाजूच्या भिंतीवर आदळली. सॉरी, सर; पण तुमच्या गाडीचा चक्काचूर झालाय. ती दुरुस्त होणं अशक्य आहे."

"दुरुस्तीच्या पलीकडे?" मी अविश्वासानं विचारलं.

"हो, सर. ज्या गॅरेजमध्ये ती नेलीय, तिथून तुम्हाला सकाळी फोन येईल."

काय बोलावं ते मला सुचेना.

"सर, चांगली बातमी म्हणजे आम्ही त्या मुलाला ताब्यात घेतलंय," तो ऑफिसर म्हणाला. "पण वाईट बातमी म्हणजे तो फक्त १५ वर्षांचा आहे. त्याच्याकडे लायसन्स नाही आणि अर्थातच विमाही नाही."

"हरकत नाही," मी म्हणालो. "मी विमा उतरवलाय."

"सर, माहिती म्हणून विचारतो, तुम्ही गाडीतून उतरताना किल्ली गाडीत तर ठेवली नव्हती ना?"

"हो. ठेवली होती. मला फक्त फोन करायचा होता."

"मग तुम्हाला विम्याची भरपाई मिळणं कठीण आहे सर."

"विमा सुरक्षा मिळणार नाही? काय बोलताय तुम्ही?"

"जर तुम्ही किल्ली इग्निशनमध्ये ठेवली असेल तर भरपाई द्यायची नाही, असं सध्याचं धोरण आहे. तुम्ही खात्री केलेली बरी." त्यानं फोन ठेवला.

मी फोन ठेवून आता आणखी काय विपरीत घडू शकेल, याचा विचार करू लागलो. कोट काढून जिना चढताना माझी बायको माझी वाट पाहत उभी असलेली पाहून जागच्या जागी थिजलो.

"मॉरीन..."

"गाडीची वाट लागली हे तू नंतर सांगशीलच," ती म्हणाली. "पण त्यापूर्वी तू कामावर का गेला नाहीस आणि जेराल्ड म्हणत होता ती थिएटरमध्ये तुझ्याबरोबर असलेली सुंदरी कोण? ते आधी सांग."

विचका

"**ना**ही, आज संध्याकाळचा खास असा बेत नाही," ॲना म्हणाली. मला माझा आनंद लपवता आला नाही.

"छान! याच रस्त्यावर एक लहानसं रेस्टॉरंट आहे. आवडेल ते तुला."

"कल्पना चांगली आहे," असं म्हणून ती गर्दीतून वाट काढत निघालीसुद्धा! मला तिच्या मागे धावावं लागलं.

"कुठाय ते?" तिनं विचारलं. मी स्ट्रँडच्या दिशेनं बोट दाखवलं.

ती झपाझप पावलं टाकू लागली. वाटेत आम्ही नाटकाबद्दलच बोलत होतो.

स्ट्रँडला पोहोचल्यावर मी रस्त्याच्या पलीकडे एका मोठ्या करड्या दाराकडे बोट दाखवलं. मी तिचा हात धरणार तेवढ्यात ती फुटपाथवरून उतरली आणि ट्रॅफिक चुकवत पटकन पलीकडे पोचलीही.

तिनं तो करड्या रंगाचा दरवाजा ढकलला. इथेही मी तिच्या मागेच होतो. आम्ही जिना उतरून तळघरातल्या एका रेस्टॉरंटमध्ये आलो. तिथे थिएटरमधून आलेल्या प्रेक्षकांचा एकच गोंगाट सुरू होता. वेटर्सची लगबग सुरू होती. आत कोठे रिकामी जागाही दिसेना.

जागा मिळण्यासाठी बारजवळ थांबलेल्यांची गर्दी होती. तिथे नजर टाकून ॲना म्हणाली, "तू जर टेबल राखून ठेवलं नसशील, तर जागा मिळेलसं वाटत नाही."

"ती काळजी सोड," मी रुबाबात म्हणालो आणि रिझर्व्हेशन काउंटरकडे गेलो. मी अगदी झोकात तिथल्या वेटरला हातानं खूण केली. तो एकाची ऑर्डर घेण्यात मग्न होता. त्यानं मला ओळखावं, एवढीच अपेक्षा होती.

मी ॲनाकडे पाहून हसलो; पण तिच्यावर विशेष छाप पडल्याचं दिसलं नाही. ऑर्डर घेऊन झाल्यावर वेटर सावकाश आमच्याकडे आला.

"सर, काही मदत हवीय?"

"व्हिक्टर, दोघांसाठी टेबल मिळेल?"

"व्हिक्टर आज सुट्टीवर आहे, सर. तुम्ही टेबल रिझर्व केलंय?"

"नाही, पण..."

त्यानं आरक्षणाची यादी तपासली, "सर, मी तुम्हाला सव्वाअकराच्या सुमाराला जागा मिळवून देऊ शकेन," पण त्याची त्यालाच खात्री वाटलेली दिसली नाही.

"लवकर नाही जमणार?" मी अजिजीनं विचारलं. "आम्हाला एवढा वेळ थांबता येईल असं वाटत नाही." ॲनानंही मान डोलवली.

"कठीण आहे, सर," मुख्य वेटर म्हणाला. "तोपर्यंतचं पूर्ण बुकिंग झालंय."

"वाटलंच होतं मला," असं म्हणून ॲना निघालीही.

पुन्हा मला तिच्या मागोमाग धावावं लागलं. बाहेर आल्यावर मी म्हणालो, "इथून जवळच एक इटालियन रेस्टॉरंट आहे. तिथे मला नेहमी टेबल मिळतं. करू या प्रयत्न?"

"दुसरा पर्याय तरी आहे का? कुठे आहे ते?"

"याच रस्त्यावर जरा पुढे," मी म्हणालो. तेवढ्यात वीज कडाडली. पावसाची चिन्हं दिसू लागली.

"छे!" ॲना तिची हॅन्डबॅग डोक्यावर धरत म्हणाली.

"सॉरी!" मी काळ्या ढगांकडे पाहत म्हणालो. "चूक माझीच आहे. मी..."

"मायकल, सारखं सॉरी म्हणणं थांबव. आता पाऊस आला तर त्यात तुझी काय चूक?"

मी खोल श्वास घेऊन पुन्हा प्रयत्न केला, "आपल्याला धावत जावं लागेल." मी घायकुतीला येऊन म्हणालो. "या हवेत टॅक्सी मिळणंही अवघड आहे."

निदान ही गोष्ट तरी तिला पटली. मी धावत सुटलो. मागोमाग ती होतीच. पावसाचा जोर वाढतच होता. आम्हाला रेस्टॉरंटसाठी पळत फक्त ७० यार्ड अंतर कापायचं होतं; पण तेवढ्यात आम्ही चिंब भिजलो होतो.

आम्ही दार ढकलून आत शिरलो. तिथली निम्मी टेबलं रिकामी असल्याचं पाहून मला हायसं वाटलं. मी ॲनाकडे पाहून हसलो; पण तिच्या कपाळाला आठी पडलेली दिसली.

"सगळं ठीक आहे ना?" मी विचारलं.

"उत्तम! पण अशा वेळी जिथे निम्मी टेबलं रिकामी असतात, अशा रेस्टॉरंट्सबद्दल माझ्या वडिलांचं वेगळं मत होतं."

मी तिच्याकडे प्रश्नार्थक नजरेनं पाहिलं. तिच्या डोळ्यांवरचा मेकअप आता ओघळायला लागला होता. बाजूनं केसही मोकळे सुटले होते.

"मला माझा अवतार जरा ठाकठीक करायला हवा. आलेच दोन मिनिटांत," असं म्हणून ती प्रसाधनगृहाकडे गेली.

मी मारियोला खूण केली. रिकामा असल्यामुळे तो लगेच माझ्याकडे आला. "मि. व्हिटेकर, तुमच्यासाठी फोन होता." तो मला माझ्या नेहमीच्या टेबलाकडे घेऊन जात म्हणाला. "जेराल्डला लगेच फोन करा असा निरोप आहे. फोनवर तो चांगलाच हैराण झालेला दिसला."

"थांबू दे त्याला; पण त्याचा पुन्हा फोन आला तर मात्र लगेच सांग."

तेवढ्यात ॲना आली. तिनं तिचा मेकअप दुरुस्त केला होता; पण केस मात्र विस्कटलेलेच होते. मी उठून तिचं स्वागत केलं.

"याची गरज नाही," ती बसत म्हणाली.

"ड्रिंक घेणार?" मी विचारलं.

"नको. सकाळी लवकर कामाला जायचंय, तेव्हा सांभाळायला हवं; पण जेवणाबरोबर एखादा ग्लास वाइन घेईन."

तेवढ्यात एक वेटर आला. "काय घेणार मॅडम?" त्यानं नम्रपणे विचारलं.

"मी अजून मेनूच पाहिलेला नाही," ॲना त्याच्याकडे न पाहता म्हणाली.

"आपण फेटुचिनी घ्यावी असं मी सुचवेन," तो मेनू कार्डाकडे बोट दाखवत म्हणाला. "हा आमचा आजचा खास पदार्थ आहे."

"ठीक आहे, तेच आणा." ॲना त्याच्या हातात कार्ड देत म्हणाली.

मीही तेच मागवलं आणि जोडीला रेड वाइनची अर्धी बाटली मागवली.

"तुला..."

"मी..."

"तू बोल आधी," मी हसण्याचा प्रयत्न करत म्हणालो.

"तू पहिल्या डेटला हीच वाइन मागवतोस का?"

"मला वाटलं आवडेल तुला," मी रडवेला होत म्हणालो.

"मायकल, अरे मी गंमत करत होते. एवढ्या गंभीरपणे घेऊ नकोस."

आता मी तिच्याकडे निरखून पाहिलं. माझी चूक तर झाली नाही ना, असं मला वाटून गेलं. प्रसाधनगृहात जाऊन आल्यावरही आता ती तितकीशी आकर्षक वाटत नव्हती आणि तिच्या भेटीसाठी मी माझी गाडी जवळजवळ ठोकलीच होती.

बापरे! गाडी? मला अचानक मी गाडी कुठे ठेवली होती, ते आठवलं. मी घड्याळाकडे चोरटी नजर टाकली.

"मायकल, तुला आताच माझा कंटाळा आलाय का?" ॲनानं विचारलं. "की या टेबलावर ठरावीक वेळच बसता येतं?"

"हो... अं... नाही... सॉरी! डिनरला येण्यापूर्वी एक गोष्ट करायची होती."

ॲनाच्या कपाळावरची आठी पाहून मी पुन्हा 'सॉरी' म्हणायच्या भानगडीत

पडलो नाही.

"खूप उशीर झालाय का?" तिनं विचारलं.

"कशाला उशीर झालाय का?"

"जे काम तुला डिनरच्या आधी करायचं होतं त्याला."

मी खिडकीबाहेर नजर टाकली. पाऊस थांबला होता. मी काळजीत पडलो. रात्रीच्या पोलिसांची नजर तीक्ष्ण नसली म्हणजे झालं.

"काही नाही. सगळं ठीक आहे," मी उसन्या अवसानानं म्हणालो.

"नशीब!" तिच्या आवाजात उपरोध होता.

"मग, डॉक्टर असण्याचा अनुभव कसा असतो?" मी विषय बदलत विचारलं.

"मायकल, मी संध्याकाळी सुट्टी काढलीय. आता तरी माझ्या कामाबद्दल बोलायची माझी इच्छा नाही."

पुढचे काही क्षण आम्ही दोघंही गप्प राहिलो.

"तुझ्या प्रॅक्टिसमध्ये पुरुष पेशंट असतात?" मी विचारलं.

तेवढ्यात वेटर फेटुचिनी घेऊन आला.

"मी हा प्रश्न ऐकतेय, यावर माझा विश्वासच बसत नाही," ती आता कंटाळलेली दिसली. "पुरुषांची सेवा करण्याव्यतिरिक्त आम्ही इतर गोष्टीही करू शकतो, हे तुझ्यासारख्यांना कधी समजणार?"

वेटरनं माझ्या ग्लासमध्ये थोडी वाइन ओतली.

"हो... अर्थात... नाही, मला तसं नव्हतं म्हणायचं."

मी वाइन चाखून मान डोलवली. त्यानं ॲनाचा ग्लास भरला.

"मग कसं म्हणायचं होतं?" ॲना त्या कडक फेटुचिनीमध्ये काटा खुपसत म्हणाली.

"पुरुष पेशंट्स महिला डॉक्टरकडे क्वचितच जात असतील ना?" पण हे शब्द उच्चारताक्षणी मी आणखी घोटाळा केल्याचं माझ्या लक्षात आलं.

"छे! मायकल, आपण आधुनिक जमान्यात आहोत. मी तुझ्यापेक्षा जास्त पुरुष नग्नावस्थेत पाहिले आहेत. तुला सांगते, ते काही फारसं आकर्षक दृश्य नसतं."

ताण कमी व्हावा म्हणून मी हसलो.

ती म्हणाली, "तरीही बरेच पुरुष आमच्यावर विश्वास ठेवतात."

"ते खरंच आहे," मी म्हणालो. "मला फक्त वाटलं..."

"तुला वाटलं वगैरे काही नाही. तुझ्यासारख्या पुरुषांचा हाच प्रॉब्लेम आहे. माझी खात्री आहे, तूसुद्धा कधी एखाद्या डॉक्टरणीकडे तपासायला जाणार नाहीस."

"नाही. अं... हो... पण."

"नाही... हो... पण! जाऊ दे. मला राग यायच्या आत आपण विषय बदलू."

ती काटा बशीत ठेवत म्हणाली. ''पण मायकल, तुझा पोटा-पाण्याचा उद्योग काय? तुझ्या क्षेत्रात बायकांना बरोबरीनं वागवलं जात असेल, असं वाटत नाही.''

''मी रेस्टॉरंटच्या व्यवसायात आहे,'' मी म्हणालो. फेटुचिनी आणखी खुसखुशीत असायला हवी होती.

''हो. ते तू इंटर्व्हलमध्ये सांगितलं होतंस,'' ॲना म्हणाली. ''पण 'रेस्टॉरंट व्यवसाय' म्हणजे काय?''

''मी व्यवस्थापन पाहतो. म्हणजे सध्या तरी. वेटर म्हणून मी कामाला सुरुवात केली. मग पाच वर्षं स्वयंपाकी होतो आणि शेवटी...''

''...यातलं काहीच न जमल्यामुळे तू व्यवस्थापनाकडे वळलास.''

''काहीसं तसंच,'' मी तिचा शेरा हसण्यावारी नेत म्हणालो; पण तिच्या बोलण्यामुळे मला आठवलं की, माझ्या एका रेस्टॉरंटमधला शेफ गैरहजर होता. ॲनाच्या मोहात पडण्यापूर्वी मी तिकडेच निघालो होतो.

''पुन्हा हरवलेला दिसतोस,'' आता ॲना वैतागली होती. ''मला रेस्टॉरंट व्यवसायाबद्दल सांगणार होतास ना?''

''हो हो. तुझी फेटुचिनी कशी आहे?''

''हे रेस्टॉरंट तुझा दुसरा पर्याय होता, हे लक्षात घेता ठीक आहे.''

तिनं पुन्हा मला निरुत्तर केलं.

''तुझ्यासाठी दुसरं काही मागवू?''

''नको, थँक्स! इथल्या वेटरलाही याच एका डिशबद्दल खात्री आहे असं दिसतंय.''

पुन्हा माझी बोलती बंद झाली.

''बरं, पण अजूनही रेस्टॉरंट व्यवस्थापन म्हणजे काय हे तू सांगितलं नाहीस,'' ॲना म्हणाली.

''या क्षणी मी वेस्टएंड भागातल्या तीन रेस्टॉरंट्सचं व्यवस्थापन पाहतोय; त्यामुळे सतत एकीकडून दुसरीकडे अशी धावपळ चालू असते. तेही कुठे सर्वांत मोठी अडचण येते त्यावर अवलंबून असतं.''

''हे काहीसं आमच्या वॉर्ड ड्यूटीसारखं वाटतंय,'' ॲना म्हणाली. ''मग आज कुठे सर्वांत मोठं संकट आलंय?''

''नशीब! आजचा दिवस नेहमीसारखा नाही.''

''इतकं वाईट असतं?''

''हो ना. आज सकाळीच एका ठिकाणच्या शेफनं स्वतःच्या बोटाचा तुकडा उडवला; त्यामुळे तो आता १५ दिवस रजेवर. दुसरीकडे मुख्य वेटरनं फ्लू झाल्याचं कळवलंय आणि तिसऱ्या ठिकाणी एका बारमननं हिशेबात घोटाळा केल्यामुळे

त्याला काढून टाकावं लागलं. अर्थात सगळेच बारमन थोडा चावटपणा करतात; पण याची लबाडी ग्राहकांच्याही लक्षात येऊ लागली होती.'' मी फेटुचिनीचा आणखी एक तुकडा तोंडात ढकलत म्हणालो. ''पण तरीही मला दुसऱ्या कुठल्याच व्यवसायात जायला आवडणार नाही.''

''मग अशा परिस्थितीत तू संध्याकाळ मोकळी काढू शकलास, हे आश्चर्यच म्हणायचं.''

''खरंय. काढायला नको होती. काढलीही नसती. पण...''

मी ॲनाचा ग्लास पुन्हा भरला.

''पण काय?''

''खरं सांगू?'' मी उरलेली वाइन स्वत:च्या ग्लासमध्ये ओतत म्हणालो.

''सांगून तर बघ.''

मी वाइनची रिकामी बाटली बाजूला ठेवली. क्षणभर माझी चलबिचल झाली. मग म्हणालो, ''मी माझ्याच एका रेस्टॉरंटकडे गाडीनं निघालो होतो. तेवढ्यात मला तू थिएटरमध्ये शिरताना दिसलीस. माझी नजर तुझ्यावरून हटेना. मी समोरच्या गाडीला जवळजवळ धडकलोच. मी दिसेल त्या मोकळ्या जागेत गाडी घुसवली. तेवढ्यात मागची गाडी जवळजवळ माझ्या गाडीवर आदळली. मी धावतच थिएटरमध्ये शिरलो. तू तिकिटाच्या रांगेत उभी होतीस. मीही रांग धरली. तुझ्या जवळचं जास्तीचं तिकिट तू त्या मॅनेजरकडे विकायला दिलेलं मी पाहिलं. तू लांब गेल्यावर मी त्याला थाप मारली की, मी येण्याची शक्यता नाही असं वाटून तू माझं तिकिट विकायला दिलं असशील. मी तुझं सविस्तर वर्णनही केलं. मग मात्र त्यानं काही खळखळ न करता मला तिकिट दिलं.

''चांगलंच मूर्ख बनवलंस त्याला,'' ॲना ग्लास ठेवत म्हणाली आणि माझ्याकडे तिनं अशा नजरेनं पाहिलं की, जणू मी वेड्यांच्या इस्पितळातून सुटून आलोय.

''मग मी १० पौंडांच्या दोन नोटा पाकिटात घातल्या आणि तुझ्याशेजारी येऊन बसलो. पुढचं सगळं तुला ठाऊकच आहे,'' मी भीतभीत म्हणालो.

मला तिची प्रतिक्रिया पाहायची होती.

ती जरा विचार करून म्हणाली, ''बरं, मग मी हा माझा बहुमान समजावा का? मला हसावं की रडावं, ते कळत नाहीये; पण एक नक्की, तू दुसरं तिकिट घेतलेलं पाहून मी ज्या बाईबरोबर गेली १० वर्षं राहते आहे, तिची चांगलीच करमणूक होईल.''

वेटर आमच्या अर्धवट संपलेल्या प्लेट्स घेऊन गेला.

''सगळं ठीक होतं ना, सर?'' त्यानं काळजीच्या सुरात विचारलं.

''उत्तम!'' मी बळेच म्हणालो. ॲना काहीच बोलली नाही.

"कॉफी घेणार मॅडम?" वेटरनं विचारलं.

"नको, तो धोका पत्करण्यात अर्थ नाही," ती घड्याळाकडे पाहत म्हणाली, "मला आता निघायला हवं. एलिझाबेथ वाट पाहत असेल."

ती उठून बाहेर आली. मागोमाग मीही बाहेर पडलो. तेवढ्यात तिनं विचारलं, "बिल देणार आहेस की नाही?"

"त्याची गरज नाही," मी म्हणालो.

"का?" ती हसत म्हणाली. "तू या जागेचा मालक आहेस का?"

"नाही; पण मी चालवत असलेल्या तीन रेस्टॉरंटपैकी हे एक आहे." ॲनाचा चेहरा लाल झाला. "सॉरी मायकल, माझ्या लक्षात यायला हवं होतं; पण इथलं जेवण काही विशेष लक्षात राहण्याजोगं नव्हतं, हे तूही कबूल करशील."

"मी तुला गाडीनं घरी सोडू?" मी काहीशा निरुत्साहानं विचारलं.

ॲनानं वर काळ्या ढगांकडे नजर टाकली. "हो. बरं होईल," ती म्हणाली. "अर्थात तुला फार वाट वाकडी करावी लागणार नसेल तर. तुझी गाडी कुठे ठेवलीस?"

ती कुठे राहते हेही मी विचारलं नव्हतं.

"याच रस्त्यावर जरा पुढे."

"हो. आठवलं," ॲना म्हणाली. "माझ्यावर नजर खिळल्यामुळे तू गाडीबाहेर उडी मारलीस तेव्हा; पण मला वाटतं, या वेळी तू चुकीच्या मुलीला गाठलंस."

या एका बाबतीत मात्र आमचं एकमत होत होतं. आम्ही काही न बोलता मी जिथे गाडी ठेवली होती, त्या दिशेनं चालत निघालो. ॲना फक्त पावसाची शक्यता, आवडलेली वाइन यांबद्दल बोलत होती. माझी व्होल्व्हो मी लावलेल्या ठिकाणीच उभी असल्याचं पाहून माझा जीव भांड्यात पडला.

मी किल्ली काढायला खिशात हात घातला, तेवढ्यात मला समोरच्या काचेवर चिकटवलेला एक भलामोठा कागद दिसला. मी पुढच्या डाव्या चाकाकडे पाहिलं. त्या चाकाला एक भलामोठा पिवळा क्लॅंप लावला होता.

"आजची रात्र तुझी नाही, हो ना?" ॲना म्हणाली. "पण माझी काळजी करू नकोस. मी टॅक्सीनं जाईन."

तिनं हात करून एक टॅक्सी थांबवली. "डिनरबद्दल थँक्स," ती टॅक्सीत बसत म्हणाली; पण तिच्या आवाजात फारसा उत्साह नव्हता. "भेटू या पुन्हा केव्हातरी."

मी काही बोलायच्या आत टॅक्सी निघून गेली आणि पाऊस कोसळू लागला.

मी पुन्हा माझ्या जखडून ठेवलेल्या गाडीकडे पाहिलं. आता हे सगळे सोपस्कार सकाळीच करावे लागणार होते.

मी आडोशाला जाणार, तेवढ्यात वळणावरून एक टॅक्सी आली. मी जोरजोरात हात हलवला. ती माझ्या गाडीजवळ थांबली.

"बॅड लक, मित्रा," ड्रायव्हर माझ्या गाडीच्या चाकाकडे पाहत म्हणाला. "तुमचा आजचा तिसरा नंबर."

मी कसंनुसं हसलो.

"कुठे जाणार साहेब?"

मी लँबेथमधल्या माझ्या घराचा पत्ता सांगितला.

टॅक्सी हळूहळू त्या पावसात गर्दीतून वाट काढत निघाली. वॉटर्लू ब्रिज ओलांडल्यावर ड्रायव्हरदादांची टकळी सुरू झाली. मी 'हो' आणि 'नाही' यापलीकडे काही बोलत नव्हतो. तो मात्र जॉन मेजर, हवामान, इंग्लंडचा क्रिकेट संघ, परदेशी पर्यटक यांबद्दल आपली मतं ठणकावून देत होता. प्रत्येक वाक्यागणिक तो जास्तच निराशावादी चित्र रंगवत होता.

अखेर टॅक्सी माझ्या घरासमोर थांबल्यावरच त्याची बडबड बंद झाली. मी त्याचे पैसे चुकते केले. गेल्या कित्येक आठवड्यांत मी प्रथमच मध्यरात्रीपूर्वी घरी परत येत होतो. मी माझ्या किल्लीनं हळूच घराचं दार उघडलं. मला माझ्या बायकोची झोपमोड करायची नव्हती. जिना चढण्याआधी मी कोट आणि बूट काढले.

बेडरूममध्ये जाण्यापूर्वीच मी कपडे काढायला सुरुवात केली. वर्षानुवर्षं रात्री एक-दोनला घरी येत असल्यामुळे अंधारातच कपडे काढून, त्यांची घडी घालून बिछान्यात शिरण्याचा मला सराव होता.

मी पांघरूण घेताना ज्यूडीला जाग आली, "आज रात्री इतकी संकटं असून घरी लवकर कसा?" तिनं अर्धवट झोपेत विचारलं.

"आगीत किती नुकसान झालं?" आधी ती झोपेत बोलतेय, असंच मला वाटलं.

"आग?" मी विचारलं.

"हो. डेव्हिस स्ट्रीटवर. तू निघाल्यावर थोड्या वेळातच जेराल्डचा फोन आला होता. तो म्हणत होता की, किचनमध्ये आग सुरू होऊन ती रेस्टॉरंटभर पसरली होती. तू निघाल्याची खात्री करून घेण्यासाठी त्यानं फोन केला होता. त्यानं पुढच्या दोन आठवड्यांतली सगळी बुकिंग्ज रद्द केली; पण त्याच्या मते रेस्टॉरंट सुरू व्हायला महिना तरी लागेल. तू निघाला आहेस आणि एवढ्यात पोहोचशीलच, असं मी त्याला सांगितलं. किती नुकसान झालं?"

तोपर्यंत मी पुन्हा कपडे घालून तयार होतो. मी रेस्टॉरंटमध्ये का गेलो नव्हतो, हे ज्यूडीनं विचारण्यापूर्वी मी धावत जिना उतरून खाली आलो आणि घराबाहेर पडलो.

मी टॅक्सी शोधायला लागेपर्यंत पुन्हा पाऊस कोसळू लागला.

तेवढ्यात एक टॅक्सी समोर येऊन थांबली.

"आता कुठे जाणार साहेब?"

अर्धपोटी

"थँक यू मायकल, आवडेल मला."

मी माझा आनंद लपवू शकलो नाही.

"हाय, पिप्सक्वीक! मला वाटलं, आपली चुकामूक होणार."

मी मागे वळून पाहिलं. एक उंच, भुऱ्या केसांचा माणूस उभा होता. आजूबाजूच्या गर्दीची त्याला पर्वा दिसत नव्हती.

ॲना त्याच्याकडे पाहून हसली. हे हास्य मी आधी पाहिलं नव्हतं.

"हॅलो जोनाथन," ती म्हणाली. "हा मायकल व्हिटेकर. सुदैवानं यानंच तुझं तिकिट विकत घेतलं आणि तू आला नसतास तर याचं डिनरचं निमंत्रण मी स्वीकारणार होते. मायकल, हा माझा भाऊ जोनाथन. हॉस्पिटलमध्ये अडकलेला. आता सुटका झालेली दिसतेय."

मला काय बोलावं, हे सुचलं नाही.

जोनाथन मनापासून शेकहॅन्ड करत म्हणाला, "माझ्या बहिणीला कंपनी दिल्याबद्दल थँक्स. तूही ये ना आमच्याबरोबर डिनरला."

"विचारल्याबद्दल थँक्स," मी म्हणालो. "पण मला एक काम आठवलंय. मी निघतो."

"तुला कुठेही जायचं नाहीये," ॲना हसत म्हणाली. "उगीच संकोच करू नकोस."

ती माझा हात धरत म्हणाली, "आम्ही दोघंही तुला डिनरसाठी बोलावतोय."

"थँक यू," मी म्हणालो.

"याच रस्त्यावर एक चांगलं रेस्टॉरंट आहे असं ऐकलंय," जोनाथन म्हणाला. आम्ही तिघंही स्ट्रँडच्या दिशेनं निघालो.

"उत्तम!" ॲना म्हणाली. "मला सपाटून भूक लागलीय."

"मग, कसं होतं नाटक?" जोनाथननं विचारलं.

"समीक्षकांनी केलेलं कौतुक अगदी योग्य होतं," ॲना म्हणाली. "तुझं चांगलं नाटक चुकलं."

आम्ही स्ट्रँडजवळ पोहोचलो.

"मला वाटतं तेच ते," जोनाथन रस्त्याच्या पलीकडे एका मोठ्या करड्या दरवाजाकडे बोट दाखवत म्हणाला. आम्ही रस्ता ओलांडला.

जोनाथननं आता आम्हा दोघांसाठी दार उघडून धरलं. आम्ही आत शिरल्याबरोबर पावसाला सुरुवात झाली. जिना उतरून आम्ही तळघरातल्या रेस्टॉरंटमध्ये आलो. तिथे नाटक पाहून आलेल्या लोकांची एकच गर्दी होती. संभाषणाचा गलका चालू होता. वेटर्स दोन्ही हातांत बशा घेऊन धावपळ करत होते.

"इथे जागा मिळाली तर सुदैव म्हणायला हवं," ॲना म्हणाली. जोनाथननं मुख्य वेटरला हात केला. तो कुणाची तरी ऑर्डर घेत होता.

मी त्यांच्या मागेच उभा राहिलो. मारियो आल्यावर मी त्याला हळूच काही न सांगण्याची खूण केली.

"आम्हा तिघांसाठी टेबल उपलब्ध नसेलच," जोनाथन म्हणाला.

"आहे ना, सर!" मारियो म्हणाला. "या माझ्याबरोबर." तो आम्हाला लांबच्या कोपऱ्यातल्या एका टेबलाकडे घेऊन गेला.

"आपलं नशीब जोरावर दिसतंय," जोनाथन म्हणाला.

"नक्कीच!" ॲना म्हणाली. मी पलीकडच्या खुर्चीवर बसावं असं जोनाथननं सुचवलं; म्हणजे ॲना आमच्यामध्ये बसू शकली असती.

"काय ड्रिंक घेणार?" जोनाथननं मला विचारलं.

"तू काय घेणार?" मी ॲनाकडे वळून विचारलं. "आणखी एक ड्राय मार्टिनी?" जोनाथन चकित झालेला दिसला, "म्हणजे नंतरही तू ड्राय मार्टिनी..."

ॲना रागानं त्याच्याकडे पाहून म्हणाली, "मी जेवणाबरोबर फक्त ग्लासभर वाइन घेईन."

नंतरही म्हणजे? मला प्रश्न पडला; पण मी म्हणालो, "मीही तेवढंच घेईन."

मारियोनं आमच्या हातात मेनूकार्ड्स दिली. ॲनानं त्यांवरून नजर फिरवली.

जोनाथन म्हणाला, "काय घेऊ या?"

"सगळंच छान दिसतंय," ॲना म्हणाली. "पण माझ्यासाठी फेटुचिनी आणि एक ग्लास रेड वाइन."

"एखादं स्टार्टर?" जोनाथननं विचारलं.

"नको. उद्या सकाळी माझी ड्यूटी लवकर आहे. अर्थात, तू ती करायला तयार असलास तर गोष्ट वेगळी!"

"नाही. आज संध्याकाळच्या धावपळीनंतर नको आणि मलाही स्टार्टर नको." जोनाथन म्हणाला. "तू काय घेणार, मायकल? आमच्या घरगुती चर्चेकडे लक्ष देऊ नकोस."

"मलाही फेटुचिनी आणि एक ग्लास रेड वाइन."

"तीन फेटुचिनी आणि तुमच्याकडची बेस्ट चिअँती," जोनाथननं ऑर्डर दिली.

ॲना माझ्या कानात कुजबुजली, "एवढ्या एकाच इटालियन वाइनचा उच्चार त्याला येतो."

"मग आपण फिश घेतलं असतं तर?" मी विचारलं.

"फ्रॅस्कातीही त्याला ठाऊक आहे; पण आपण बदक मागवलं असतं, तर मात्र त्याची पंचाईत झाली असती."

"कसल्या कानगोष्टी चालल्यात?" जोनाथननं मारियोच्या हातात मेनूकार्ड देत विचारलं.

"मी तुझ्या बहिणीला तुमच्या प्रॅक्टिसमधल्या तिसऱ्या भागीदाराबद्दल विचारत होतो."

"वा! मायकल," ॲना म्हणाली. "तू राजकारणात जायला हवा होतास."

"माझी बायको एलिझाबेथ आमची तिसरी पार्टनर आहे," जोनाथन काही लक्षात न आल्यामुळे म्हणाला. "पण आज रात्री बिचारी ऑन कॉल आहे."

"पाहा. एक पुरुष आणि दोन बायका," ॲना म्हणाली.

दुसरा वेटर वाइन घेऊन आला.

"पूर्वी आम्ही चौघंजण होतो," जोनाथन म्हणाला; पण त्यानं स्पष्टीकरण दिलं नाही. बाटलीचं लेबल तपासून त्यानं एखाद्या जाणकाराच्या थाटात मान डोलवली.

"उगाच नाटक करू नकोस, जोनाथन. तू काही वाइनतज्ज्ञ नाहीस हे मायकलनं ओळखलंय," ॲना विषय बदलत म्हणाली. वेटरनं नमुन्यासाठी जोनाथनच्या ग्लासमध्ये वाइन ओतली.

"पण तुझा उद्योग काय, मायकल?" जोनाथननं विचारलं.

त्यानं वाइनची चव घेऊन पुन्हा मान डोलवली, "तू डॉक्टर आहेस असं मात्र सांगू नकोस. आम्हाला आणखी एक पार्टनर नकोय."

"नाही, तो रेस्टॉरंट व्यवसायात आहे," ॲना म्हणाली.

वेटरनं आमच्या पुढ्यात फेटुचिनीच्या प्लेट्स ठेवल्या.

"बरं! इंटरव्हलमध्ये तुमच्यात माहितीची बरीच देवाण-घेवाण झालेली दिसते; पण रेस्टॉरंट व्यवसायात म्हणजे नेमकं काय?"

"मी व्यवस्थापनाच्या बाजूला आहे," मी म्हणालो. "निदान सध्या तरी. मी वेटर म्हणून काम सुरू केलं. मग किचनमध्ये पाच वर्षं काढली आणि अखेर

व्यवस्थापनात पोहोचलो.''

"रेस्टॉरंटचा मॅनेजर नेमकं काय करतो?'' ॲनानं विचारलं.

"सगळं सविस्तर सांगण्याइतकं इंटरव्हल मोठं नव्हतं वाटतं?'' जोनाथन फेटुचिनीचा घास घेत म्हणाला.

"सध्या वेस्टएंड भागात तीन रेस्टॉरंट्स चालवण्याची जबाबदारी माझ्यावर आहे; त्यामुळे एकीकडून दुसरीकडे अशी सतत धावपळ सुरू असते. अर्थात कुठे सर्वांत मोठी अडचण येते, यावर ते अवलंबून असतं.''

"आमच्या वॉर्ड ड्यूटीसारखंच वाटतं,'' ॲना म्हणाली. "मग, आज सर्वांत मोठं संकट कुठे आलं?''

"नशीब! आजचा दिवस नेहमीसारखा नव्हता,'' मी मनापासून म्हणालो.

"इतकी वाईट परिस्थिती असते?'' जोनाथननं विचारलं.

"हो. आजच आमच्या एका शेफनं स्वत:च्या बोटाचं टोक उडवलं. आता तो १५ दिवस कामावर येऊ शकणार नाही. दुसऱ्या रेस्टॉरंटच्या वेटरनं 'फ्लू' झाल्यामुळे कामावर येणार नसल्याचं कळवलं आणि तिसऱ्या रेस्टॉरंटच्या बारमनची आजच हकालपट्टी करावी लागली. तो हिशेबात घोटाळे करत होता. अर्थात सगळेच बारमन हे करतात; पण याचे कारनामे ग्राहकांच्याही लक्षात येऊ लागले होते; पण तरीही मला इतर कोणत्याही व्यवसायात...''

तेवढ्यात फोन वाजला. कुठून ते मला आधी कळलं नाही; पण जोनाथननं खिशातून मोबाईल काढला.

"सॉरी!'' तो म्हणाला, "हे आमच्या कामाचे तोटे.'' फोन कानाला लावल्यावर त्याच्या कपाळावर आठी पडली. "हो. खरंय. मी शक्य तितक्या लवकर पोहोचतो,'' त्यानं फोन बंद करून खिशात ठेवला.

"सॉरी!'' तो म्हणाला. "माझ्या एका पेशंटची तब्येत अचानक बिघडलीय. मला जावंच लागेल.'' मग ॲनाकडे वळून म्हणाला, "पिप्सक्वीक, तू कशी घरी जाणार?''

"मी आता मोठी मुलगी झालीये,'' ॲना म्हणाली. "मी एका काळ्या, चार चाकं असलेल्या आणि 'टॅक्सी' असं लिहिलेल्या वस्तूला हात करीन.''

"जोनाथन, तू काळजी सोड. मी माझ्या गाडीनं सोडतो तिला घरी,'' मी म्हणालो.

"ते बरं होईल,'' जोनाथन म्हणाला. "कारण तुम्ही निघेपर्यंत जर पाऊस थांबला नाही, तर हिला ती काळी वस्तू मिळणार नाही.''

"अरे, तुझं तिकिट, तुझ्यातर्फे डिनर आणि तुझी बहीण हे मिळाल्यावर एवढं तरी करायलाच पाहिजे.''

"चांगला सौदा आहे," जोनाथन म्हणाला. तेवढ्यात मारियो लगबगीनं आला.

"सर, सगळं ठीक आहे ना?" त्यानं विचारलं.

"मी कॉलवर आहे; त्यामुळे मी निघतो," जोनाथन म्हणाला.

त्यानं खिशातून अमेरिकन एक्सप्रेसचं कार्ड काढलं आणि ते मारियोकडे देत म्हणाला, "हे तुमच्या मशीनमधून काढा. मी सही करतो. जाताना बिलाची रक्कम लिहा आणि हो, त्यात १५ टक्के टिप वाढवा."

"थँक यू, सर!"

"पुन्हा भेट होईल अशी आशा करतो," जोनाथन म्हणाला.

"मीही," मी त्याचा निरोप घेत म्हणालो.

जोनाथननं सही केली. मारियोनं त्याला त्याचं कार्ड परत दिलं. ॲना तिच्या भावाचा निरोप घेत असताना मी मारियोकडे पाहून नकळत नकारार्थी मान हलवली. मारियोनं जोनाथनच्या सहीचा कागद फाडून टाकला.

"जोनाथनचा दिवसही काही फारसा चांगला गेला नाही," ॲना माझ्याकडे वळून म्हणाली. "आणि तुझ्या अडचणी पाहता तू आजची संध्याकाळ मोकळी काढू शकलास, हेच आश्चर्य आहे."

"नाही, मी काढली नाही. काढणं योग्यही नव्हतं, पण..." मी वाक्य अर्धवट सोडून ॲनाचा ग्लास भरला.

"पण काय?" तिनं विचारलं.

"अगदी खरं सांगू?" मी उरलेली वाइन माझ्या ग्लासात ओतत म्हणालो.

"सांगून तरी पाहा."

मी रिकामी बाटली बाजूला ठेवली. क्षणभर माझी चलबिचल झाली. मग मी म्हणालो, "मी माझ्याच एका रेस्टॉरंटकडे गाडीनं निघालो होतो. तेवढ्यात मला तू थिएटरमध्ये शिरताना दिसलीस. माझी नजर तुझ्यावर एवढी खिळून राहिली की, मी जवळजवळ पुढच्या गाडीला धडकलोच. मी दिसेल त्या मोकळ्या जागेत गाडी घुसवली. तेवढ्यात मागची गाडी जवळजवळ माझ्या गाडीवर आदळली. मी गाडीतून उडी मारून थिएटरकडे धावत सुटलो. तू तिकिटांच्या रांगेत उभी होतीस. मीही रांगेत उभा राहिलो. तुझ्याजवळचं जास्तीचं तिकिट तू मॅनेजरकडे विकायला दिलेलं मी पाहिलं. तू लांब गेल्यावर मी त्याला थाप मारली की, बहुधा आता मी येणं शक्य नाही असं वाटून तू त्याला ते तिकिट विकायला दिलं असशील. मी तुझं सविस्तर वर्णनही केलं. मग मात्र त्यानं काही खळखळ न करता मला ते तिकिट दिलं."

ॲनानं तिचा ग्लास खाली ठेवून माझ्याकडे अविश्वासानं पाहिलं, "तो तुझ्या थापांना फसला खरा; पण मी विश्वास ठेवावा का?"

"हो. कारण मी एका पाकिटात १० पौंडांच्या दोन नोटा घालून मगच

तुझ्याशेजारी येऊन बसलो. पुढचं सगळं तुला ठाऊकच आहे,'' मी तिची प्रतिक्रिया पाहण्यासाठी थांबलो. ती काही वेळ बोललीच नाही. मग म्हणाली, ''मग मी हा माझा बहुमानच समजायला हवा. आजच्या जमान्यातही असे जुन्या वळणाचे प्रेमवीर असतील, हे ठाऊक नव्हतं.'' मग मान किंचित झुकवून तिनं विचारलं, ''आज संध्याकाळचा तुझा बेत काय, हे मी विचारलं तर चालेल?''

''काहीच बेत नाही, म्हणून इतकं ताजंतवानं वाटतंय,'' मी म्हणालो.

ॲना हसून म्हणाली, ''आता मात्र मला मी मेंथॉलची गोळी असल्यासारखं वाटायला लागलंय.''

''यावर मला तीन उत्तरं देता येतील,'' मी म्हणालो. तेवढ्यात मारियो आला. आमच्या प्लेट्समध्ये काही अन्न शिल्लक असल्याचं पाहून त्याची निराशा झाली.

''सगळं ठीक आहे ना सर?'' त्यानं काळजीच्या सुरात विचारलं.

''उत्तम!'' ॲना म्हणाली. पण तिचं लक्ष माझ्याकडेच होतं.

''मॅडम, आपण कॉफी घेणार?'' त्यानं विचारलं.

''नको, थँक्स.'' ॲना ठामपणे म्हणाली. ''आम्हाला पुरात अडकलेली एक गाडी शोधायला जायचंय.''

''इतक्या वेळानंतर ती जागेवर असेल की नाही देव जाणे!'' मी म्हणालो.

मी ॲनाचा हात हातात घेऊन रेस्टॉरंटबाहेर पडलो. आम्ही मी गाडी जिथे पार्क केली होती तिथे आलो. आल्डिचकडे जाताना आमच्या गप्पा चालूच होत्या. आमची खूप जुनी मैत्री असल्यासारखं वाटत होतं.

''मला लिफ्ट द्यायची गरज नाही, मायकल,'' ॲना म्हणाली. ''कदाचित तुला अनेक मैल वाट वाकडी करावी लागेल. पाऊसही थांबलाय. टॅक्सीनं जाईन मी.''

''पण मला तुला लिफ्ट द्यायचीय. त्या निमित्तानं तरी आणखी काही काळ तुझा सहवास लाभेल.'' ती मंद हसली.

आम्ही गाडीजवळ आलो. पाहतो तो मी गाडी ठेवलेली जागा रिकामी होती.

''छे!'' मी आजूबाजूला नजर टाकली. ॲना हसायला लागली.

''माझा आणखी सहवास लाभावा म्हणून तर ही युक्ती नाही ना?'' तिनं पर्समधून मोबाईल काढला आणि ९९९ नंबर दाबून माझ्या हातात दिला.

पलीकडून आवाज आला, ''आपल्याला कोणती सेवा हवी आहे? अग्निशमन, पोलीस की रुग्णवाहिका?''

''पोलीस,'' मी म्हणालो. पलीकडून दुसरा आवाज आला, ''चेरिंग क्रॉस पोलीस स्टेशन. आपल्याला काय माहिती हवी आहे?''

''मला वाटतं, माझी गाडी चोरीला गेलीय.''

''कंपनी, नंबर आणि रंग सांगता?''

"निळी रोव्हर ६००. नंबर के ८५७ एसएचव्ही."

बराच वेळ कुणीच बोललं नाही. पलीकडून आपसात बोलल्याचे आवाज ऐकू येत होते.

"सर, तुमची गाडी चोरीला गेलेली नाही. ती बेकायदेशीरपणे दुहेरी पिवळ्या रेघांवर पार्क केली होती. आता ती वॉक्झॉल ब्रिज जप्ती विभागात आहे."

"मी ती आता नेऊ शकतो?" मी विचारलं.

"नक्कीच, सर. इकडे कसे येणार आहात?"

"टॅक्सीनं."

"मग टॅक्सीवाल्याला वॉक्झॉल ब्रिज पौंड असा पत्ता सांगा. इथे आल्यावर तुम्हाला ओळखपत्र दाखवावं लागेल आणि तुमच्याजवळ रोख रक्कम नसल्यास १०५ पौंडांचा चेक द्यावा लागेल."

"१०५ पौंड?"

"बरोबर."

ॲनाच्या कपाळाला आठी पडली.

"पण जे मिळालं त्याची किंमत तेवढी आहेच."

"काय म्हणालात सर?"

"काही नाही, गुडनाइट."

मी ॲनाकडे फोन परत दिला.

"आता आधी तुझ्यासाठी टॅक्सी शोधायला हवी," मी म्हणालो.

"मुळीच नाही. मी तुझ्याबरोबरच राहणार आहे आणि तसंही तू माझ्या भावाला मला लिफ्ट द्यायचं कबूल केलं आहेस."

मी तिचा हात हातात घेतला आणि एक टॅक्सी थांबवली.

"वॉक्झॉल ब्रिज पौंड."

"बॅड लक. आजचे तुम्ही चौथे."

मी मोकळेपणानं हसलो.

मग ॲनाला म्हणालो, "इतर तिघंही माझ्यासारखेच तुझा पाठलाग करत थिएटरमध्ये शिरलेले दिसतात. सुदैवानं ते रांगेत माझ्या मागे असावेत."

आम्ही टॅक्सीत बसलो.

पाऊस असूनही नाटकाच्या गर्दीनं रस्ता फुलला होता. टॅक्सी संथपणे वॉटर्लू ब्रिजच्या दिशेनं निघाली. ॲना म्हणाली, "मग तुम्हा चौघांमधून मला निवड करण्याची संधी मिळायला हवी होती; असं नाही वाटत तुला? त्यांपैकी एखाद्याकडे कदाचित रोल्सरॉईस असेल."

"अशक्य."

"का बरं?" ॲनानं विचारलं.

"कारण एवढ्याशा जागेत रोल्स मावली नसती."

"पण गाडीला शोफर असता तर प्रश्न सुटला असता."

"मग मी त्याच्या अंगावर गाडी घातली असती."

काही वेळ आम्ही दोघंही बोललो नाही.

"मी तुला एक वैयक्तिक प्रश्न विचारू?" ॲना म्हणाली.

"जर मला वाटतं तोच असेल, तर मीही विचारणार होतो."

"मग आधी तू विचार."

"नाही, माझं लग्न झालेलं नाही," मी म्हणालो. "व्हायच्या बेतात होतं; पण तेवढ्यात ती निसटली." ॲना हसली.

"तुझं काय?"

"माझं लग्न झालं होतं," ती शांतपणे म्हणाली. "माझा नवरा आमच्या प्रॅक्टिसमधला चौथा पार्टनर होता. तीन वर्षांपूर्वी तो गेला. मी नऊ महिने त्याची शुश्रूषा केली; पण व्यर्थ!"

"सॉरी, ऐकून वाईट वाटलं," मी शरमिंदा होत म्हणालो. "मी हा विषय काढायला नको होता."

"मायकल, विषय मी काढलाय. माफी मी मागायला हवी."

पुन्हा काही मिनिटं कुणीच बोललं नाही. मग ॲना म्हणाली, "अँड्र्यू गेल्यावर गेली तीन वर्षं मी स्वतःला पूर्णपणे कामात झोकून दिलं. जोनाथन आणि एलिझाबेथला खूप त्रास दिला. त्यांनी खूपच समजूतदारपणा दाखवला; पण आता त्यांनाही माझा कंटाळा आला असेल. कदाचित दुसऱ्या कुणी मला नाटकाला घेऊन जावं म्हणूनही जोनाथननं इमर्जन्सी उकरून काढली असेल. कदाचित त्यामुळे मला पुन्हा एकटीनं बाहेर पडण्याचा आत्मविश्वास मिळेल. अनेकांनी मला विचारलं."

टॅक्सी पोलीस स्टेशनमध्ये शिरली.

मी टॅक्सीवाल्याला १० पौंडांची नोट दिली आणि पावसातून धावत केबिनमध्ये शिरलो.

मी काउंटरवर चिकटवलेला फॉर्म वाचला. माझं लायसन्स आणि पैशाचं पाकिट काढलं आणि पैसे मोजायला सुरुवात केली.

माझ्यावजळ फक्त ८० पौंडच होते आणि चेकबुकही नव्हतं.

ॲना हसली. तिनं तिच्या पर्समधून मी दिलेलं पाकिट काढलं. त्यातल्या २० पौंडांमध्ये तिनं स्वतःचे पाच पौंड घालून पैसे माझ्याकडे दिले.

"थँक यू!" मी संकोचून म्हणालो.

"किंमत वसूल!" ती हसत म्हणाली.

त्या पोलिसानं सावकाश पैसे मोजून जवळच्या पत्र्याच्या पेटीत ठेवले आणि मला पावती दिली.

''तुमची गाडी पाहिल्याच रांगेत आहे,'' तो बोट दाखवत म्हणाला.

''आणखी एक गोष्ट, सर. किल्ली अशी गाडीतच ठेवणं योग्य नाही. गाडी जर खरंच चोरीला गेली असती तर कंपनीकडून तुम्हाला नुकसानभरपाई मिळाली नसती.'' त्यानं मला किल्ली दिली.

''चूक माझी आहे, ऑफिसर.'' ॲना म्हणाली. ''मी त्याला किल्ली आणायला परत पाठवायला हवं होतं, पण मला त्याचा उद्देश कळला नाही. मी पुन्हा असं होऊ देणार नाही.''

त्या ऑफिसरनं माझ्याकडे पाहिलं. मी खांदे उडवले आणि ॲनाला घेऊन बाहेर आलो. मी तिच्यासाठी दार उघडलं आणि गाडीला वळसा घालून ड्रायव्हरच्या सीटवर येऊन बसलो.

''सॉरी!'' मी म्हणालो.''पावसानं तुझा ड्रेस खराब झाला.'' तेवढ्यात तिच्या नाकाच्या शेंड्यावरून पाण्याचा एक थेंब ओघळला. ''पण खरं सांगू? ओली किंवा कोरडी – तू तितकीच सुंदर दिसतेस.''

''थँक यू!'' ती हसून म्हणाली. ''पण मी कोरडी असणंच पसंत करेन.''

मीही हसलो. ''बरं, आता तुला कुठे सोडू?'' माझ्या एकदम लक्षात आलं की ती कुठे राहते, हेही मी विचारलं नव्हतं.

''फुलहॅम ४९. पार्सन्स ग्रीन लेन. जवळच आहे इथून.''

मी किल्ली फिरवली. इंजिनची घरघर होऊन ते बंद पडलं. मला एकदम आठवलं की, मी साइड लाइट चालूच ठेवले होते.

''असं करू नकोस,'' मी काकुळतीला येऊन म्हणालो. ॲना हसायला लागली. पुन्हा किल्ली फिरवल्यावर मात्र इंजिन सुरू झालं.

मी सुटकेचा नि:श्वास टाकला.

''थोडक्यात बचावलो,'' ॲना म्हणाली. ''गाडी सुरू झाली नसती तर रात्रभर बरोबर राहावं लागलं असतं की हासुद्धा तुझाच डाव होता?''

''आतापर्यंत ठरल्याप्रमाणे काहीच झालं नाही; पण आणखीही वेगळं घडू शकलं असतं,'' मी गाडी बाहेर काढत म्हणालो.

''म्हणजे तुला हवी होती तशी मुलगी मी नाही, असंच ना?''

''तसं म्हण हवं तर!''

''मग बाकी तिघांना माझ्याबद्दल काय वाटलं असतं कुणास ठाऊक?''

''इथे कुणाला पर्वा आहे? त्यांना तशी संधीच मिळणार नाही.''

''मि. व्हिटेकर, तुम्हाला स्वत:बद्दल जरा जास्तच खात्री दिसते.''

"किती ते तुला ठाऊक नाही," मी म्हणालो. "पण ॲना, तुला पुन्हा भेटायला मला आवडेल. अर्थात, तो धोका पत्करायची तुझी तयारी असेल तर."

उत्तर द्यायला तिनं खूप वेळ लावला. मग म्हणाली, "हो, मलाही आवडेल; पण एका अटीवर. तू माझ्या घरी यायचं. म्हणजे तू गाडी नीट पार्क करतोस याची मला खात्री पटेल आणि लाइट बंद करण्याचीही आठवण करून देता येईल."

"अट मान्य," मी म्हणालो. "आणि हा करार उद्याच अमलात आणता येणार असेल, तर माझी यापुढे काहीच अट नाही."

ॲना म्हणाली, "उद्या संध्याकाळी माझा काय कार्यक्रम आहे, हे मलाच ठाऊक नाही."

"मलाही ठाऊक नाही," मी म्हणालो. "आणि असला तरी मी तो रद्द करीन."

"मीसुद्धा!" ॲना म्हणाली.

मी पार्सन्स लेनमध्ये गाडी वळवून नंबर ४९ शोधू लागलो.

"अजून १०० यार्डांवर डाव्या बाजूला," ॲना म्हणाली.

मी गाडी तिच्या घरासमोर थांबवली.

"आणि या वेळी नाटकाच्या भानगडीत पडायची गरज नाही."

ॲना म्हणाली, "आठच्या सुमाराला ये. मी घरीच जेवण बनवीन."

तिनं वाकून माझ्या गालाचं चुंबन घेतलं. मी चटकन उतरून तिच्यासाठी दार उघडलं. ती उतरली.

"बरंय, उद्या संध्याकाळी आठ वाजता भेटू या," ती म्हणाली.

"मीही त्याचीच वाट पाहतोय," असं म्हणून मी तिला जवळ घेतलं. "गुड नाइट, ॲना!"

"गुड नाइट, मायकल," ती बाजूला होत म्हणाली. "माझं तिकिट घेतल्याबद्दल आणि डिनरबद्दल थँक्स! बाकी तिघं प्रेमवीर त्या जप्ती विभागापर्यंतच पोहोचले म्हणून बरं."

मी हसून गाडी सुरू केली.

"आणि हो, मायकल," ती वळून म्हणाली. "ते रेस्टॉरंट तीनपैकी कोणतं? दांडी मारणारा वेटर, साडेचार बोटांचा स्वयंपाकी की लबाड बारमन?"

"लबाड बारमन," मी हसत म्हणालो.

तिनं घरात शिरून दार बंद केलं.

जवळच्या चर्चच्या घड्याळात एकचा ठोका पडला.